யார் மீதும் வெறுப்பில்லை!

(வரலாற்றுப் பதிவுகள்)

யார் மீதும் வெறுப்பில்லை!

(வரலாற்றுப் பதிவுகள்)

என். சொக்கன்

ZDP
SPECIFICS

Title: Yaar meethum veruppillai
Author's Name: N Chokkan

Published by ZDP Specifics

ZDP
SPECIFICS

(An imprint of Zero Degree Publishing)
No. 55(7), R Block, 6th Avenue,
Anna Nagar,
Chennai - 600 040

Website: www.zerodegreepublishing.com
E Mail id: zerodegreepublishing@gmail.com
Phone: 89250 61999

ZDP Specifics First Edition:February2023

ISBN: 978-81-956735-9-9
TITLE NO EP: 50

Cover Design & Layout: Vijayan, Creative Studio

பொருளடக்கம்

1. திருப்புமுனை நிகழ்வு: பெர்லின் சுவர்

சீனப் பெருஞ்சுவரை ஒரு பெருமைக்குரிய அடையாளமாகப் பார்க்கிறோம். அதேசமயம், பெர்லின் சுவர் அவமானச் சின்னமாகவே பார்க்கப்பட்டது.

காரணம், சீனப் பெருஞ்சுவர் அந்நாட்டைப் பிறரிடமிருந்து பாதுகாத்தது. பெர்லின் சுவரோ ஒரு நாட்டை இரண்டாகத் துண்டாடியது.

பெர்லின் என்பது இன்றைய ஜெர்மனியின் தலைநகரம். அந்நாடு கிழக்கு ஜெர்மனி, மேற்கு ஜெர்மனி என்று பிரிந்திருந்தபோது, அந்த இரு பகுதிகளையும் பிரிப்பதற்காகக் கிழக்கு ஜெர்மனி அரசாங்கத்தால் கட்டப்பட்ட வலுவான சுவர்தான், 'பெர்லின் சுவர்.'

ஜெர்மனி ஏன் இரண்டாகப் பிரிந்தது?

இரண்டாம் உலகப்போரில் ஜெர்மனியின் பங்களிப்பு மிக மிக அதிகம். அப்போது அந்நாட்டை ஆண்டுவந்த ஹிட்லர்தான் அந்தப் போரின் எதிர்நாயகனாகத் திகழ்ந்தார்.

போருக்குப் பிறகு, ஜெர்மனியின் சில பகுதிகள் சோவியத் யூனியன் கட்டுப்பாட்டில் இருந்தன, மற்ற சில பகுதிகள் அமெரிக்கா, ஃபிரான்ஸ், இங்கிலாந்தின் கட்டுப்பாட்டில்

இருந்தன. இந்த இரு பிரிவினரிடையே கொள்கைரீதியில் இருந்த வேறுபாடுகள்தான் ஜெர்மனியைத் துண்டாக்கின: கிழக்கு ஜெர்மனி, மேற்கு ஜெர்மனி என்ற பிரிவுகள் உருவாகின.

இதன் உச்சமாக, இந்தப் பக்கம் இருக்கிறவர்கள் அந்தப் பக்கம் போகக்கூடாது என்கிற கடுமையான தடைகள் விதிக்கப்பட்டன. இதனை உறுதிசெய்வதற்காகவே பெர்லின் சுவர் கட்டப்பட்டது.

சுவர் என்றால் சும்மா தாண்டிக்குதித்துச் சென்றுவிடலாம் என்று எண்ணக்கூடாது. பெர்லின் சுவரில் கடுமையான பாதுகாப்பு ஏற்பாடுகள் இருந்தன. தப்பிச்செல்ல முயற்சிசெய்கிறவர்களுக்குக் கடும் தண்டனைகள் தரப்பட்டன.

கிழக்கு ஜெர்மனியை ஆண்ட சோஷியலிஸ்ட் அரசாங்கம் 1961ல் பெர்லின் சுவரைக் கட்டத்தொடங்கியது, அடுத்த பல ஆண்டுகளுக்கு இந்தச் சுவர் படிப்படியாக வலுவாக்கப்பட்டது. சுமார் முப்பது ஆண்டுகளுக்கு ஜெர்மனியின் இரு பகுதிகளை இந்தச் சுவர் பிரித்துக்கொண்டிருந்தது.

இந்தக் காலகட்டத்தில் உலக அளவில் பல அரசியல் மாற்றங்கள் ஏற்பட்டன. அமெரிக்காவும் சோவியத் யூனியனும் பனிப்போரில் மோதின, இதனால் ஜெர்மனியும் பிளவுபட்டே இருந்தது.

1987ல், அப்போதைய அமெரிக்க அதிபர் ரொனால்ட் ரீகன் சோவியத் யூனியன் அதிபர் மிகையில் கோர்பசேவுக்கு ஒரு சவால் விடுத்தார், 'மனித விடுதலைதான் உலக அமைதியை வலுவாக்கும் என்று நாங்கள் நம்புகிறோம். உங்களுக்கு அமைதி வேண்டுமென்றால், இந்தச் சுவரை இடித்துத்தள்ளுங்கள்.'

ஆனால், இது உடனே நிகழ்ந்துவிடவில்லை. இரண்டு ஆண்டுகளுக்குப்பிறகு, 1989ல்தான் ஜெர்மனி மீண்டும் ஒன்றாகும் சூழ்நிலை ஏற்பட்டது. இதைத்தொடர்ந்து, 1990ல் தொடங்கி 1992வரை பெர்லின் சுவர் கொஞ்சம்கொஞ்சமாக இடிக்கப்பட்டது. மனித வரலாற்றின் அவமானகரமான ஒரு சின்னம், தங்களைப் பிரித்துவந்த சுவர் அழிக்கப்படுவதைக் கண்முன்னே பார்த்து ஜெர்மானியர்கள் ஆனந்தமடைந்தார்கள்!

2. சென்னை எமதே!

சென்னை, தமிழகத்தின் தலைநகரம். பெரும்பாலும் தமிழர்கள் வாழுகின்ற ஊர். ஆனால், இந்த ஊருக்கு ஒருகாலத்தில் ஆந்திரா உரிமை கோரியது என்றால் நம்புவீர்களா?

'மதராஸ் மனதே' என்பதுதான் அந்தப் போராட்டத்தின் முழக்கம். தெலுங்கு மொழியில் இதன் பொருள், 'மதராஸ் (சென்னையின் அன்றைய பெயர்) எங்களுடையது.'

இந்தியாவுக்குச் சுதந்திரம் கிடைத்தபோது ஆந்திரம் என்ற மாநிலமே இல்லை. 1952ம் ஆண்டுதான் தெலுங்கு பேசும் மக்களுக்குத் தனி மாநிலம் உருவாக்கப்படவேண்டும் என்ற கோரிக்கை எழுந்தது. அப்போது, அவர்கள் சென்னையைத் தங்கள் மாநிலத்தின் தலைநகரமாகக் கோரினார்கள்.

தமிழ்நாட்டுத் தலைவர்கள் இதைக்கேட்டு வெகுண்டெழுந்தார்கள். குறிப்பாக, தமிழரசுக்கழகத்தின் தலைவர், சிலம்புச்செல்வர் ம.பொ.சிவஞானம் இதனைக் கடுமையாக எதிர்த்தார். 'சென்னை தமிழகத்துக்குத்தான் சொந்தம்' என்று தீவிர போராட்டத்தில் இறங்கினார். அப்போதைய மத்திய அரசு ஒரு சமரசத்துக்கு முயன்றது, 'சென்னை நகரம் இரு மாநிலங்களுக்கும் பொதுவாக இருக்கட்டுமே.'

இதைத் தமிழகத் தலைவர்கள் ஏற்கவில்லை, 'ஆந்திரம் என்ற மொழிவாரி மாநிலம் அமைவதை நாங்கள் ஆதரிக்கத் தயார், ஆனால், தங்களுக்கான தலைநகரத்தை அவர்களேதான் தங்கள் எல்லைக்குள் அமைத்துக்கொள்ளவேண்டும், சென்னை முழுக்க முழுக்கத் தமிழகத்துக்குச் சொந்தமானது' என்று முழங்கினார்கள்.

விரைவில், இந்தக் குரல் தில்லியில் உரக்கக் கேட்டது. இதனால், ஆந்திரத்துக்கு வேறு தலைநகரத்தைத் தேடிக்கொள்ளுமாறு மத்திய அரசு கேட்டுக்கொண்டது, சென்னை தமிழகத்தில் நிலைத்தது. சில ஆண்டுகளுக்குப்பிறகு, கிட்டத்தட்ட இதேபோன்ற இன்னோர் உரிமைப் போராட்டமும் தமிழகத்தில் நிகழ்ந்தது, இந்தமுறை, திருத்தணி என்கிற புனித நகரத்துக்காக.

ஆந்திர மாநிலம் உருவாக்கப்பட்டபோது, திருத்தணியை அம்மாநிலத்தோடு இணைத்துவிட்டார்கள். ஆனால், மொழி ரீதியிலும் கலாசார ரீதியிலும் திருத்தணி தமிழகத்துடன் அதிகத் தொடர்புடையது.

ஆகவே, ம.பொ.சிவஞானம் உள்ளிட்ட தலைவர்கள் மீண்டும் போராட்டங்களைத் தொடங்கினார்கள், திருத்தணியில் வாழுகிற தமிழ்பேசும் மக்களும் இந்தப் போராட்டத்தில் கலந்துகொண்டார்கள். இதன்விளைவாக, 1960ஆம் ஆண்டு திருத்தணி மீண்டும் தமிழகத்துடன் சேர்க்கப்பட்டது. இதற்குப் பதிலாக, இந்த இரு மாநிலங்களின் எல்லைப்பகுதியில் இருந்த வேறு சில பகுதிகள் ஆந்திரத்துக்குத் தரப்பட்டன.

இந்தக் காலகட்டத்தில், ஆந்திரத்துடன் மட்டுமல்ல, கேரளத்துடனும் தமிழகம் இப்படிப் பல உரிமைப் போராட்டங்களை நடத்தவேண்டியிருந்தது. தமிழ்பேசும் மக்கள் அதிகம் வாழுகிற பல்வேறு பகுதிகள் வேறு மாநிலங்களுக்குச் சென்றுவிடாதபடி காத்தவை இந்தப் போராட்டங்கள்தான்!

3. விதவிதமான வாரியங்கள்

நம் வீட்டுக்கு மின்சாரம் தருவது யார்? அது எங்கிருந்து வருகிறது? எப்படி வருகிறது? நாம் எவ்வளவு மின்சாரத்தைப் பயன்படுத்தியிருக்கிறோம் என்பதைக் கவனித்து அதற்கேற்ப நமக்குக் கட்டணம் வசூலிப்பது யார்? அதை வசூலிப்பது யார்? மின்சார வழங்குதலில் ஏதேனும் பிரச்னை ஏற்பட்டால் சரிசெய்வது யார்?

உங்கள் வீட்டில் மின்சார அட்டை ஒன்று இருக்கும். அதை எடுத்துப் பாருங்கள், அதில் 'மின் வாரியம்' என்று குறிப்பிட்டிருப்பார்கள்.

'வாரியம்' என்றால் குழு அல்லது அமைப்பு என்று பொருள். மின்சாரம் தொடர்பான விஷயங்களைக் கவனித்துக்கொள்வதால், அது 'மின் வாரியம்', இதேபோல் குடிநீர் வாரியம், பள்ளிக் கல்வி வாரியம், வீட்டுவசதி வாரியம் என்று பல குழுக்கள் இருக்கின்றன. இவை ஒவ்வொன்றும் அந்தந்தத் துறையைக் கவனித்துக்கொள்கின்றன.

இவையெல்லாம் புதிய அமைப்புகள் அல்ல, பழங்காலத்திலிருந்தே தமிழர்களுக்கு ஆட்சியமைப்பில் நல்ல தேர்ச்சி இருந்தது.

பலவகை வாரியங்களை அமைத்து மக்களுக்கு எல்லாச் சேவைகளும் சிறப்பாகக் கிடைக்கச்செய்தார்கள்.

உதாரணமாக, பழந்தமிழர் அமைத்திருந்த சில வாரியங்களின் பெயர்களும் அவற்றின் பணிகளும் இதோ:

★ ஏரி வாரியம்

★ தோட்ட வாரியம்

★ பொன் வாரியம்

★ கோயில் வாரியம்

★ கலிங்கு வாரியம் (கலிங்கு என்றால் ஏரி போன்ற ஒரு பாசன நீர்த்தேக்கம்)

★ கழனி வாரியம் (வயல்களை நிர்வகிக்கும் வாரியம்)

★ குடும்பு வாரியம் (விளைநிலங்கள் ஒழுங்காகப் பகுக்கப்பட்டுப் பயன்படுத்தப்படுவதைக் கவனிக்கும் வாரியம்)

★ தடிவழி வாரியம் (பெரிய வழிகளை நிர்வகிக்கும் வாரியம்)

★ பஞ்சவார வாரியம் (வரி வசூலிக்கிற/பஞ்சம் ஏற்படும்போது மக்களைக் காக்கிற வாரியம்)

இப்படி இன்னும் பலப்பல வாரியங்கள் இருந்திருக்கின்றன. இவை அனைத்துக்கும் முதன்மையாக, 'சம்வத்சர வாரியம்' என்ற அமைப்பு இருந்தது. இது அந்த ஊரில் நடைபெறும் பொதுவான பணிகளைக் கவனித்துக்கொண்டது, பிரச்னைகள் வரும்போது அவற்றை விசாரித்துச் சரியான தீர்மானங்களை எடுக்க உதவியது.

இந்த வாரியங்கள் அனைத்திலும் பங்கேற்றவர்கள் யார்?

நல்ல திறமையும் பொதுநல எண்ணமும் கொண்ட மக்கள்தான். அவர்கள் தங்களைத் தாங்களே சிறப்பாக ஆண்டுகொண்டார்கள். அவர்களது ஆட்சியில் தமிழகம் செழித்துச் சிறந்தது.

ஒவ்வொரு வாரியத்திலும் இடம்பெறுவதற்குத் தகுதியுள்ள மக்கள் யார் என்பதை அரசனும் பெரியோர்களும் தெளிவாக வரையறுத்திருந்தார்கள். அந்தத் தகுதிகளைக்கொண்ட மக்கள் தாங்களே முன்வந்து பொதுநலப் பணியாற்றினார்கள்.

குறிப்பாக, ஒவ்வோர் ஊரிலும் இருக்கும் மக்கள் எல்லாருடைய பிரதிநிதிகளாக இவர்கள் இருந்தார்கள், இதன்மூலம் ஒருதலைப்பட்சமான செயல்பாடுகள் தவிர்க்கப்பட்டன, தனிநபருக்கு நன்மையைவிட, ஊரின் நன்மையே இவர்களுடைய இலக்காக இருந்தது.

இவ்வாறு ஊர் மக்கள் தங்களை ஆண்டுகொள்ளும் முறை 'ஊராட்சி' என்று அழைக்கப்பட்டது. இன்றைக்கும் இந்தப் பெயரைச் சிற்றூர் அரசு அமைப்புகளைக் குறிப்பிடப் பயன்படுத்துகிறோம். சற்றே பெரிய ஊர்களில் இது 'நகராட்சி' எனவும், மிகப்பெரிய ஊர்களில் 'மாநகராட்சி' எனவும் அழைக்கப்படுகிறது.

கிராமங்களில் தொடங்கிப் பெருநகரங்கள்வரை அனைத்தையும் முறையாக ஆளும் அமைப்பைத் தமிழர்கள் அன்றைக்கே கொண்டிருந்தார்கள் என்பது நமக்குப் பெருமைதரும் உண்மை!

4. தமிழகத்துக்கு வந்த கங்கை

புதிதாக ஒரு வீடு கட்டுகிறோம். அதைத் தூய்மைப்படுத்தி விட்டுதான் உள்ளே நுழைந்து குடியேறுகிறோம்.

வீட்டுக்கே இப்படியென்றால், ஊருக்கு? நம்மைப்போன்ற பொதுமக்களே இப்படியென்றால், பேரரசர்களுக்கு?

முதலாம் இராசேந்திர சோழன் ஒரு புதிய தலைநகரத்தை அமைத்தான். அங்கே குடியேறுவதற்கு முன்னால், அவ்வூரைப் புனிதப்படுத்த நினைத்தான், அதற்காக, கங்கை நீரைத் தேடித் தன் படைகளை அனுப்பிவைத்தான்.

இந்திய வரைபடத்தில் தமிழகம் எங்கே இருக்கிறது என்று பார்த்துக்கொள்ளுங்கள், கங்கை எங்கே இருக்கிறது என்றும் பாருங்கள், நடுவில் எவ்வளவு தூரம் செல்லவேண்டும், சரியான சாலை வசதிகள், வாகனங்களெல்லாம் இல்லாத அன்றைய சூழ்நிலையில் அது எந்த அளவு சிரமமாக இருந்திருக்கும் என்று யோசியுங்கள்!

அத்துடன், இன்றைக்குத் தமிழகமும் கங்கை பாயும் பகுதியும் ஒரே நாட்டில் உள்ளன. அன்றைக்கு அப்படியில்லை, சோழன்

செல்லும் வழியெல்லாம் வெவ்வேறு நாடுகள், வெவ்வேறு மன்னர்கள், என்னதான் நல்ல நோக்கமென்றாலும், தங்கள் நாட்டின்வழியே இன்னொரு நாட்டின் படைகள் செல்வதை அவர்கள் விரும்புவார்களா?

இராசேந்திர சோழன் அதைப்பற்றிக் கவலைப்படவில்லை. வீரத்தில் சிறந்த அவன், செல்லும் திசையிலிருந்த மன்னர்கள், அவர்களுடைய நாடுகளையெல்லாம் வென்றுகொண்டே சென்றான், கி.பி.1019ல் தொடங்கிச் சுமார் இரண்டாண்டுகளுக்குத் தொடர்ந்த இந்தப் படையெடுப்பில் சக்கரக்கோட்டம், ஒட்டர தேயம், கோசலம், தக்கணலாடம், வங்காள தேசம், உத்திரலாடம் என்று பல நாடுகளைக் கைப்பற்றியது சோழன் படை.

இந்தப் பயணத்தின்போது ஒருமுறை, அவர்கள் வேகமாகப் பெருக்கெடுத்து ஓடும் நதியொன்றைக் கடந்து செல்லவேண்டியிருந்தது. அங்கே பாலங்களோ இல்லை, தாற்காலிகப் பாலம் அமைத்து நதியைக் கடக்க நேரமும் இல்லை, என்ன செய்வது?

சோழனின் படைத்தலைவனுக்கு ஒரு யோசனை பிறந்தது. 'நம்மிடம்தான் இத்தனை யானைகள் இருக்கின்றனவே, அவற்றை ஆற்றில் வரிசையாக நிறுத்துங்கள்' என்றான்.

அப்புறமென்ன? அந்த யானைகளுக்குமேலே ஒரு பாலம் பிறந்தது, சோழன் படை அதைக் கடந்து சென்றது.

நிறைவாக, அவர்கள் கங்கைக்கரையைச் சென்றடைந்தார்கள், புனித கங்கை நதிநீரைக் குடங்களில் சேகரித்துக்கொண்டார்கள். அந்தக் குடங்களைத் தோற்றுப்போன பகையரசர்களைக்கொண்டே சோழநாட்டுக்குக் கொண்டுவரச்செய்தார்கள்.

இப்படி நெடுந்தொலைவுக்குத் தமிழர்களின் பெருமையைப் பரப்பிய இராசேந்திர சோழன் கங்கை நீரைக் கொண்டு தன்னுடைய புதிய நகரத்தைப் புனிதப்படுத்தினான், அதன்பிறகு அந்நகரில் இருந்து நல்லாட்சி புரிந்தான். இதனைக் குறிப்பிடும்விதமாக, அந்த ஊரே 'கங்கை கொண்ட சோழபுரம்'

என்று அழைக்கப்படுகிறது, அவ்வரசனுக்கும் 'கங்கை கொண்ட சோழன்' என்ற பெயர் அமைந்தது.

இராசேந்திர சோழனின் வடக்குப் படையெடுப்பால், தமிழர்களின் நாகரிகம் வங்காள நாட்டில் புகுந்தது என்கிறார் ஆய்வாளர் தி.வை.சதாசிவபண்டாரத்தார். சோழன் படையோடு சென்ற ஒரு தலைவன் வங்காளத்திலேயே தங்கிவிட்டதாகவும், அவனுடைய வழியில் வந்த சாமந்தசேனன் என்பவன் பின்னர் வங்காளத்தை ஆண்டதாகவும் அவர் குறிப்பிடுகிறார்.

நகரைப் புனிதப்படுத்தச் செய்த ஒரு படையெடுப்பு, தமிழர் நாகரிகத்தை நெடுந்தொலைவுக்குக் கொண்டுசெல்வதாக அமைந்துவிட்டது வியப்புதான்!

5. அருவா நாடு

'அரிவாள்' என்பது ஒருவகையான கத்தி. அதைப் பேச்சுவழக்கில் 'அருவா' என்பார்கள்.

ஆனால், 'அருவா நாடு' என்று பழங்காலத்தில் ஒரு நாடு இருந்தது, தெரியுமா?

பழந்தமிழ் இலக்கிய நூலான தொல்காப்பியத்தின் சொல்லதிகாரத்தில் 'செந்தமிழ் சேர்ந்த பன்னிரு நிலம்' என்றொரு வரி வருகிறது. அதன் பொருள், செந்தமிழ் நாட்டைச் சேர்ந்த பன்னிரண்டு நிலங்கள்.

அந்தப் பன்னிரண்டு நிலங்களையும் ஒரு நன்னூல் சூத்திரம் விவரிக்கிறது. அவற்றில் ஒன்றுதான் 'அருவா நாடு'. இப்போதைய தென்னாற்காடு மாவட்டத்தின் பெரும்பகுதிதான் 'அருவா நாடு' என அழைக்கப்பட்டதாகப் பேராசிரியர் க.ப.அறவாணன் குறிப்பிடுகிறார்.

'அருவா நாடு' என்ற பெயர் எப்படி வந்தது?

இந்த நாட்டில் வாழ்ந்தவர்கள் அருமரபினர், அருவர், அருவாளர்கள் என்றெல்லாம் அழைக்கப்பட்டார்கள். ஆகவே,

அருவர்கள் வாழும் நாடு என்பதைக் குறிக்கும்வகையில் இது 'அருவா நாடு' என்று பெயர் பெற்றது.

'அரு' என்றால் நீரில் வாழும் ஒருவகையான அட்டை என்கிறார் மகாவித்வான் ரா.இராகவய்யங்கார். அந்த அட்டையைப்போல் நீரின்வழியே வந்தவர்களுக்கு 'அருவர்' என்ற சிறப்புப்பெயர் வழங்கப்பட்டதாம்.

யார் இந்த அருவர்கள்?

அகத்தியர் தென்னாட்டுக்கு வந்தபோது, பலரைத் தன்னோடு அழைத்துவந்தார். அவர்களில் அருவர்களும் இருந்தார்கள், இங்கிருந்த காடுகளை அழித்து நாடுகளை உருவாக்கி மக்களைக் குடியேற்றியவர்கள் அவர்கள். தொல்காப்பியத்துக்கு நச்சினார்க்கினியர் எழுதிய உரையில் இச்செய்தி குறிப்பிடப்படுகிறது. இதே விஷயத்தைச் சில வாய்மொழிக்கதைகளிலும் கேட்கலாம்.

ஆக, இன்றைய தமிழகத்தின் ஒரு பகுதியைச் செம்மையாக்கி ஆண்டவர்கள் அருவர்கள். இவர்களைக் 'குறுநில மன்னர்கள்' என்பார்கள். அதாவது, ஒரு குறுகிய நிலத்தை ஆண்டவர்கள்.

அருவா நாடு என்பது, இன்றைய ஆந்திரப்பிரதேசத்துக்கு அருகே இருக்கிறது. அதாவது, தெலுங்கு பேசும் மக்களருகே இந்தத் தமிழ் பேசும் அருவர்கள் வாழ்ந்திருக்கிறார்கள்.

அந்தத் தெலுங்கு மக்கள், அருவர்கள் பேசும் தமிழைப் பார்த்து, அதை 'அருவம்' என்று அழைத்தார்களாம். இது பின்னர் 'அரவம்' என்று மாறியது, இன்றைக்கும் 'அரவம்' என்ற சொல்லுக்குத் தமிழ் என்கிற பொருள் உண்டு.

அதேபோல், 'அருவர்' என்ற சொல்லும் தமிழர்கள் அனைவரையும் குறித்தது. இதற்குச் சான்றாக, கலிங்கத்துப்பரணியில் ஜெயங்கொண்டாரின் ஒரு பாடலைக் காணலாம்:

தமிழர்கள் கலிங்கத்தை நோக்கிப் படையெடுத்துச் செல்கிறார்கள்,

அங்குள்ளவர்கள் இவர்களைக் கண்டு நடுங்குகிறார்கள், அந்தக் காட்சியைச் சொல்லும்போது, ‘அருவர் அருவர் எனா இறைஞ்சினர்’ என்கிறார் ஜெயங்கொண்டார்.

இங்கே ‘அருவர்’ என்று கலிங்கத்து மக்கள் எண்ணி நடுங்குவது, தமிழர்களின் படையைத்தான். அருவர் என்ற சொல் தமிழர்கள் அனைவரையும் குறிப்பதாகிவிட்டது.

தமிழகத்தின் ஒரு பகுதியில் நிலத்தைச் சீராக்கிக் குடியேறிய அருவர்கள், தமிழ்மொழிக்கும் தமிழர்களுக்குமே அடையாளமாகக் காணப்படும் அளவுக்கு வளர்ந்திருக்கிறார்கள். குறுநில மன்னர்கள் எனினும், அவர்களுடைய பெருமை பெரிது!

6. தொல்லியல் கண்டுபிடிப்பு: நாளந்தா

நாளந்தா பல்கலைக்கழகம்!

இந்தியாவின் பெருமைக்குரிய அடையாளங்களில் ஒன்று. முன்பொரு காலத்தில் இங்கே படிப்பதற்காக உலகெங்கிலுமிருந்து மக்கள் வந்திருக்கிறார்கள், மிகச்சிறந்த ஆசிரியர்கள் இங்கே பணியாற்றியிருக்கிறார்கள், ஏராளமான நூல்களைக்கொண்ட ஒரு நூலகமும் இருந்திருக்கிறது.

இன்றைய பீகார் மாநிலத்தில் இருக்கும் நாளந்தா பல்கலைக்கழகம், கிபி ஐந்தாம் நூற்றாண்டில் தொடங்கி கிட்டத்தட்ட எண்ணூறு ஆண்டுகள் தொடர்ந்து இயங்கிவந்தது. அதன்பிறகு, அன்னியப் படையெடுப்பில் அது அழிக்கப்பட்டது.

சரித்திரத்தில் மறைந்துபோன நாளந்தாவை, அகழ்வாராய்ச்சி நிபுணர்கள்தான் மீண்டும் கண்டறிந்தார்கள், கல்வித்துறையில் இந்தியா எப்படிப்பட்ட உயரத்தைத் தொட்டிருந்தது என உலகுக்கு நிரூபித்துக்காட்டி நம்மைப் பெருமைப்படுத்தினார்கள்.

நாளந்தாவில் அகழ்ந்தெடுக்கப்பட்ட பகுதிகள் தற்போது சுமார் 1.8 சதுர கிலோமீட்டர் அளவுக்கு உள்ளன. ஆனால்

உண்மையில், இந்த அளவுக்கு அதிக எண்ணிக்கையிலான மாணவர்கள், கல்வியாளர்கள், அவர்களுக்காக வசதிகளைக் கொண்டிருந்த ஒரு பல்கலைக்கழகம் இதைவிட இன்னும் பெரியதாகத்தான் இருந்திருக்கவேண்டும். இந்தச் சிந்தனையின் அடிப்படையில் நாளந்தாவின் முழுமையான பரப்பளவைக் கண்டறியும் பரிசோதனைகள் மேற்கொள்ளப்பட்டுவருகின்றன.

இதற்காக, ரிமோட் சென்சிங் எனப்படும் தொலையுணர்தல் தொழில்நுட்பமும் *GIS* எனப்படும் புவியியல் விவர அமைப்பும் பயன்படுத்தப்பட்டது. தற்போது அகழ்ந்தெடுக்கப்பட்டுள்ள நாளந்தா பல்கலைக்கழகப் பகுதியைச் சுற்றியுள்ள நிலப்பரப்பை இவற்றின்மூலம் ஆராய்ந்தபோது, இந்தப் பல்கலைக்கழகம் சுமார் 10.7 சதுர கிலோமீட்டர் அளவுக்குப் பரந்து விரிந்திருக்கவேண்டும் என்பது தெரியவந்துள்ளது.

இத்தனை பெரிய நிலப்பரப்பு, ஏராளமான மாணவர்கள், ஆசிரியர்கள், இவர்கள் எல்லாருக்கும் தேவையான தண்ணீர் எங்கிருந்து கிடைத்திருக்கும்?

அந்த மர்மமும் இந்த ஆய்வில் விலகியுள்ளது. நாளந்தா பல்கலைக்கழகத்திலிருந்து சுமார் பத்து கிலோமீட்டர் தொலைவிலிருக்கும் பஞ்சனே ஆற்றிலிருந்துதான் தண்ணீர் கொண்டுவந்திருக்கிறார்கள் என்பது தெரியவந்துள்ளது.

பத்து கிலோமீட்டர் தூரம் தண்ணீரை எப்படிக் கொண்டு வந்தார்கள்?

இதற்காக ஒரு நீண்ட குழாய்வசதி அமைக்கப்பட்டிருக்கிறது. அதன்மூலம் பஞ்சனே ஆற்றுநீர் நாளந்தா பல்கலைக்கழகத்தின் வெளிப்பரப்புக்கு வந்திருக்கிறது. அங்கே பெரிய தொட்டிகளில் அந்த நீரை நிரப்பிவைத்தார்களாம், பின்னர் அதனை மாணவர்களும் ஆசிரியர்களும் பிற ஊழியர்களும் பயன்படுத்தியிருக்கிறார்கள்.

இப்படியொரு வசதியை இன்றைக்குச் செய்வது மிக எளிது. ஆனால், கிட்டத்தட்ட ஆயிரத்தைநூறு ஆண்டுகளுக்குமுன்னால்

பத்து கிலோமீட்டருக்குக் குழாய் இணைப்பை உருவாக்கி இத்தனை பெரிய பல்கலைக்கழகத்துக்கு நீர் விநியோகத்தைக் கச்சிதமாகச் செய்வது பெரும்பணியாகத்தான் இருந்திருக்கவேண்டும்!

அதனாலென்ன? அன்றைய இந்தியாவின் மிகச்சிறந்த புத்திசாலிகளெல்லாம் நாளந்தாவில்தானே இருந்திருப்பார்கள்? அவர்களுடைய கைவண்ணத்தில் உருவான இதுபோன்ற பல திட்டங்களைக் கடின உழைப்பாளிகளான பிற மக்கள் நிறைவேற்றியிருப்பார்கள் என்று ஊகிக்கலாம்.

நாளந்தாவைப்பற்றி நாம் தெரிந்துகொண்டிருப்பது கொஞ்சம்தான். வருங்காலத்தில் இங்கே மேலும் பல ஆய்வுகள் நிகழ்த்தப்படவுள்ளன, ஆகவே, இந்தப் பத்து கிலோமீட்டர் நீர்க்குழாய்போல் இன்னும் பல சுவையான கண்டுபிடிப்புகளை எதிர்பார்க்கலாம்.

இன்னொரு விஷயம், 2006ம் ஆண்டு, நம் இந்தியாவின் பெருமைக்குரிய அடையாளமான 'நாளந்தா பல்கலைக்கழக'த்தை மீண்டும் தொடங்கவேண்டும் என்கிற கோரிக்கையைக் அப்போதைய இந்தியக் குடியரசுத் தலைவரான டாக்டர் ஏ.பி.ஜெ. அப்துல் கலாம் முன்வைத்தார். உடனே அதற்கான வேலைகள் தொடங்கின. எட்டு ஆண்டுகள் கழித்து, 2014ல் 'நாளந்தா பல்கலைக்கழகம்' மீண்டும் இயங்கத்தொடங்கியது.

ஆனால், இப்போது அது நாளந்தாவில் தொடங்கப்படவில்லை, அருகிலுள்ள ராஜ்கிர் என்ற இடத்தில் இயங்கிவருகிறது.

இடம் மாறினால் என்ன? நம்முடைய பல நூற்றாண்டு கௌரவத்தின் தொடர்ச்சியல்லவா அது!

7. பண்டைய தொழில்நுட்பம்: ராட்டை

நீங்கள் அணிந்திருக்கும் ஆடைக்கு ஒரு வரலாறு உண்டு, தெரியுமா?

அதுவும் சாதாரண வரலாறல்ல. பல நூற்றாண்டுகள் பின்னே செல்லும் வரலாறு. காட்டில், குகைகளில் திரிந்த மனிதன் எப்போது தன் உடலை மறைத்துக்கொள்ளவேண்டும் என்று எண்ணத்தொடங்கினானோ, அப்போது தொடங்கிப் பலவிதமான ஆடைகளை அவன் உருவாக்கிவருகிறான். தாவரங்களின் இலைகள், பட்டைகள், விலங்குத்தோல்கள் போன்றவற்றில் தொடங்கி, இன்று நாம் அணிந்திருக்கும் இயந்திரத் தயாரிப்பு ஆடைகள்வரை சரித்திரம் நீள்கிறது, இன்னும் தொடரும்.

இந்தச் சரித்திரத்துக்கு இந்தியாவின் முக்கியமான பங்களிப்பு, கைராட்டை.

ஆம், காந்தி கையில் இருக்குமே, அந்த ராட்டைதான். ஆனால் அதைக் கண்டுபிடித்தது அவரல்ல, அவர் பிறப்பதற்குப் பல நூற்றாண்டுகள் முன்பாகவே இந்தியர்கள் ராட்டையைக்

கண்டறிந்துவிட்டார்கள். அதை ஒரு சமூகப்புரட்சி சாதனமாகப் பயன்படுத்தினார் காந்தி.

ராட்டை என்பது, பருத்திபோன்ற இழைகளிலிருந்து நூல் நூற்கிற சாதனம். பின்னர் அந்த நூலைக்கொண்டு தறியில் ஆடை நெய்வார்கள்.

இந்தியர்கள் ராட்டையைக் கண்டுபிடிப்பதற்குமுன்னால், *Spindle* எனப்படும் சுழல்தண்டைச் சுழற்றிச்சுழற்றிதான் நூல் நூற்கப்பட்டது. இதற்கு நிறைய நேரமாகும்.

அன்றைய மக்களிடம்தான் நிறைய நேரம் இருந்ததே, ஆசையாக *Spindle*கொண்டு நூல் நூற்றார்கள். இன்றைக்கும் இப்படிக் கையால் நூற்கிற பழக்கம் இருக்கிறது, அவ்வாறு நூற்கப்பட்டவை கலைப்பொருள்களில் பயன்படுத்தப்படுகின்றன.

ஆனால் அன்றைக்கு, எல்லா நூல்களுமே கையால் நூற்கப்பட்டவைதான். இதனால், ஆடைகளைத் தயாரிக்க நெடுநேரம் ஆகும், அவற்றின் விலையும் அதிகமாக இருக்கும்.

உலகில் மக்கள்தொகை அதிகரித்தபோது, அதற்கேற்ப எல்லாருக்கும் ஆடைகள் தேவைப்பட்டன, ஆகவே, நூல் நூற்பதை விரைவாக்கவேண்டியது அவசியமானது. அந்த நேரத்தில்தான் ராட்டை கண்டறியப்பட்டது.

ராட்டையும் கிட்டத்தட்ட *Spindle*ஐப்போலவே இயங்குவதுதான். ஆனால், அதனைக் கையில் பிடித்துக்கொண்டு நூற்கவேண்டிய அவசியமில்லை, ஒரு சக்கரத்தின் உதவியுடன் (ராட்டையை ஆங்கிலத்தில் *'Spinning Wheel'* என்று சொல்வது இதனால்தான்) இதனை எளிதாக்கியது ராட்டை, இதன்மூலம் குறைந்த நேரத்தில் அதிகம் நூற்கமுடிந்தது, பலரும் இதில் ஈடுபடுவது சாத்தியமானது.

இந்த மாற்றம் ஒரே நாளில் வந்துவிடவில்லை. ஆரம்பகால ராட்டைகளில் பல பிரச்னைகள் இருந்தன, அவை படிப்படியாக மேம்படுத்தப்பட்டன, மேலும் அதிகம் பயன்படுத்தப்பட்டன.

ராட்டைகளின்மூலம் நூல் தயாரிப்பது எளிதானது, ஆனால் அதேசமயம், மனிதனின் ஆடைத்தேவை அதிகரித்துக்கொண்டேதான் இருந்தது. இதனால், இயந்திரங்களின்மூலம் நூல் நூற்கும் பழக்கம் ஏற்பட்டது, ரசாயன இழைகள் கண்டறியப்பட்டன, அவற்றிலிருந்து ஆடை தயாரிப்பதற்கும் இயந்திரங்கள் பயன்படுத்தப்பட்டன, இன்றைக்கு நாம் அணியும் பெரும்பாலான ஆடைகள் இவ்விதமானவைதான்.

எனினும், பாரம்பரிய முறைப்படி தயாரிக்கப்பட்ட கைத்தறி ஆடைகளும் கிடைக்கின்றன. அவ்வாடைகளை அவ்வப்போது வாங்கி அணிந்தால், நெசவாளக் கலைஞர்களுக்கு நம்மாலான உதவியைச் செய்யலாம்.

8. போர்: முத்தரப்புப் போராட்டம்

சரித்திரம் முழுக்க 'நிலச்சண்டை'கள்தான்.

இந்தச் சண்டைகள் எல்லா நிலங்களுக்கும் நிகழ்ந்துவிடாது. சில குறிப்பிட்ட நிலங்களுக்காகத்தான் அரசர்கள் மோதிக்கொள்வார்கள்.

உதாரணமாக, அந்த நிலத்தில் பயிர்கள் செழித்து வளரலாம், நிறைய நதிகள் பாய்வதால் நல்ல நீர்வளம் இருக்கலாம், துறைமுகம் போன்றவை அமைந்து வணிகம் செழிக்கலாம், எதிரிகள் எளிதில் தாக்க இயலாதபடி பாதுகாப்பான அமைப்பில் இருக்கலாம்... இப்படி வெவ்வேறு காரணங்களுக்காக, வெவ்வேறு அரசர்களுக்குக் குறிப்பிட்ட நிலங்களின்மேல் ஆசை பிறந்திருக்கிறது.

அப்படி ஹர்ஷவர்த்தனருடைய ஆட்சியின்போது சிறந்துவிளங்கிய ஒரு பகுதி, கன்னோசி. நல்ல, செழிப்பான நிலம், வர்த்தகத் தொடர்புகளுக்கு ஏற்ற இடம், ஆகவே, ஹர்ஷவர்த்தனர் இதனை நன்கு காத்து மேம்படுத்தினார்.

அவருக்குப்பிறகு, சுற்றியிருக்கிற மற்ற நாடுகளுக்குக் கன்னோசிமீது ஆசை பிறந்தது. குறிப்பாக, இந்த மூன்று அரசுகளுக்கும்:

1. மால்வாவைச் சேர்ந்த குர்ஜரா ப்ரதிஹாராக்கள் (இன்றைய ராஜஸ்தான் பகுதி)

2. தக்காணத்தைச் சேர்ந்த ராஷ்ட்ரகூடர்கள் (இன்றைய தென்னிந்தியாவிற்கு மேலுள்ள பகுதி)

3. வங்காளத்தைச் சேர்ந்த பாலர்கள்

வரைபடத்தைப் பாருங்கள். சரியாக இந்த மூன்று பேரரசுகளுக்கும் மத்தியில்தான் கன்னோசி இருக்கிறது. ஆகவே, இந்த மூவருமே அதைத் தங்களுடன் இணைத்துக்கொண்டுவிடவேண்டும் என்று விரும்பினார்கள்.

ஆனால், அவர்கள் நினைத்ததுபோல் அது அத்தனை எளிதாக இருக்கவில்லை, இன்றைக்கு இவர் வந்து கன்னோசியைப் பிடிப்பார், நாளைக்கு அவர் இவரோடு மோதி அதனை ஆக்கிரமித்துக்கொள்வார், பிறகு மூன்றாமவர் வந்து மோதுவார், இப்படி மாறி மாறி அவர்கள் கன்னோசிக்காகப் போராடினார்கள். ஒன்பதாம் நூற்றாண்டில் நடைபெற்ற இந்தப் போர்களைச் சரித்திரம் ‘முத்தரப்புப் போராட்டம்’ என்று அழைக்கிறது.

இப்படி ஒரே இடத்துக்கு மூன்றுபேர் மோதினால், யார் ஜெயிப்பார்கள்?

யாருமே ஜெயிக்கமாட்டார்கள். கன்னோசி விஷயத்திலும் அதுதான் நடந்தது. சுற்றியிருந்த பேரரசர்கள் தங்களுடைய செல்வத்தையெல்லாம் கொட்டி ராணுவத்தை மேம்படுத்தினார்கள், தளவாடங்களை வாங்கினார்கள், திரும்பத்திரும்பக் கன்னோசிக்குச் சென்று மோதிக்கொண்டே இருந்தார்கள். இதனால் ஏற்பட்ட உயிரிழப்புகள், பொருளிழப்புகளை அவர்களால் தாங்கிக்கொள்ள இயலவில்லை.

இதனால், கொஞ்சம்கொஞ்சமாக அந்த அரசுகள் ஒவ்வொன்றும் பலவீனமடைந்தன. பின்னர் அவை இருந்த இடம் தெரியாமல் போய்விட்டன.

இன்றைய கன்னோசி, உத்தரப்பிரதேச மாநிலத்தில் இருக்கிறது. பல லட்சம் பேர் வாழ்கிற இந்தப் பெரிய நகரம், நறுமணப்பொருள்களுக்குப் புகழ்பெற்றுத் திகழ்கிறது!

9. மன்னரைத் துரத்தலாம்

'கெல்லா ச்சூட்.'

என்ன விழிக்கிறீர்கள்? 'கெல்லா ச்சூட்' என்றால், 'மன்னர் ஓடுறார் டோய்!' என்று பொருளாம்.

எந்த ஊரில்?

திரிபுராவில் விளையாடப்பட்ட ஒரு பண்டைய விளையாட்டுதான் இது. பதினைந்து, இருபது நண்பர்கள் சேர்ந்து மணிக்கணக்காக ஆடலாம்!

அன்றைய உலகில் மொபைல் கேம்ஸ், வீடியோ கேம்ஸ் கிடையாது, இணையம் கிடையாது, திரைப்படம் கிடையாது... அட, அவ்வளவு ஏன், பல இடங்களில் பள்ளிக்கூடம்கூடக் கிடையாது!

ஆகவே, சிறுவர்கள் என்னதான் செய்வார்கள்? நாள்முழுக்க வீட்டையே சுற்றிவந்துகொண்டிருந்தால் போரடிக்குமல்லவா?

அதனால்தான், அவர்களுக்கென்றே வெவ்வேறு விளையாட்டுகள் கண்டறியப்பட்டன. சிறுவர்களும் அவற்றை ஆனந்தமாக

விளையாடினார்கள், பலமணிநேரம் ஓடியாடிக் களைத்தார்கள்.

இந்த விளையாட்டுகளையெல்லாம் யார் கண்டுபிடித்தார்களோ தெரியாது, பண்டைய இந்தியாவில் ஒவ்வொரு பகுதியிலும் இப்படி ஏராளமான விளையாட்டுகள் புழக்கத்தில் இருந்திருக்கின்றன.

உதாரணமாக, 'கெல்லா ச்சூட்' ஆட்டம் எப்படி விளையாடப்படும் என்று பார்ப்போம்:

★ சிறுவர்களை இரு குழுக்களாகப் பிரிப்பார்கள்: மன்னர்குழு, எதிரிக்குழு.

★ மன்னர்குழுவில் ஒருவர் அதன் தலைவராகத் தேர்ந்தெடுக்கப்படுவார். அவர்தான் மன்னர்.

★ தரையில் ஒரு வட்டம் வரைவார்கள், மன்னர்குழுவில் மன்னரைத்தவிர மற்ற எல்லாரும் அந்த வட்டத்துக்குள் நின்றுகொள்வார்கள். இந்த இடத்துக்குக் 'கர்'(வீடு) என்று பெயர்.

★ சுமார் 25 மீட்டர் தொலைவில், மன்னர்மட்டும் தனியே நிற்பார். அந்த இடத்திலிருந்து அவர் தன்னுடைய 'வீட்டுக்கு', அதாவது, அந்த வட்டத்துக்கு வரவேண்டும்.

★ ஆனால், மன்னர் அப்படி எளிதில் வந்துவிடமுடியாது. எதிரிக்குழுவில் இருப்பவர்கள் அவரைத் தடுப்பார்கள். அவர்களில் யாராவது மன்னரைத் தொட்டுவிட்டால், அவர் 'அவுட்'.

★ ஆகவே, ஒருபக்கம் மன்னர் எதிரிகளிடமிருந்து தப்பிக்கத் தந்திரமாக வளைந்து, நெளிந்து ஓடுவார், இன்னொருபக்கம், அவருடைய குழுவைச் சேர்ந்தவர்கள் 'குட்குட்குட்' என்பதுபோல் ஏதாவது சொல்லிக்கொண்டே வட்டத்திலிருந்து வெளியே வருவார்கள், தங்கள் மன்னரைக் காப்பாற்றுவார்கள். இதற்காக, அவர்கள் எதிரிக்குழுவினரை

ஒவ்வொருவராகத் தொட்டு 'அவுட்' செய்வார்கள், மன்னரை அவர்கள் நெருங்காதபடி தடுப்பார்கள்.

★ எதிரிக்குழுவில் ஆள் குறையக்குறைய, ஆட்டம் இன்னும் சுவையாகும், மீதமிருப்பவர்கள் எப்படியாவது மன்னரை 'அவுட்' செய்துவிடவேண்டும் என்று பாய்வார்கள், மன்னர் கொஞ்சம்கொஞ்சமாகத் தன் வீட்டை நெருங்குவார், எல்லாரிடமிருந்தும் தப்பித்து அவர் அந்த வட்டத்துக்குள் நுழைந்துவிட்டால், மன்னர்குழு வெற்றி. இல்லாவிட்டால், எதிரிக்குழு வெற்றி.

★ இப்போது, எதிரிக்குழுவில் இருந்தவர்கள் மன்னர்குழுவாக மாறுவார்கள், மன்னர்குழுவில் இருந்தவர்கள் எதிரிக்குழுவாக மாறுவார்கள், ஆட்டம் இப்படியே தொடரும்.

சுவையாக இருக்கிறதல்லவா? பண்டைக்காலத் திரிபுரா சிறுவர்கள் இந்த ஆட்டத்தை அனுபவித்து விளையாடியிருக்கிறார்கள். இதனால், அவர்களுடைய ஓடும் திறன், சிந்தனை, வியூகம் அமைத்தல், கவனக்கூர்மை என்று எல்லாமே மேம்பட்டிருக்கிறது.

இப்படிப் பண்டைய இந்தியாவின் ஆட்டங்கள் பலவற்றிலும் ஏராளமான நன்மைகள் உண்டு. அவற்றில் சில இன்றைக்கும் தொடர்ந்து விளையாடப்படுகின்றன.

அதேசமயம், 'கெல்லா ச்சூட்' போன்ற பல ஆட்டங்களை நாம் இழந்துகொண்டிருக்கிறோம். அவற்றை நீங்களெல்லாம் தேடிப்பிடித்துக் கற்றுக்கொண்டு விளையாடலாமே.

எத்தனை நாள் கிரிக்கெட், கால்பந்து, ஹாக்கி விளையாடுவது? கொஞ்சம் பழமைக்கும் உயிர்கொடுப்போமே!

10. அம்ரபாலி

புத்தரைப் பார்க்கச் சிலர் வந்திருந்தார்கள்.

அவர்கள் எல்லாரும் பெரிய பணக்காரர்கள், சமூகத்தில் பெரிய நிலையில் உள்ளவர்கள்.

மக்களெல்லாம் புத்தரை வணங்குகிறார்கள் என்றதும், அவர்கள் புத்தருக்கு மரியாதை தர எண்ணினார்கள், 'நாளைக்கு நீங்கள் எங்களில் ஒருவர் வீட்டுக்குச் சாப்பிட வரவேண்டும்!' என்று அழைத்தார்கள்.

'என்னால் இயலாது' என்றார் புத்தர், 'நான் ஏற்கெனவே உங்கள் ஊரில் இன்னொருவர் வீட்டுக்கு வருவதாகச் சொல்லிவிட்டேனே.'

'அப்படியா?', அவர்களுக்கு வியப்பு, 'நமக்குமேல் இந்த ஊரில் பெரிய ஆள் யார் இருக்கிறார்கள்?' என்று யோசித்தார்கள், 'தாங்கள் யார் வீட்டில் சாப்பிடவுள்ளீர்கள்?' என்று புத்தரிடமே கேட்டார்கள்.

'அவர் பெயர் அம்ரபாலி' என்றார் புத்தர்.

'அம்ரபாலியா?', கேட்டவர்கள் முகம் சுருங்கியது, 'அவள் ஒரு நடனக்காரியாயிற்றே, உங்களைப்போன்ற மகான் அவள் வீட்டுக்குச் செல்லலாமா?'

அன்றைய இந்தியாவில் நடனம்போன்ற கலைகளில் ஈடுபடுகிறவர்களுக்கு, குறிப்பாக நடனமாடும் பெண்களுக்குப் பெரிய மரியாதை கிடையாது. அவர்கள் மற்றவர்களைவிட ஒருமடங்கு தாழ்வாகவே பார்க்கப்பட்டார்கள்.

ஆனால், புத்தருக்கு அதுபோன்ற வேற்றுமைகள் கிடையாது. அவர் அன்பை மட்டுமே பார்த்தார். ஆகவே, அம்ரபாலியின் வீட்டுக்குச் செல்லச் சம்மதித்தார்.

கி.மு. ஐந்தாம் நூற்றாண்டுவாக்கில் 'வைஷாலி' என்ற நகரில் (இன்றைய பீகாரில் உள்ளது) வாழ்ந்தவள் அம்ரபாலி. பேரழகி, அருமையான நடனமணி.

ஆனால், சில நாளாகவே அவளுக்கு நடனத்தில், நல்ல உடைகள், நகைகள், தன்னை அலங்கரித்துக்கொள்வது போன்றவற்றிலெல்லாம் ஆசை குறைந்துவிட்டது. புத்தரின் போதனைகள்மீது கவனம் செலுத்தத்தொடங்கியிருந்தாள், அவர் பேசுவதைக் கேட்பது, அதைப்பற்றிச் சிந்திப்பது போன்றவற்றில் நேரத்தைச் செலவிட்டாள்.

புத்தர் தன்வீட்டில் உணவுண்ணவிருப்பதுபற்றி அம்ரபாலிக்கு மிகவும் மகிழ்ச்சி. அவருக்காக அனைத்தையும் பார்த்துப் பார்த்துச் செய்தாள், அவரை அன்போடு உபசரித்தாள்.

அப்போதுதான், அதுவரை தான் காணாத ஒரு மகிழ்ச்சியை அவள் உணர்ந்தாள், 'குருதேவா, இந்த மகிழ்ச்சி எதனால் வந்தது?' என்று கேட்டாள்.

புத்தர் சொன்னார், 'பெண்ணே, பிறர்மீது அன்புகாட்டுவதில், அவர்களுக்காக அனைத்தையும் தருவதில் ஒரு சுகம் இருக்கிறது.'

'அப்படியானால், நான் என்னுடைய சொத்துகளையெல்லாம்

உங்களுக்குத் தந்துவிடுகிறேன்' என்றாள் அம்ரபாலி.

புத்தருக்கெதற்குச் சொத்து? அம்ரபாலியின் மாளிகையும் மாந்தோப்பும் வழிபாட்டுத்தலமாக, அன்பர்கள், தொண்டர்கள் தங்கும் அமைப்பாக மாற்றப்பட்டன.

'அம்ரபாலி' என்ற பெயருக்கே ஒரு மாமரம்தான் காரணம். அந்த மரத்தின் அடியில்தான் அவள் குழந்தையாகக் கண்டெடுக்கப்பட்டாளாம்.

பின்னர், அவளுடைய மாந்தோப்பில் புத்தர் தன் சீடர்களுக்கு ஓர் உரை நிகழ்த்தியிருக்கிறார். அது 'அம்பபாலிகா சூத்திரம்' என அழைக்கப்படுகிறது. இன்றைக்கும் புத்தமதத்தோர், புத்தரின் போதனைகளை அறிய விரும்புவோர் வாசிக்கும் முக்கியமான சூத்திரங்களில் ஒன்று அது.

இப்படித் தன் கொடையாலும் புத்தர்மேல் காட்டிய அன்பாலும் சரித்திரத்திலும் புத்த ஜாதகக் கதைகளிலும் இடம்பெற்ற அம்ரபாலி, பின்னாள்களில் அனைத்துச் செல்வங்களையும் துறந்து வாழ்ந்தாள், அதன்பிறகுதான், பலகாலமாக அவள் தேடிய நிம்மதி அவளுக்குக் கிடைத்தது!

11. கார்கோட சாம்ராஜ்யத்தின் பெருமன்னன் லலிதாதித்யா

காஷ்மீர்!

இந்தியாவின் எழிலான பிரதேசங்களில் ஒன்று. பசுமையும் குளுமையும் கலந்த புவியியல் அமைப்பால் இயற்கை அன்னையின் வரங்களை ஏராளமாகப் பெற்ற மாநிலம்.

1947ல் இந்தியாவுக்குச் சுதந்தரம் கிடைத்தபிறகுதான் காஷ்மீர் அதன் ஒரு பகுதியாக இணைந்தது. அதற்குமுன்னால் அது ஒரு தனிநாடு. பல புகழ்பெற்ற மன்னர்கள் அதனை ஆண்டுவந்திருக்கிறார்கள். அவர்களில் முக்கியமானவர், கார்கோட சாம்ராஜ்யத்தின் அரசரான லலிதாதித்யா முக்தபீடா.

கிபி எட்டாம் நூற்றாண்டின் மத்தியில் (கிபி724 தொடங்கி கிபி760வரை) காஷ்மீரை ஆண்டவர் இவர். மக்களின் தேவைகளை அறிந்து ஆட்சிபுரிந்ததால், எல்லார்மத்தியிலும் இவருக்கு நல்ல மரியாதை.

லலிதாதித்யா காலத்தில்தான் காஷ்மீரின் தலைநகரம் மாறியது. இவர் உருவாக்கிய புதிய நகரத்தின் பெயர், 'பரிஹாஸ்பூர்'.

காஷ்மீரின் சரித்திரத்தைக் காவியமாகப் பாடியவர் கல்ஹணர். அவருடைய 'ராஜதரங்கிணி'யில் லலிதாதித்யாவைப்பற்றியும் பரிஹாஸ்பூரின் உருவாக்கத்தைப்பற்றியும் விரிவான குறிப்புகள் இருக்கின்றன.

லலிதாதித்யா காலத்தில் சிறந்து விளங்கிய பரிஹாஸ்பூர், அவருக்குப்பிறகு முக்கியத்துவம் இழந்துபோனது. அவருடைய சொந்த மகனே அங்கிருந்து ஆட்சி செய்யவில்லை. இன்றைக்கு, பரிஹாஸ்பூர் ஸ்ரீநகருக்கருகே இருக்கும் ஒரு சிற்றூராகச் சுருங்கிவிட்டது.

இன்னொருபக்கம், காஷ்மீரின் அனந்தநாக் பகுதியிலிருக்கும் 'மார்தாண்ட சூரியன் கோயில்' வளாகம் இன்றைக்கு லலிதாதித்யாவின் பெயரைச் சொல்லிக்கொண்டிருக்கிறது. சூரியனுக்காகக் கட்டப்பட்டிருக்கும் இந்தக் கோயில் இப்போது சிதைந்த நிலையில் இருந்தாலும், அதன் பிரம்மாண்டத்தைப் பார்க்கும்போது, அந்தக் காலத்தில் இது எப்படிப்பட்ட சிறப்புடன் இருந்திருக்கும் என்பதைப் புரிந்துகொள்ளமுடிகிறது!

கோயில்கள்மட்டுமல்ல, எல்லாக் கலை வடிவங்களிலும் லலிதாதித்யா ஆர்வம் காட்டினார். சிறந்த கலைஞர்கள் பலரை அடையாளம் கண்டு ஆதரித்தார், அவரே ஒரு கவிஞராகவும் இசைக்கலைஞராகவும் திகழ்ந்தார்.

இன்னொருபக்கம், அவர் வீரம் மிகுந்த போர்வீரராகவும் இருந்தார். இதற்காக அவரை 'இந்தியாவின் அலெக்ஸாண்டர்' என்று போற்றுகிறவர்கள் உண்டு.

காரணம், அலெக்ஸாண்டர்போலவே லலிதாதித்யாவும் தன்னுடைய நாட்டைச் சுற்றியிருக்கும் பகுதிகளைக் கைப்பற்றி அரசை விரிவுபடுத்துவதில் ஆர்வம் காட்டினார். கிழக்கே திபெத்வரை, மேற்கே ஈரான், துர்க்கிஸ்தான்வரை, வடக்கே மத்தியக் கிழக்கு ஆசியாவரை, தெற்கே ஒரிஸ்ஸாவரை அவரது ஆட்சி பரவியிருந்ததாகச் சொல்கிறார் வரலாற்றாளர் நரேந்திர சஹகலா.

அதேசமயம், லலிதாதித்யாவின் ராஜ்ஜியம் இந்த அளவுக்குப் பரந்துவிரிந்திருக்கவில்லை என்று சொல்கிற அறிஞர்களும் உண்டு. இதுபற்றி மேலும் பல வரலாற்று ஆய்வுகள் நிகழ்ந்துவருகின்றன!

12. பேசாதே... பேசுவேன்...

'கோரல் மில்'.

அன்றைய தூத்துக்குடியிலிருந்த ஒரு நூற்பாலை அது. இரண்டாயிரத்துக்கும் மேற்பட்ட தொழிலாளர்கள் அங்கே வேலைசெய்துகொண்டிருந்தார்கள்.

ஆனால், அவர்களுடைய உழைப்பினாலே கொழித்த அந்த ஆலை, பதிலுக்கு அந்தத் தொழிலாளர்களை நன்முறையில் நடத்தவில்லை. மிகக்குறைவான கூலிமட்டுமே தரப்பட்டது, போதுமான விடுமுறைகளைத் தராமல் அவர்களைக் கசக்கிப்பிழிந்தார்கள், எந்த அடிப்படைவசதியையும் அவர்களுக்குச் செய்துதரவில்லை.

தொழிலாளர்களும் மிகுந்த பொறுமையுடன் ஆலை நிர்வாகத்திடம் பலமுறை பேசினார்கள். ஆனால், அவர்களுடைய நியாயமான 'கோரல்'கள் எவையும், 'கோரல் மில்' முதலாளிகளிடம் எடுபடவில்லை. தொழிலாளர்கள் தொடர்ந்து சிரமங்களை அனுபவித்தார்கள்.

நிறைவாக, வேறு வழியே இல்லாமல் அவர்கள் வேலைநிறுத்தப் போராட்டம் அறிவித்தார்கள். 'எங்களுடைய உரிமைகள்

கிடைக்கும்வரை வேலைக்கு வரமாட்டோம்’ என்று அறிவித்தார்கள்.

ஆனால், என்னதான் அவர்களுடைய போராட்டம் நியாயமாக இருப்பினும், நிர்வாகம் உடனே பணிந்துவிடுமா? அவர்கள் வழிக்குவரும்வரை தொழிற்சாலை இயங்காது, சம்பளம் கிடையாது, அதுவரை தொழிலாளர்களும் அவர்களுடைய குடும்பத்தினரும் பிழைப்பதெப்படி? ஒருவேளை, இதற்கு அஞ்சித் தொழிலாளர்கள் வேலைநிறுத்தத்தை நிறுத்திவிட்டால்?

இந்த நேரத்தில், அவர்கள்மத்தியில் ஒரு தலைவர் தோன்றினார், ‘உங்களுடைய உரிமைகள் கிடைக்கும்வரை போராட்டத்தைக் கைவிடாதீர்கள்’ என்றார், ‘ஆனால் அதற்காக, நீங்கள் பட்டினி கிடக்கவேண்டியதில்லை, உங்களை நாங்கள் பார்த்துக்கொள்கிறோம்’ என்று முழங்கினார்.

வெறுமனே சொல்வதோடு நிறுத்தவில்லை, இதற்காக அவரே பலரிடம் சென்று நிதி திரட்டினார். அதைக்கொண்டு தொழிலாளர்களின் குடும்பத்தினருக்கு உதவினார்.

இன்னொருபக்கம், வேலைநிறுத்தத்தில் ஈடுபடும் ஊழியர்களுக்கு மற்ற பொதுமக்கள் தாற்காலிக வேலைகளைக் கொடுத்து ஆதரிக்கவேண்டும் என்றும் அவர் வலியுறுத்தினார். இதனால், பலர் மீண்டும் கொஞ்சமாவது சம்பாதிக்கத்தொடங்கினார்கள்.

இத்துடன், அவர் தொழிலாளர்கள் மத்தியில் தொடர்ந்து பேசிவந்தார். அதில் அவர்களுடைய உரிமைகளை அவர்களுக்கே புரியவைத்து, போராட்டத்தைத் தொடரவேண்டும் என்று ஊக்குவித்தார்.

இதனால், முதலாளிகளுக்கு அவர்மீது எரிச்சல் வந்தது. ‘இனி அவர் எந்தக் கூட்டத்திலும் பேசக்கூடாது’ என்று நீதிமன்றத்துக்குச் சென்றார்கள்.

உடனே, நீதிமன்றம் அவரை அழைத்தது, ‘நீங்கள் பேசினால் ஊரில் கலவரம் ஏற்படுகிறதாம். இனிமேல் நீங்கள் எந்தப்

பொதுக்கூட்டத்திலும் கலந்துகொள்ளக்கூடாது’ என்றது.

உரிமைக்காகப் போராடுவது என்று வந்துவிட்டபிறகு, இதுபோன்ற தடைகளெல்லாம் எம்மாத்திரம்? அவர் தொடர்ந்து கூட்டங்களில் கலந்துகொண்டார், பேசிவந்தார், அவருடைய சொற்களைத் தொழிலாளர்கள் கவனித்துக் கேட்டுப் பின்பற்றினார்கள்.

ஒரு வாரத்துக்குமேல் நீடித்த வேலைநிறுத்தத்தால், கோரல் மில் கடுமையாகப் பாதிக்கப்பட்டது, நிறைவாக, நிர்வாகம் பணிந்தது, ஊழியர்களுக்குத் தேவையான அடிப்படை வசதிகளைச் செய்துதர உறுதிகொடுத்தது.

அத்தனை தொழிலாளர்களைத் தன்னுடைய பேச்சாலும் அன்பான அணுகுமுறையாலும் கட்டிப்போட்ட அந்தப் பெருந்தலைவர், ‘கப்பலோட்டிய தமிழன்’ எனப் போற்றப்படும் வ.உ.சிதம்பரனார்தான்.

‘வ.உ.சி.யின் சொற்கள் அன்றைய மக்களுக்கு ஆணையாயிற்று’ என்கிறார் வரலாற்றாளர் நா. வானமாமலை, ’வழக்கறிஞர் ஒருவர் சிதம்பரனாரைக் குறைவாகப் பேசியதைக் கேட்ட நாவிதர், அவருக்குப் பாதிச் சவரம் செய்து அப்படியே விட்டுவிட்டார், வெள்ளையர்களை ஆதரித்தவர்களை வண்டிக்காரர்கள் தமது வண்டிகளில் ஏற்றவில்லை.’

உரிமையைப் பேசிய சொற்களுக்கு என்னவொரு மரியாதை பாருங்கள்! அதுதான் உண்மையின் ஆற்றல்.

13. மெட்ராஸ் முதல் தமிழ்நாடு வரை

நம்முடைய மாநிலத்தின் பெயர் என்ன?

அட, இது ஒரு கேள்வியா, 'தமிழ்நாடு'.

எளிமையான பதில்தான். ஆனால், ஒரு மாநிலத்தின் பெயரில் 'நாடு' என்ற சொல் இருக்கிறதே, இது ஏன் என்று எப்போதாவது யோசித்திருக்கிறீர்களா?

இந்தப் பெயர் நமக்கு அத்துணை எளிதில் கிடைத்ததல்ல. பல அறிஞர்களும் பொதுமக்களும் அரசியல்வாதிகளும் கைகோத்துப் போராடித் 'தமிழ்நாடு' என்ற பெயரைப் பெற்றிருக்கிறார்கள்.

அதற்குமுன்னால், நம் மாநிலம் 'மெட்ராஸ்/மதராஸ் மாகாணம்' என்றுதான் அழைக்கப்பட்டது. இது ஆங்கிலேயர்கள் சூட்டிய பெயர். தென்னிந்தியாவில் அவர்கள் நிர்வகித்த பகுதிகளை இவ்வாறு அழைத்தார்கள், மதராஸ் நகரத்தைத் தலைமையாகக் கொண்ட பகுதி என்பதால் இப்படிப் பெயர் சூட்டப்பட்டது. இதேபோல் பம்பாய் மாகாணம், வங்காள மாகாணம், மேற்கு மாகாணம் போன்ற பல மாகாணங்களை அவர்கள் ஆண்டுவந்தார்கள்.

சுதந்திரத்துக்குப்பிறகும் 'மெட்ராஸ்' என்கிற பெயர் தொடர்ந்தது, அதில் ஒரே ஒரு சிறிய மாற்றம்மட்டும் செய்யப்பட்டது, ஆங்கிலத்தில் சொல்வதென்றால், *Madras Presidency* என்பது, *Madras State* என்று ஆனது.

இந்த மெட்ராஸ் மாநிலத்தில், தமிழ், தெலுங்கு, கன்னடம், மலையாளம் எனப் பல மொழிகளைப் பேசுகிறவர்களும் இருந்தார்கள். பின்னர், மொழிவாரி மாநிலங்கள் பிரிக்கப்பட்டன. அதன்பிறகு, மெட்ராஸ் மாநிலத்தில் தமிழ் பேசுவோர்தான் அதிகமிருந்தார்கள்.

இந்நிலையில், இந்த மாநிலத்தின் பெயரைத் 'தமிழ்நாடு' என மாற்றவேண்டும் என்கிற கோரிக்கை எழுந்தது. 'நாம் தமிழர்', 'தமிழரசுக் கட்சி' உள்ளிட்ட பல அமைப்புகள் இதனை முன்வைத்துப் போராடின.

அரசாங்கம் இந்தப் போராட்டத்தை ஒரு பெரிய விஷயமாகக் கருதவில்லை, 'பழைய பெயரைத் தொடர்வதில் பல வசதிகள் இருக்கின்றன' என்றும், 'தமிழ்நாடு என்ற பெயர் சமீபத்தில் உருவாக்கப்பட்டது, அதற்கு ஒரு கலாசாரப் பின்னணி இல்லை' என்றும் சொல்லிவந்தார்கள்.

இதனை அறிஞர்கள் கடுமையாக எதிர்த்தார்கள். தமிழ்நாடு என்ற கருத்தாக்கம் பன்னெடுங்காலமாக நமது இலக்கியங்களில் பயின்றுவந்திருப்பதை அவர்கள் சுட்டிக்காட்டினார்கள், இந்தப் பெயர்தான் நமது மாநிலத்துக்குப் பொருத்தமானது என்றார்கள்.

1956ம் வருடம், ஜூலை 27ம் தேதி, விருதுநகரைச் சேர்ந்த சங்கரலிங்கனார் என்ற காந்தியவாதி, 'நமது மாநிலத்தின் பெயரைத் தமிழ்நாடு என மாற்றவேண்டும்' என்பது உள்ளிட்ட 12 கோரிக்கைகளுடன் உண்ணாவிரதம் மேற்கொண்டார். அவருக்குப் பலதரப்பினரும் ஆதரவு தெரிவித்தார்கள்.

ஆனால் அப்போதும், அரசாங்கத்திலிருந்து எந்த நடவடிக்கையும் எடுக்கப்படவில்லை. சங்கரலிங்கனாரின் உண்ணாவிரதம் பல நாள்கள், பல வாரங்கள் தொடர்ந்தது. அதற்கு எந்தப் பலனும் கிடைக்கவில்லை.

எழுபத்தைந்து நாள் உண்ணாவிரதத்துக்குப்பிறகு, 1956 அக்டோபர் 13ம் நாளன்று, சங்கரலிங்கனார் உயிர்துறந்தார். தன்னுடைய கனவான 'தமிழ்நாடு' எனும் பெயர் மாற்றத்தை அவர் காணவே இல்லை.

அதேசமயம், அவருடைய தியாகத்தைத் தொடர்ந்து, மக்களிடையே 'தமிழ்நாடு' எனும் பெயருக்கு ஆதரவு பெருகியது. சட்டமன்றத்திலும் நாடாளுமன்றத்திலும் இந்தக் கோரிக்கை ஒலித்தது, இந்தப் பெயர்மாற்றம் ஏன் தேவை என்பதுபற்றிய விவாதங்கள் பரவலாக நடைபெற்றன.

எனினும், அடுத்த பத்து ஆண்டுகளுக்கு இதில் பெரிய முன்னேற்றம் எதுவும் இல்லை. 1967ம் ஆண்டு திராவிட முன்னேற்றக் கழகம் ஆட்சிக்கு வந்தபிறகுதான், 'மெட்ராஸ் மாநில'த்தின் பெயரைத் 'தமிழ்நாடு' என்று மாற்றுவதற்கான முயற்சிகள் சூடுபிடித்தன.

இதையடுத்து, 1969ம் ஆண்டு ஜனவரி 14ம் நாள், நமது மாநிலத்தின் பெயர் 'தமிழ்நாடு' என்று மாற்றப்பட்டது. அப்போதைய முதல்வரான சி. என். அண்ணாதுரை, சங்கரலிங்கனாரைக் குறிப்பிட்டுப் புகழ்ந்தார், அவரது தியாகத்தை எல்லாரும் நினைவில்கொள்ளவேண்டும் என்றார்.

இப்படிச் சுமார் பதினைந்தாண்டுகாலப் போராட்டத்துக்குப் பிறகுதான் 'தமிழ்நாடு' என்ற பெயர் நமக்குக் கிடைத்தது. இந்திய அளவிலும், உலக அரங்கிலும் நமது தனித்துவமான அடையாளமாகத் திகழ்கிறது!

14. அத்திரம்பாக்கம் அகழ்வாராய்ச்சிகள்

அத்திரம்பாக்கம்!

இந்தச் சிற்றூர் சென்னைக்கு வடமேற்கே சுமார் 60 கிமீ தொலைவில் இருக்கிறது. பூண்டி நீர்த்தேக்கத்துக்கு அருகிலிருக்கும் இவ்வூரில் கொற்றலையாறு (வேறு பெயர்கள்: குசஸ்தலையாறு, குறத்தியாறு, குறல் தலையாறு) பாய்கிறது.

அத்திரம்பாக்கத்தின் தனிச்சிறப்பு, கடந்த நூறு ஆண்டுகளுக்கு மேலாக அங்கே நிகழ்த்தப்பட்டுள்ள அகழ்வாராய்ச்சிகள்தான். இதன்மூலம் தொல்பழங்கால மக்கள் இங்கே வாழ்ந்திருப்பது கண்டறியப்பட்டுள்ளது.

இந்த அகழ்வாராய்ச்சிக்கு முன்னோடியாகத் திகழ்ந்தவர்கள், ஆங்கிலேயர்களான ராபர்ட் புரூஸ் ஃபூடே (Robert Bruce Foote) மற்றும் வில்லியம் கிங் (William King). 1863ம் ஆண்டில், பல்லாவரம் பகுதியில் இவர்கள் கண்டெடுத்த ஒரு கற்கருவி(கையில் பிடித்துப் பயன்படுத்துகிற கோடரி)தான் இந்த நீண்ட ஆய்வைத் தொடங்கிவைத்தது.

1869ம் ஆண்டு செப்டம்பர் 28ம் தேதி, ராபர்ட் புரூஸ், வில்லியம் கிங் இருவரும் அத்திரம்பாக்கம் பகுதியில் ஆய்வுகளில் ஈடுபட்டிருந்தார்கள். அப்போது, நீள்வட்ட வடிவான இரண்டு

கருவிகள் அவர்களுடைய கைக்குக் கிடைத்தன. அதைத் தொடர்ந்து ஆராய்ச்சி செய்ததில், இன்னும் பல கருவிகள் கிடைக்கத்தொடங்கின.

இத்தனைக்கும், அத்திரம்பாக்கம் ஒரு சிறிய பகுதிதான். 'இந்தச் சிறிய இடத்துக்குள் இத்தனை கருவிகளா. இவற்றை நுணுக்கமாக ஆராய்ந்தால் எத்தனை உண்மைகள் தெரியவருமோ!' என்று ராபர்ட் புரூஸ் வியந்துபோனாராம். இதனை இப்பகுதியில் ஆய்வுசெய்துள்ள சாந்தி பப்பு ஒரு கட்டுரையில் குறிப்பிடுகிறார்.

அதன்பிறகு, அத்திரம்பாக்கம் பகுதியில் பல கட்டங்களாக அகழ்வாராய்ச்சிகள் நிகழ்த்தப்பட்டுள்ளன, இதன்மூலம் பல லட்சம் ஆண்டுகளுக்குமுன்னர் இங்கே வாழ்ந்த மக்களைப்பற்றிய பல விவரங்கள் தெரியவந்துள்ளன.

இந்த மக்கள் கீழைப் பழங்கற்காலம், இடைப் பழங்கற்காலம், மேலைப் பழங்கற்காலம், இடைக் கற்காலம், நுண்கற்கருவிக்காலம் ஆகியவற்றின்போது இங்கே வாழ்ந்திருக்கிறார்கள், அதற்கான சான்றுகளாகப் பல கருவிகள் நமக்குக் கிடைத்துள்ளன.

இந்தக் கற்கருவிகள் அனைத்தும், ஆற்றுப்படுகையில் கிடைக்கிற க்வார்ட்சைட் *(quartzite)*, சுண்ணாம்புக்கல், கிரானைட் போன்றவற்றால் செய்யப்பட்டுள்ளன என்கிறார் முனைவர் வீ. செல்வகுமார். கோடரியோடு, கிளீவர் எனப்படும் வெட்டுக்கருவியும் கிடைத்துள்ளது.

இதில் ஓர் ஆச்சர்யமான விஷயம், க்வார்ட்சைட் என்பது, க்வார்ட்ஸ் நிறைந்த கல்லானது மிக அதிக வெப்பநிலை, அழுத்தத்துக்கு உட்படும்போது உருவாகும் ஓர் அடர்த்தியான, வலுவான, ஒரேமாதிரியான துகளமைப்பைக்கொண்ட கல் ஆகும். இந்தக் கல் அத்திரம்பாக்கம் பகுதியில் கிடைப்பதில்லை என்கிறார் வரலாற்று ஆய்வாளர் உபிந்தர் சிங்.

அதேபோல், இங்கே கிடைத்துள்ள கற்கருவிகள் அத்திரம்பாக்கத்தில்தான் செய்யப்பட்டவை என்பதற்கான சான்றுகளும் கிடைக்கவில்லை. எனவே, இவை வேறு எங்கோ

செய்யப்பட்டு இங்கே கொண்டுவரப்பட்டிருக்கலாம் என்று நிபுணர்கள் கருதுகிறார்கள்.

கற்கருவிகளுடன், இங்கே சில விலங்குகளின் கால்தடங்களும், பற்களும்கூடக் கிடைத்துள்ளன. இவற்றையும் ஆய்வாளர்கள் தொடர்ந்து ஆராய்ந்துவருகிறார்கள்.

15. நெலகொண்டபள்ளி அகழ்வாராய்ச்சிகள்

நெலகொண்டபள்ளி *(Nelakondapally)*, தெலங்கானாவின் கம்மம் மாவட்டத்தைச் சேர்ந்த ஊர், ஹைதராபாதிலிருந்து சுமார் இருநூறு கிலோ மீட்டர் தொலைவிலுள்ளது.

இந்த ஊரின் பெயரைச் சொன்னதும் நினைவுக்கு வருகிறவர், பத்ராசல ராமதாஸர், பெரும்பக்தர், புகழ்பெற்ற தெலுங்குக் கவிஞர்.

கஞ்செர்ல கோபண்ணா *(Kancherla Gopanna)* என்பதுதான் அவருடைய இயற்பெயர். வரி வசூலிக்கும் அதிகாரியாகப் பணியாற்றியவர். பத்ராசலம் என்ற கிராமத்தில் இருந்த ராமர் ஆலயம் சிதிலமடைந்து கிடப்பதை அறிந்து வருந்திய அவர், தன்னிடமிருந்த வரிப்பணத்தைக்கொண்டு அதனைச் செப்பனிட்டார், பின்னர் தனது சொந்தப் பணத்தைக் கொடுத்து அதனைச் சரிசெய்துவிட நினைத்தார்.

ஆனால் அதற்குள், அரசனுக்கு இந்த விஷயம் தெரிந்துவிட்டது, அவரைச் சிறையில் அடைத்துத் துன்புறுத்தினான், கோபண்ணா ராமனை எண்ணி மனமுருகிப் பாட, ராமனே நேரில் வந்து அரசனுக்குப் பணம் தந்ததாக நம்பிக்கை.

பதினேழாம் நூற்றாண்டைச்சேர்ந்த பத்ராசல ராமதாஸர் சுமார் 300 கீர்த்தனைகளை எழுதியிருக்கிறார். அவர் பிறந்த ஊர், நெலகொண்டபள்ளி.

1976-77ல் நெலகொண்டபள்ளிக்கு இன்னொரு சிறப்பும் சேர்ந்துகொண்டது, காரணம், அங்கே நிகழ்ந்த அகழ்வாராய்ச்சிகள்.

சுமார் நூறு ஏக்கர் பரப்பளவுகொண்ட, பாதுகாக்கப்பட்ட இந்த ஊரில் நிகழ்ந்த அகழ்வாராய்ச்சிகளில் பல அரிய பொருள்கள் கண்டறியப்பட்டன:

1. செங்கல் கொண்டு கட்டப்பட்ட பல புத்த விகாரங்களின் அடித்தளங்கள் (புத்த விகாரங்கள் என்பவை, புத்தமதத்தைச் சேர்ந்த துறவிகளின் உறைவிடங்கள்)
2. கிணறுகள்
3. தொட்டிகள்
4. ஒரு மகாஸ்தூபி
5. டெர்ரகோட்டா மனித உருவங்கள்
6. புத்தரின் ஒரு வெண்கலத் திருவுருவம், ஒன்பது கல் உருவங்கள்
7. சுண்ணாம்புக்கல்லில் செய்யப்பட்ட ஒரு சிறிய ஸ்தூபி
8. கருங்கல்லால் செய்யப்பட்ட ஒரு பீடம், அதில் திரிரத்ன சின்னங்கள், தாமரை அலங்கரிப்பு
9. பலவகையான சிவப்புப் பானைகளின் துண்டுகள்
10. நாணயங்கள் (துதிக்கை உயர்த்திய யானையின் உருவத்துடன் கூடியவை)
11. அரைவை இயந்திரங்கள்
12. மணிகள்

இந்தப் பொருள்கள் அனைத்தும் கி.பி. மூன்றாம்/நான்காம் நூற்றாண்டைச் சேர்ந்தவை என்பது கண்டறியப்பட்டுள்ளன.

இங்கே கிடைத்துள்ள பானைத்துண்டுகளில் பிராமி எழுத்துகள் உள்ளதாக எழுதுகிறார் வரலாற்றாளர் ஜி. சந்திரா ரெட்டி. இது ஆசியாவின் மிகப் பழமையான எழுத்துமுறைகளில் ஒன்றாகும்.

அதேபோல், இங்கே கிடைத்துள்ள புத்தரின் சிற்பங்கள், உலோக வடிவங்கள் மிகுந்த கலையழகோடு உருவாக்கப்பட்டுள்ளன என்று பாராட்டுகிறார் ஜி. சந்திரா ரெட்டி. இதே காலகட்டத்தில் செய்யப்பட்டு நமக்குக் கிடைத்துள்ள மற்ற புத்தர் சிலைகளோடு இதனை ஒப்பிட்டுப்பார்க்கும்போது, அன்றைய சிற்பிகள் குழுவாக இயங்கியிருக்கக்கூடும், ஒருவருக்கொருவர் நுட்பங்களைப் பகிர்ந்துகொண்டு, கற்றுக்கொண்டு கலையை வளர்த்திருக்கக்கூடும் என்று ஊகிக்கிறார் அவர்.

16. குருவுக்கு நாட்டைத் தந்த மாணவர்கள்

சிருங்கேரி.

இந்துக்களின் புனித நகரம் இது. புகழ்பெற்ற சாரதாம்பாள் ஆலயம் இங்கே அமைந்துள்ளது. எட்டாம் நூற்றாண்டில் அமைக்கப்பட்ட இந்த ஆலயத்தை ஆதிசங்கரர் தோற்றுவித்திருக்கிறார், இங்குள்ள சிருங்கேரி சாரதாபீடம் மடத்தைச் சேர்ந்தோர் இவ்வாலயத்தை நிர்வகித்துவருகிறார்கள்.

ஒவ்வோராண்டும், இங்கே நவராத்திரி விழா விமரிசையாக நடைபெறும். அப்போது, இந்த மடத்தின் தலைவர் ஓர் அரசரைப்போல் உடைகள், கிரீடம், நகைகளை அணிந்துகொள்வார், கொற்றக்குடையின்கீழ் நடந்துவருவார், சிம்மாசனத்தில் அமர்ந்து காட்சிதருவார். இதனை 'தர்பார்' என்றே அழைக்கிறார்கள்.

ஆனால், இதெல்லாம் அரசர்களுக்குரிய விஷயமாயிற்றே, ஒரு மடத்தின் தலைவர், துறவி இப்படி அரசரைப்போல் நடந்துகொள்வது சரிதானா?

இந்தக் கேள்விக்கான பதிலைத் தெரிந்துகொள்ள, நாம் வரலாற்றில் சற்றே பின்னோக்கிச் செல்லவேண்டும்.

பதினான்காம் நூற்றாண்டில், இப்போதைய கர்நாடகத்தில் விஜயநகரப் பேரரசு உருவானது. அதனைத் தோற்றுவித்தோர், ஹரிஹர ராயர் *(Harihara)*, புக்கா *(Bukka)* ராயர் என்ற சகோதரர்கள். அவர்களுடைய குருநாதர், வித்யாரண்யர் *(Vidyaranya)* எனப்படும் மாதவாச்சார்யர். இவர் பிறகு சிருங்கேரி சாரதாபீடத்தின் 12வது பீடாதிபதியாகத் திகழ்ந்தார்.

தனது சீடர்கள் அமைத்திருக்கும் அரசாங்கத்தை எண்ணி வித்யாரண்யருக்கு மகிழ்ச்சிதான். அதேசமயம், அவர்கள் இன்னும் பணிவோடு வாழ்கிறார்களா, அல்லது பதவிவெறியால் மயங்கிவிட்டார்களா என்று அவருக்கொரு சந்தேகம் ஏற்பட்டது. ஆகவே, அவர்களைப் பரிசோதிப்பதற்காக ஒரு சிறிய தேர்வு வைக்கத் தீர்மானித்தார்.

மறுநாள், அவர் தன்னுடைய சீடர்களிடம் சென்றார், 'நீங்கள் அரசர்களாகிவிட்டீர்கள், சரி, ஆனால், எனக்கு இன்னும் குருதட்சணை தரவில்லையே!'

இதைக்கேட்ட ஹரிஹரரும் புக்காவும் துடித்துப்போனார்கள், 'குருவே, எங்களிடம் இருப்பது எல்லாமே உங்களுக்குத்தானே' என்றார்கள், 'இந்தக் கணமே எங்களுடைய ராஜ்ஜியத்தை உங்களுக்குக் காணிக்கையாகக் கொடுத்துவிட்டோம்!'

வித்யாரண்யர் சிரித்தார், 'உங்களைப் பரிசோதிப்பதற்காகத்தான் அப்படிக் கேட்டேன், நீங்கள் சொன்ன பதில் எனக்கு மிகவும் பிடித்திருக்கிறது' என்றார். 'இந்த நாட்டுக்குத் தகுதியான ஆட்சியாளர்கள் நீங்கள்தான், ஆகவே, நீங்களே இதனை ஆளுங்கள்!'

'இல்லை குருவே' என்றார்கள் அவர்கள், 'கொடுத்த குருதட்சணையைத் திரும்பப் பெற்றுக்கொள்வது முறையாகாது!'

'நான் ஒரு சன்யாசி, நாட்டை வைத்துக்கொண்டு என்ன செய்வேன்?' என்றார் வித்யாரண்யர்.

'அதுவும் சரிதான்' என்ற அரசர்கள் யோசித்தார்கள்,

‘ஒன்று செய்யலாம், எங்களுடைய அரச அடையாளங்கள் அனைத்தையும் உங்களுக்குக் கொடுத்துவிடுகிறோம், உங்கள் சார்பாக நாங்கள் இந்நாட்டை ஆள்கிறோம், வருடத்துக்கு ஒருமுறை, குறைந்தபட்சம் பத்து நாட்களாவது நீங்கள் இங்கே தர்பார் நடத்தவேண்டும், இந்நாட்டின் உண்மையான அரசர் எங்கள் குருநாதர்தான் என்பதை மக்கள் உணரவேண்டும்’ என்று கேட்டுக்கொண்டார்கள்.

வித்யாரண்யருக்கு வேறு வழி தெரியவில்லை. அவர்களுடைய கோரிக்கைக்குச் சம்மதித்தார். அன்றுதொடங்கி, சாரதாபீடத்தின் பீடாதிபதி வருடத்துக்கு ஒருமுறை அரசராகக் காட்சிதருகிறார், அதனைப் பார்க்க எண்ணற்ற பக்தர்களும் பொதுமக்களும் தேடிவருகிறார்கள்.

இதனை விவரிக்கும் வரலாற்றாளர் லீலா பிரசாத், ‘இந்த நிகழ்வுக்குச் சரித்திரரீதியிலும் ஆதாரமுண்டு’ என்கிறார், ‘விஜயநகர அரசர்கள் தங்களுடைய குருநாதரின் இருப்பிடமான சிருங்கேரிக்கு ஏராளமான கொடைகளை, சலுகைகளை அள்ளித்தந்திருக்கிறார்கள், ஆகவே, அவர்களுடைய ஆட்சியில் அந்நகரம் மிகுந்த முக்கியத்துவத்துடன் வளர்ந்துவந்திருக்கிறது!’

வித்யாரண்யர்மீது ஹரிஹரரும் புக்காவும் வைத்திருந்த குருபக்தியை வியக்கிற அதே நேரத்தில், எல்லாரும் ஏங்குகிற அரச பதவி தன் கைக்கே வந்தபோதும் அதை மறுக்கிற துறவியின் மனோநிலையையும் வித்யாரண்யரிடம் காண்கிறோம். குருதட்சணையாகத் தந்த பொருளைத் திரும்பப் பெறக்கூடாது என்கிற பண்பையும் தெரிந்துகொள்கிறோம்!

17. சேரன் Vs சோழன்

போர்க்களம்!

சோழனுக்கும் சேரனுக்கும் போர். இருதரப்புப் படைகளும் ஆவேசமாக மோதுகின்றன.

சேரநாட்டில் (இன்றைய கேரளம்) யானைகள் அதிகம். ஆகவே, போர்க்களத்தில் எங்குபார்த்தாலும் சேரனின் யானைகள் பாய்ந்து மோதிக்கொண்டிருந்தன, எதிரிநாட்டு யானைகளை, தேர்களை, குதிரைகளை, காலாட்படை வீரர்களை மோதி அழித்தன.

இப்படி ஒரு யானை கோபத்துடன் முன்னே வந்தது. அதன் எதிரே ஒரு தேர் வந்து நின்றது.

மறுகணம், யானை ஆவேசத்துடன் மிதிக்க, அந்தத் தேர் முறிந்து விழுந்தது, அதிலிருந்த தேர்ப்பாகனும் வீரனும் ஆளுக்கொரு திசையில் ஓடினார்கள்.

அப்போதும், யானையின் கோபம் தீரவில்லை, அந்தத் தேரின் சக்கரத்தைத் தன் தந்தங்களால் குத்தித் தூக்கியது, ‘வெற்றி, வெற்றி’ என்பதுபோல் சத்தமாகப் பிளிறியது.

அந்தக் காட்சி எப்படியிருந்தது தெரியுமா? மாலை நேரத்தில் சூரியன் மலையில் சென்று மறைவதுபோலிருந்ததாம்!

கற்பனை செய்துபாருங்கள், அந்த யானைதான் மலை, போர்க்களத்தில் எங்கும் படிந்திருக்கிற இரத்தச் சிவப்புதான் செவ்வானம், யானை குத்தித் தூக்கியிருக்கிற சக்கரம்தான், அஸ்தமிக்கும் சூரியன்.

இந்தக் காட்சி 'களவழி நாற்பது' என்ற சங்க இலக்கிய நூலில் வருகிறது. இதனை எழுதியவர், பொய்கையார்.

களவழி நாற்பதில் வரும் போர்க்காட்சி, கோச்செங்கணான் என்ற சோழனுக்கும், சேரன் கணைக்கால் இரும்பொறைக்கும் இடையே கழுமலம் என்ற ஊரில் நடைபெற்றது. சோழனும் சேரனும் மோதிய போர்க்களத்தை நுணுக்கமாக விவரிக்கிறது இந்நூல்.

இந்தப் போரில் சோழர் படை வென்றது, சேரர் படை தோற்றது. போர்க்களத்தில் பிடிபட்ட சேர அரசனைச் சிறையில் அடைத்துவைத்தான் சோழன்.

அப்போது, பொய்கையார் இந்தப் போர்க்களத்தின் சிறப்பைப் பாடினாராம், அதைக்கேட்டுச் சோழன் மகிழ்ந்தானாம், அந்த நேரமாகப் பார்த்து அவனிடம் அனுமதி பெற்றுச் சேரனை விடுவிக்கச்செய்தாராம் புலவர். இதுவே களவழி நாற்பது தோன்றுவதற்குக் காரணமாகக் கூறப்படும் வரலாறு என்கிறார் சாமி. சிதம்பரனார்.

என்னதான் போரில் தோற்றிருந்தாலும், அவனும் ஓர் அரசன்தானே. அவனைச் சிறையில் அடைத்துவைத்துத் துன்புறுத்துவது சரியல்ல என்று புலவர் எண்ணியிருக்கிறார், அதற்காக இந்நூலை உருவாக்கியிருக்கிறார்.

அதேசமயம், இந்த நிகழ்வைப்பற்றி இன்னொரு வித்தியாசமான குறிப்பும் இருக்கிறது.

புறநானூறில் ஒரு பாடல், அதைப் பாடியவன், சேரமான் கணைக்கால் இரும்பொறை.

ஆம், சோழனிடம் தோற்றுப்போய்ச் சிறையில் அடைக்கப்பட்ட அதே அரசன்தான். அவனே ஒரு பாடல் பாடியிருக்கிறான். அந்தப் பாடல் சொல்லும் வரலாற்றுக் குறிப்பு என்ன?

சிறையில் இருந்த சேர அரசனுக்குத் தாகமெடுத்திருக்கிறது, தண்ணீர் வேண்டும் என்று கேட்டிருக்கிறான்.

ஆனால், சோழ அரசனின் காவலர்கள் அவனைக் கவனிக்கவில்லை. 'வெறும் கைதிதானே' என்று சும்மா இருந்துவிட்டார்கள்.

சிறிதுநேரம் கழித்து, யாரோ அந்த அரசன்மீது பரிதாபப்பட்டு அவனுக்குத் தண்ணீர் கொண்டுபோய்த் தருகிறார்கள். ஆனால், அவன் அதைக் குடிக்க மறுத்துவிடுகிறான்.

ஏன்?

தண்ணீர் கேட்டவுடன் கொடுத்திருக்கவேண்டும். தாமதப்படுத்திக் கொடுத்த தண்ணீரைக் குடிப்பது அவமானமல்லவா? அதற்குப்பதிலாக, நீர் உண்ணாமலே இருந்துவிடலாம் என்று தீர்மானித்தான் சேர மன்னன்.

ஆம், அவர்கள் இழிவானமுறையில் தந்த நீரை சேர மன்னன் அருந்தவே இல்லையாம், அப்படியே தாகத்துடன் உயிர்நீத்துவிட்டான் எனப் புறநானூறிலுள்ள குறிப்புகள் சொல்கின்றன.

இதென்ன? களவழி நாற்பதின்படி பார்த்தால், சேரன் விடுவிக்கப்பட்டான், புறநானூற்றின்படி பார்த்தால், சேரன் சிறையிலேயே இறந்துவிட்டான், இவற்றில் எது சரி?

புறநானூற்றுப் பாடலில் வரும் கணைக்கால் இரும்பொறையும், களவழி நாற்பதில் வரும் கணைக்கால் இரும்பொறையும் வெவ்வேறு சேர மன்னர்களாக இருக்கவேண்டும் என்றே பல

அறிஞர்கள் கருதுவதாகக் குறிப்பிடுகிறார் சாமி. சிதம்பரனார். அக்காலத்தில் பல சேர அரசர்கள் ஒரேமாதிரி பெயர்களை வைத்துக்கொண்டதால் இந்தக் குழப்பம்.

ஆகவே, நாம் இந்த இரு வரலாற்றுக் குறிப்புகளையும் தனித்தனியே பார்க்கலாம்: புலவர் பாடலைக் கேட்டு எதிரியை விடுவித்த ஒரு சோழ அரசனின் பெருந்தன்மையையும் பாராட்டலாம், உயிரைவிட மானமே பெரிது என்று கருதிய ஒரு சேர அரசனின் துணிவையும் வியக்கலாம்!

18. கேரோ போராட்டம்

'கேரோ' செய்வது என்று கேள்விப்பட்டிருக்கிறீர்களா?

அது ஒரு வித்தியாசமான போராட்ட உத்தி. சில நேரங்களில் அமைதியாகவும், சில நேரங்களில் மிகத் தீவிரமாகவும் நடைபெறும்.

உதாரணமாக, ஒரு தொழிற்சாலையில் வேலைசெய்யும் ஊழியர்களுக்குச் சரியானபடி சம்பளம் வழங்கப்படுவதில்லை. ஆகவே, அங்கே பணிபுரியும் எல்லாரும் நிர்வாகத்தை எதிர்த்துப் போராட்டம் நடத்தலாம், கோஷம் போடலாம், வேலை நிறுத்தம் செய்யலாம், ஊர்வலம் போகலாம், உண்ணாவிரதம் இருக்கலாம், முதலாளியுடன் பேச்சுவார்த்தை நடத்தலாம், அவருக்குத் தெரிந்தவர்கள்மூலம் தங்களுக்காகச் சிபாரிசு செய்யச் சொல்லலாம்... இப்படி இன்னும் பலவிதமான போராட்ட உத்திகள் இருக்கின்றன. இவை ஒவ்வொன்றும் வெவ்வேறு சூழ்நிலைகளில் பலன்தரக்கூடும்.

ஐம்பது வருடங்களுக்குமுன்னால், மேற்குவங்காளத்திலிருந்த சில தொழிற்சாலை ஊழியர்கள், தங்களுடைய உரிமைப்போராட்டத்துக்கு ஒரு வித்தியாசமான வடிவத்தைக் கண்டுபிடித்தார்கள், அதன் பெயர் 'கேரோ' செய்தல்.

'கேரோ' என்ற வடமொழிச்சொல்லின் பொருள், 'முற்றுகை'. அதாவது, சூழ்ந்துகொள்வது.

பழங்காலத்தில் அரசர்கள் இன்னோர் அரசன்மீது போர் தொடுக்கும்போது, அவனுடைய கோட்டையை முற்றுகையிட்டுக்கொள்வார்கள், அந்த அரசனும் அவனுடைய படைகள், பொதுமக்களும் வெளியே செல்லவும் முடியாது, அவர்களுக்குத் தேவையான பொருள்கள் வெளியிலிருந்து உள்ளே செல்லவும் முடியாது. இதைத்தான் 'முற்றுகையிடுதல்' என்பார்கள்.

கிட்டத்தட்ட அதேமாதிரி ஓர் உத்தியைத்தான் அன்றைய வங்காளத் தொழிலாளர்கள் பயன்படுத்தினார்கள். ஏதேனும் ஒரு கோரிக்கையை முன்வைத்துப் போராட்டம் நடத்தும்போது, சம்பந்தப்பட்ட முதலாளி/மேலாளரைச் சூழ்ந்துகொண்டுவிடுவார்கள், 'எங்கள் கேள்விக்குப் பதில் சொன்னாதான் நீங்க இங்கிருந்து போகமுடியும்' என்பார்கள்.

இப்போது அந்த முதலாளிக்குத் தர்மசங்கடமான நிலைமை. இத்தனைபேர் சுற்றி நிற்கும்போது, அவர்களுக்குப் பதில்சொல்லாமலிருப்பது சிரமம், வேறுவழியில்லாமல் அவர்களுடைய கோரிக்கைக்கு ஒப்புக்கொண்டுவிடுவார்கள்.

ஏன் ஒப்புக்கொள்ளவேண்டும்? காவல்துறையை அழைத்துப் புகார்சொல்லலாமே!

சொல்லலாம். ஆனால், அதற்குப் பெரிய பலன் இருக்காது. அன்றைய மேற்குவங்காளக் காவல்துறை இதுபோன்ற விவகாரங்களைக் கண்டுகொள்ளவில்லை. முதலாளிகள் அவர்களை அழைத்தாலும், 'மன்னிக்கணும், இது உங்களுக்கும் உங்க தொழிலாளிகளுக்கும் உள்ள பிரச்னை, இதுல நாங்க தலையிடமுடியாது!' என்று சொல்லிவிட்டார்கள்.

காவல்துறை இப்படிப் பேசக் காரணம், அன்றைய மேற்குவங்காள அரசாங்கம் இந்த விஷயத்தில் தொழிலாளர்கள்பக்கம் நின்றது. அவர்களுக்கு ஆதரவாகவே நடந்துகொண்டது.

1967 ஏப்ரல் 7ம் தேதி, மேற்குவங்காளச் சட்டசபையில் முதலமைச்சர் அஜய்குமார் முகர்ஜி (Ajoy Kumar Mukherjee) இதுபற்றிப் பேசினார், 'கேரோ என்பது, அடிப்படையில் ஒரு தொழிலாளர் பிரச்னை. நிர்வாகத்திடம் தங்களுக்குள்ள கோரிக்கைகளை முன்வைத்துத் தொழிலாளர்கள் போராடுகிறார்கள். அதற்கான எல்லா உரிமைகளும் அவர்களுக்கு உண்டு. இதில் குறுக்கிடவேண்டாம் என்று நாங்கள் காவல்துறைக்குச் சொல்லியிருக்கிறோம்.'

அதேபோல், அப்போதைய தொழிலாளர்துறை அமைச்சரான சுபோத் பானர்ஜி *(Subodh Banerjee)* இந்த விஷயத்தில் தொழிலாளர்களுக்குப் பெரிய பக்கபலமாக இருந்தார், இந்தியாவில் 'கேரோ'செய்தல் என்கிற பழக்கத்தை உண்டாக்கி ஊக்குவித்ததே இவர்தான் என்று எழுதுகிறார் இந்திய அரசாங்கத்தின் நிதி (வருவாய்) மற்றும் கிராமப்புற வளர்ச்சித்துறை முன்னாள் செயலாளர் டி. பண்ட்யோபாத்யாய.

இதனால், சுபோத் பானர்ஜியைப் பலர் 'கேரோ அமைச்சர்' என்றே அழைத்தார்களாம். அவர் கொடுத்த தைரியத்தில்தான் பலப்பல தொழிற்சாலைகளில் இந்தக் கேரோ போராட்டங்கள் முழுவீச்சில் நடைபெற்றனவாம்.

1967 மே 10ம் தேதி, யாரோ அமைச்சரிடமே இதுபற்றி நேரடியாகக் கேட்டுவிட்டார்கள், 'கேரோ போராட்டங்களையெல்லாம் நீங்கள்தான் தூண்டிவிடுகிறீர்களாமே!'

'இல்லவே இல்லை!' என்றார் அமைச்சர், 'கேரோ போராட்டம் என்பது என்னவோ இப்போதுதான் மக்கள் கண்டறிந்த உத்தி அல்ல, பல வருடங்களாகவே நடைமுறையில் இருப்பதுதான், நாங்கள் அதைத் தூண்டவும் இல்லை, ஊக்குவிப்பதும் இல்லை! ஜனநாயக முறைப்படி நடைபெறும் போராட்டங்களை அனுமதிக்கிறோம், அவ்வளவுதான்.'

அமைச்சர் இப்படிச் சொன்னபோதும், மேற்குவங்காளத்தில் 'ஐக்கிய முன்னணி' எனப்படும் காங்கிரஸ் அல்லாத ஆட்சி

அமைந்தபிறகுதான் இந்தப் போராட்டமுறை வலுப்பெற்றது உண்மை என்கிறார் வரலாற்றாளர் ஜே. சி. ஜொஹாரி. ‘அதற்குமுன் ஏதாவது போராட்டம் என்றால், உடனே காவல்துறையை வரவழைத்துக் கலைத்துவிடுவார்கள், ஆனால் இப்போது, அது சாத்தியமில்லை. யாராவது கேரோசெய்கிறார்கள் என்றால் உள்ளே சிக்கிக்கொண்டு தவிக்கவேண்டியதுதான்!’

இதனால், கேரோ போராட்டம் மேற்குவங்காளத்தில் எங்கும் அதிவேகமாகப் பரவியது, மற்ற மாநிலங்களிலும் புகழ்பெற்றது, இப்போது ஆங்கிலத்திலும் ‘*Gheraoed*’ என்ற பெயரில் அகராதியிலேயே சேர்ந்துவிட்டது.

இன்றைக்கும், ஆங்காங்கே ‘கேரோ’ போராட்டங்கள் நடைபெறுகின்றன. உதாரணமாக, ஒரு பகுதியில் மின்சார விநியோகத்தில் பிரச்னை இருக்கிறது, அல்லது அரசாங்க உதவிகள் உரியவர்களுக்குச் சரியாக வழங்கப்படுவதில்லை என்றால், மக்கள் கூட்டாகச் சேர்ந்து சம்பந்தப்பட்ட அலுவலகத்தை முற்றுகையிடுகிறார்கள், அங்குள்ள அதிகாரிகளைக் ‘கேரோ’ செய்கிறார்கள், அதன்மூலம் தங்களுடைய கோரிக்கையை நிறைவேற்றிக்கொள்கிறார்கள்.

இப்படி நிஜமாகவே உரிமைகளைப் பாதுகாப்பதற்காக ‘கேரோ’ போராட்டங்கள் நடைபெறுவதைப் பாராட்டவேண்டும், இன்னொருபக்கம், அவை தனிமனிதர்களின் சுயநலத்துக்காகப் பயன்படுத்தப்பட்டால், தேவையில்லாத, நியாயமில்லாத அழுத்தத்தை உருவாக்கிச் சமூகத்துக்கு இடைஞ்சலை உண்டாக்கினால், அதை எதிர்க்கவேண்டும், அப்போதுதான் போராட்டத்தின் மதிப்பு காக்கப்படும்!

19. அன்றைய தபால்துறை

யாருக்காவது கடிதம் எழுதவேண்டுமென்றால் என்ன செய்கிறீர்கள்?

ஒரு காகிதத்தில் அந்தக் கடிதத்தை எழுதுகிறீர்கள், அதை ஓர் உறையில் இட்டு மேலே தபால்தலை ஒட்டுகிறீர்கள், அல்லது ஏற்கெனவே தபால்தலை அச்சிடப்பட்ட உறையையோ அட்டையையோ பயன்படுத்துகிறீர்கள், அதில் அந்தக் கடிதத்தைப் பெறவேண்டியவருடைய முகவரியை எழுதுகிறீர்கள், பின்னர் தபால் அலுவலகத்துக்குச் சென்று அதனைத் தபால் பெட்டியில் போடுகிறீர்கள், சில நாள் கழித்து அந்தக் கடிதம் உரிய நபருக்குக் கிடைத்துவிடுகிறது.

இவை அனைத்துக்கும் காரணம், நாடுமுழுக்க, இன்னும் சரியாகச் சொல்வதென்றால், உலகம்முழுக்கப் பரவியிருக்கிற தபால் வலைப்பின்னல். நீங்கள் பெட்டியில் போடும் தபாலைச் சேகரித்து, உரிய இடத்துக்குக் கொண்டுசென்று, அந்த முகவரியில் தருவதற்கு ஏற்பாடுகள் உள்ளன, பல்லாயிரக்கணக்கான பணியாளர்கள் இதைச் சாத்தியமாக்குகிறார்கள்.

சில நூற்றாண்டுகள் பின்னோக்கிச் செல்வோம், தபால் அட்டைகள் இல்லை, தபால்தலைகள் இல்லை, தபால்

அலுவலகம் இல்லை, தபால் பெட்டிகள் இல்லை, தபால்துறை ஊழியர்கள் இல்லை, வலைப்பின்னல் இல்லை... அட, கடிதம் எழுதக் காகிதம்கூட இல்லை.

சுருக்கமாகச் சொல்வதென்றால், மேலே நாம் பார்த்த எதுவுமே அப்போது இல்லை, ஆனாலும் அவர்கள் தங்களுக்குள் கடிதங்களை எழுதிக்கொண்டார்கள், விவரங்களைப் பரிமாறிக்கொண்டார்கள், எப்படி?

பண்டைய இந்தியாவில் தபால்தலை, தபால்பெட்டிகள் இல்லையென்றாலும், மிக வலுவான தபால்முறை இருந்திருக்கிறது, சாணக்கியரின் அர்த்தசாஸ்திரம் தொடங்கிப் பல்வேறு நூல்களில் இதற்கான குறிப்புகளைப் பார்க்கிறோம்.

எடுத்துக்காட்டாக, கடிதங்களை ஓரிடத்திலிருந்து இன்னோரிடத்துக்குக் கொண்டுசேர்க்கக்கூடிய வீரர்கள் அன்றைக்கு இருந்தார்கள். இவர்களில் சிலர் வேகமாக ஓடக் கூடியவர்கள், வேறு சிலர் குதிரையின்மீது செல்லக்கூடியவர்கள். கடிதத்தைப் பெறவேண்டியவர் எந்த இடத்தில் இருக்கிறார் என்பதைப் பொறுத்து ஒருவரோ பலரோ இந்தப் பணியில் ஈடுபடுவதுண்டு.

எடுத்துக்காட்டாக, தில்லியில் இருக்கும் ஒருவர் ஆக்ராவில் இருக்கும் ஒருவருக்குக் கடிதம் அனுப்புகிறார், அதை ஓர் ஓலையில் எழுதி ஒரு வீரரிடம் தருகிறார்.

உடனே, அந்த வீரர் தில்லியிலிருந்து புறப்பட்டு ஆக்ராவை நோக்கிச் செல்கிறார். வழியில் ஒரு குறிப்பிட்ட கிராமத்துக்கு வந்ததும், அங்கே இருக்கும் இன்னொரு வீரரிடம் அந்தக் கடிதத்தைக் கொடுத்துவிட்டு அவர் ஓய்வெடுத்துக்கொள்கிறார்.

இப்போது, அந்த இரண்டாவது வீரர் ஓடத்தொடங்குகிறார், அல்லது, குதிரையை விரட்டுகிறார்.

சில மணிநேரங்கள் கழித்து, அவர் ஒரு மூன்றாவது வீரரிடம் கடிதத்தைத் தருகிறார். அந்த வீரர் ஆக்ராவை நோக்கிப் புறப்படுகிறார்.

ஒருவழியாக, அந்த வீரர் ஆக்ராவை வந்தடைந்ததும், உரிய நபரிடம் சென்று கடிதத்தைக் கொடுக்கிறார். அவர் அதைப் படித்துவிட்டுப் பதில் எழுதினால், மீண்டும் இதே வழியில் அந்தப் பதில் தில்லிக்கு வந்துசேர்கிறது. இதற்குப் பல நாள்கள் ஆகிவிடும்!

நீங்கள் பள்ளியில் 'தொடரோட்டம்' விளையாட்டில் கலந்துகொண்டிருப்பீர்கள் அல்லவா? மொத்தம் ஓடவேண்டிய தூரத்தை நான்காகப் பிரித்து நான்கு பேர் ஓடுவார்கள், ஒருவர் இன்னொருவரிடம் ஒரு தடிபோன்ற அமைப்பைத் தருவார், அவர் அதைப் பெற்றுக்கொண்டு ஓடுவார், இப்படியே நான்கு பேரும் மாறி மாறி எல்லையைத் தொடுவார்கள்.

கிட்டத்தட்ட இதுவும் அதேபோன்ற ஓர் அமைப்புதான். ஆனால் மிகவும் ஆபத்தானது, போதுமான போக்குவரத்து வசதிகள், பாதுகாப்பு ஏற்பாடுகள் இல்லாத சூழ்நிலையில் அந்த வீரர்கள் மிகவும் சிரமப்பட்டு, பல ஆபத்துகளுக்கு இடையேதான் இப்பணியைச் செய்துகொண்டிருந்தார்கள்.

ஒருவேளை, கடிதத்தைக் கொண்டுசெல்கிறவர்கள் அதைப் பிரித்துப் படித்துவிட்டால்?

இதைத் தவிர்ப்பதற்குப் பல வழிகள் உண்டு. எடுத்துக்காட்டாக:

1. கடிதங்கள் மூடி முத்திரையிடப்பட்டன. இன்றைக்கும் நாம் தபால் உறையைப் பசையால் ஒட்டி மூடுகிறோமல்லவா?

2. விவரங்களை நேரடியாக எழுதாமல், மறைமுகமாக எழுதுவார்கள், அந்தக் குறிப்பு எழுதுபவருக்கும் படிப்பவருக்கும்தான் புரியும், மற்றவர்களுக்குப் புரியாது, உதாரணமாக, கடிதத்தில் 'நான்கு மரங்கள் வளர்த்தேன்' என்று எழுதப்பட்டிருக்கும், ஆனால் அதன் பொருள், 'நான்கு நாளில் நான் வருவேன்.'

3. ரகசியமான விவரங்களை ஒரே கடிதத்தில் எழுதாமல் தனித்தனியே பிரித்துப் பல கடிதங்களில் எழுதிப்

பலரிடம் கொடுத்தனுப்புவார்கள், ஆகவே, அவற்றைக் கொண்டுசெல்கிறவர்கள் வழியில் பிரித்துப் படித்தாலும், ஒன்றும் புரியாது, எல்லாக் கடிதங்களும் உரிய நபரிடம் சென்றதும், அவர் அவற்றை இணைத்துப் படித்துக்கொள்வார்

4. மனிதர்களைப் பயன்படுத்தாமல், பயிற்சிபெற்ற புறாக்களின் காலில் கடிதத்தைக் கட்டி அனுப்புவார்கள், அவை உரிய இடத்துக்குப் பறந்து சென்று உரிய நபரிடம் கடிதத்தைச் சேர்த்துவிடும்

ஆரம்பத்தில் அரசர்களும் பின்னர் வணிகர்களும் இந்தத் தபால் அமைப்பைப் பயன்படுத்தினார்கள், அதன்பிறகு அவை பொதுமக்களாலும் பயன்படுத்தப்பட்டன, அங்கிருந்து தொடங்கிய நம் விவரப்பரிமாறல், இப்போது அதிநவீன மின்னஞ்சல், செல்பேசிச் செய்திகள்வரை வளர்ந்துள்ளது!

20. பாபநாசம் சிவன்

தமிழகத்தில் நடைபெறுகின்ற 'கர்நாடக இசை' எனப்படும் பாரம்பரிய இசை நிகழ்ச்சிகளைக் கவனித்துப்பார்த்தால், ஒரு விஷயம் புரியும்: இம்மேடைகளில் பெரும்பாலும் பிறமொழிப் பாடல்கள்தான் அதிகம் பாடப்படுகின்றன.

காரணம், 'சங்கீத மும்மூர்த்திகள்' என்று அழைக்கப்படும் தியாகராஜர், முத்துசாமி தீட்சிதர், சாமா சாஸ்திரிகள் ஆகியோர் தமிழகத்தில் பிறந்திருப்பினும், தமிழில் பாடல்களை எழுதவில்லை. அந்த மரபில்வந்த பாடகர்களும் இவர்களுடைய பாடல்களுக்கு அதிக முக்கியத்துவம் தருவதால், இம்மேடைகளில் தமிழை அதிகம் கேட்க இயலுவதில்லை.

அதற்காக, தமிழில் இவ்வகைப்பாடல்களே இல்லை என்று சொல்லிவிடமுடியாது. தமிழிசைக்கென்று தனி இயக்கமே இங்கே நடந்தது. முத்துத்தாண்டவர், அருணாசலக்கவி, மாரிமுத்தாப்பிள்ளை ஆகியோர் 'தமிழிசை மூவர்' என்று அழைக்கப்படுகிறார்கள். இவர்கள் தமிழில் பலப்பல இசைப்பாடல்களை வழங்கியுள்ளார்கள்.

இம்மூவரோடு, நான்காவதாக இணைத்துப் போற்றப்படும் ஒருவர், பாபநாசம் சிவன், நூற்றுக்கணக்கான தமிழிசைப்பாடல்களை எழுதிய இசைக்கலைஞர்.

எண்ணிக்கையில்மட்டுமல்ல, பாபநாசம் சிவன் பாடல்கள் தரத்திலும் சிறந்து விளங்குகின்றன. 'இருபதாம் நூற்றாண்டின் தலைசிறந்த சாகித்தியகர்த்தா. அவருடைய சாகித்தியங்களில் சொல்நயம், பொருட்செறிவு, சங்கீத லட்சணம் ஆகியவற்றை ஒருங்கே காணமுடியும்' என்று இசைமேதை முசிறி சுப்ரமணியரின் பாராட்டைப்பெற்றவர் பாபநாசம் சிவன், இன்றைக்கும் பலப்பல இசைமேடைகளில் இவருடைய தமிழைக் கேட்கலாம்.

'பாபநாசம் சிவன்' என்று இவரை அழைத்தாலும், இவரது ஊர் பாபநாசம் இல்லை, தஞ்சை மாவட்டத்தைச் சேர்ந்த போலகம். இவருடைய பெயரும் சிவன் இல்லை, ராமசர்மா, அல்லது ராமையா.

அப்புறம் எப்படி பாபநாசம் சிவன் என்ற பெயர் அமைந்தது?

1890ம் ஆண்டு செப்டம்பர் 26ம்தேதி பிறந்த ராமசர்மா, பிறர் பாடுவதைக்கேட்டே பாடக் கற்றுக்கொண்டார். அவர் உருக்கமாகப் பாடும்போது, 'சிவபெருமானே நேரில் வந்து பாடுவதைப்போலிருக்கிறது' என்று எல்லாரும் நெகிழ்வார்களாம்.

இதனால், அவருக்குச் 'சிவன்' என்ற பெயர் அமைந்தது. பின்னர் சிலநாள் பாபநாசத்தில் வசித்ததால் அதுவும் சேர்ந்துகொண்டு, 'பாபநாசம் சிவன்' என்ற பெயர் அமைந்தது.

பாபநாசம் சிவனுக்கு எல்லாமே இசைதான். பாட ஆரம்பித்துவிட்டால், அவர் அனைத்தையும் மறந்துவிடுவார்.

எடுத்துக்காட்டாக, அவருடைய அண்ணன் திருமணத்தின்போது, பாபநாசம் சிவன் எங்கேயோ தடுமாறி விழுந்து அடிபட்டுக் கொள்கிறார். எப்படியோ சமாளித்து எழுந்து நடக்கிறார்.

அன்று இரவு, யாரோ அவரைப் பாடச்சொல்லிக் கேட்கிறார்கள். இப்படிப் பலரும் கேட்பது வழக்கம்தான் என்பதால், அவர் மகிழ்ச்சியோடு பாடத்தொடங்குகிறார். அதுவும் ஒரு பாடல், இரண்டு பாடல் அல்ல, இரவு ஒன்பதுமணிக்குத் தொடங்கி, அதிகாலை மூன்று மணிவரை பாடுகிறார்.

இப்படித் தன்னை மறந்து பாடியதில், பாபநாசம் சிவன் தன்னுடைய கால்வலியைக்கூடக் கவனிக்கவில்லை. பாடிமுடித்துவிட்டு ப்பார்த்தால், அவரால் எழுந்து அமர முடியவில்லை. மற்றவர்கள் வந்து தூக்கிவிட்டுக் காலில் தைலம் தடவவேண்டிய சூழ்நிலை.

அப்போதும், அந்தத் தைலத்தைவிட, இசைதான் அவருக்கு ஆறுதல் தந்திருக்கும், காயங்களைச் சரிசெய்திருக்கும்.

இருபத்தைந்துவயதில், பாபநாசம் சிவன் தன்னுடைய முதல் பாடலை அரங்கேற்றினார். அந்நிகழ்ச்சி திருவாரூர் தியாகேசர் ஆலயத்தில் நடைபெற்றது:

> 'உன்னைத் துதிக்க அருள் தா, இன்னிசையுடன்
> உன்னைத் துதிக்க அருள் தா.'

இப்படித் தொடங்கி அவர் பாடப்பாட, கேட்டுக் கொண்டிருந்தவர்கள் வியந்துநின்றார்கள். குறிப்பாக, அங்கிருந்த மகாவித்வான் சிமிழி சுந்தரமய்யருக்குப் பெருமகிழ்ச்சி, 'தியாகராஜர், தான் தமிழில் பாடல்களை எழுதலையேன்னு வருத்தப்பட்டிருப்பார்போல, இப்போ சிவனாக வந்து பிறந்து தமிழில் எழுதத் தொடங்கிட்டார்' என்று பாராட்டினார். இதனால், பாபநாசம் சிவனுக்குத் 'தமிழ்த் தியாகராஜர்' என்ற பெயர் அமைந்தது.

அதேசமயம், இதுபோன்ற பட்டங்களுக்காக அவர் எழுதவில்லை. அவருக்குள் இயல்பாகப் பக்தியுணர்வு ஊறியிருந்தது, அதனை இசையால் வெளிப்படுத்தினார், உணர்வுகள் உண்மையானவை என்பதால் அப்பாடல்களும் மிக அருமையாக, கேட்போர் நெஞ்சைத் தொடும்படி அமைந்துவிட்டன, மக்கள் பல தலைமுறைகளாக இன்றுவரை அப்பாடல்களைப் பாடிவருகிறார்கள், கர்நாடக இசைமேடைகளில் பாபநாசம் சிவனின் தமிழ் கம்பீரமாகத் தொடர்ந்து ஒலிக்கிறது.

21. காகத்தியர்கள்

12, 13ம் நூற்றாண்டுகளில் இப்போதைய ஆந்திரப்பிரதேசப் பகுதிகளை ஆண்டது காகத்தியர் வம்சம். குறுகிய காலத்தில் இப்பகுதியில் மிகப்பெரிய முன்னேற்றங்களைக்கொண்டுவந்த இந்தப் பரம்பரையைப்பற்றிப் பத்து சுவையான குறிப்புகள்:

1

'காகத்தியர்கள்' என்ற பெயர், 'காகதி' என்ற சொல்லிலிருந்து வருவதாக வரலாற்றாளர்கள் கருதுகிறார்கள். காகத்தியர் தலைவர்கள் 'காகதி' என்ற பெண் தெய்வத்தை வழிபட்டதாகவும், அதனால்தான் அவர்களுக்கு இந்தப் பெயர் அமைந்ததாகச் சிலர் சொல்கிறார்கள்; இந்த வம்சத்தவர்கள் வசித்த இடத்தின் பெயர்தான் 'காகதி' என்கிறவர்களும் உண்டு.

2

காகத்தியர்களுடைய ஆட்சியில் முக்கிய நகரமாகத் திகழ்ந்தது, வாரங்கல். இப்போதைய தெலங்கானா மாநிலத் தலைநகரமான ஹைதராபாதிலிருந்து சுமார் 150 கிலோமீட்டர் தொலைவிலுள்ள நகரம் இது.

'வாரங்கல்' என்பது, இந்நகரின் இப்போதைய பெயர். காகத்தியர்கள் காலத்தில் இதற்கு வேறு பல பெயர்கள் இருந்தன: ஒருகல்லு, ஏகசில நகரம், ஓமட்டிகொண்டா. இவை அனைத்தின் பொருள்: ஒரு கல்.

ஒரு நகரத்துக்குக் 'கல்' என்று பெயர் வைத்தது ஏன்?

அந்நகரத்தில் ஒரு மிகப்பெரிய பாறை இருந்திருக்கிறது. அதுவே அந்நகரின் அடையாளமாகவும் மாறிவிட்டது.

3

காகத்தியர்கள் ஆரம்பத்தில் சாளுக்கியர்களின்கீழ் சிற்றரசர்களாகத்தான் இருந்தார்கள்; வாரங்கல் அருகே ஒரு சிறிய பகுதியைதான் ஆண்டுகொண்டிருந்தார்கள். இந்த வம்சத்தில் வந்த இரண்டாம் ப்ரோலா என்ற அரசன்தான் தன்னுடைய ஆட்சி எல்லையைக் கொஞ்சம் விரிவுபடுத்தித் தன்னை ஒரு சுதந்திர அரசனாக அறிவித்துக்கொண்டான். அதன்பிறகு வந்த மன்னர்கள் காகத்திய ஆட்சியின் எல்லைகளைக் கொஞ்சம்கொஞ்சமாக விரிவுபடுத்திச் சிறப்பாக்கினார்கள். ஒருகட்டத்தில், இன்றைய தென்னிந்திய மாநிலங்கள் அனைத்திற்கும் இணையான நிலப்பரப்பை இவர்கள் ஆண்டுவந்தார்கள்.

4

காகத்தியர்கள் வம்சத்தில் வந்த சில முக்கிய அரசர்கள்: பேடராஜா, ப்ரோலராஜா, துர்காராஜா, ருத்ரதேவா, மஹாதேவா, கணபதிதேவா, ருத்ரம்மாதேவி, ப்ரதாப்ருத்ரா.

5

ஆந்திர மாநிலத்தின் முதல் பெண் அரசி, ருத்ரம்மாதேவி. அன்றைக்கு இந்தியா முழுக்கவே பெண்களால் ஆளப்பட்ட மாநிலங்கள் அதிகமில்லை. அப்படிப்பட்ட சூழ்நிலையில் ருத்ரம்மாதேவிக்கும் பலத்த எதிர்ப்புகள் இருந்தன, அனைத்தையும் சமாளித்து மிகச்சிறந்த நிர்வாகத்திறனுடன் ஆட்சிபுரிந்தார் அவர்.

6

பதின்மூன்றாம் நூற்றாண்டில், தில்லியை ஆண்ட சுல்தான்களுக்கும் காகத்தியர்களுக்கும் மோதல் ஏற்பட்டது. பல போர்கள் நிகழ்ந்தன. சிலவற்றில் காகத்தியர்கள் வென்றபோதும், சுல்தான்களின் வலுவான படைகளுக்கு எதிரே அவர்களால் தொடர்ந்து வெல்ல இயலவில்லை. 1323ம் ஆண்டு ஜியாசுதீன் துக்லக் வாரங்கலைக் கைப்பற்றிக் காகத்தியர்களின் ஆட்சியை முடிவுக்குக் கொண்டுவந்தார்.

7

தில்லி சுல்தானின் ஆட்சியில் ஒருகல்லு நகரத்துக்கு இன்னொரு புதுப்பெயர் அமைந்தது: 'சுல்தான்பூர்'. அதுவே பின்னர் வாரங்கல் என மாறியது.

8

காகத்தியர்களின் ஆட்சியில் மக்கள் மகிழ்ச்சியாக வாழ்ந்தார்கள். மன்னர், மக்கள் என அனைவரும் தெலுங்கு பேசியதால் அம்மொழிக்கு நல்ல முக்கியத்துவம் தரப்பட்டது, சிறந்த படைப்புகள் உருவாகின.

9

காகத்தியர்களின் கட்டிடக்கலைத் திறமைகளும் குறிப்பிடத்தக்கவை. அவர்கள் எழுப்பிய ஆலயங்கள் இன்றைக்கும் அவர்களுடைய பெயரைச் சொல்லிக்கொண்டிருக்கின்றன. முக்கியமாக, பாலம்பேட் ராமப்பா ஆலயம், ஹனம்கொண்டாவில் உள்ள ஆயிரம் தூண் ஆலயம் மற்றும் வாரங்கல் கோட்டையில் உள்ள ஆலயம் ஆகியவை.

10

காகத்தியர்கள் மிகப்பெரிய நிலப்பரப்பை ஆண்டபோதும், சிறந்த நிர்வாக அமைப்பை உருவாக்கி அதனை நன்கு கட்டுப்படுத்தினார்கள். மக்களுக்கு வேண்டிய வசதிகள்

முறையாகக் கிடைக்கச்செய்தார்கள். அவர்கள் வீழ்ந்தபிறகு இந்தப் பகுதியில் ஏற்பட்ட குழப்பங்களைப் பார்க்கும்போது, காகத்தியர்கள் எப்படிப்பட்ட திறமையான ஆட்சியை வழங்கியிருக்கவேண்டும் என்பது புரிகிறது!

22. மால்கெட்

மால்கெட் நகரைப்பற்றி நாம் ஏன் தெரிந்துகொள்ளவேண்டும்?

ராஷ்டிரகூட அரசர்களின் தலைநகரமாக இருந்த சரித்திர முக்கியத்துவம் வாய்ந்த நகரம் இது.

யார் இந்த ராஷ்ட்ரகூடர்கள்?

ஆறாம் நூற்றாண்டுமுதல் பத்தாம் நூற்றாண்டுவரை தென்னிந்தியாவை ஆண்ட முக்கியமான அரச பரம்பரை இது.

எங்கே இருக்கிறது இந்த மால்கெட்?

இப்போதைய கர்நாடகத்தின் குல்பர்க்கா மாவட்டத்திலுள்ள சேடம் தாலுக்காவிலிருக்கும் ஊர் இது. குல்பர்க்கா நகரத்திலிருந்து சுமார் 40 கிலோமீட்டர் தொலைவில் உள்ளது.

அந்தக் காலத்திலேயே அதன் பெயர் மால்கெட்தானா?

தொடக்கத்தில் இந்த ஊரை 'மான்யகேதா' என்று அழைத்துவந்தார்கள். பின்னர் அது 'மால்கெட்' என்று மாறியது.

மால்கெட்டை ராஷ்டிரகூடர்களின் தலைநகரமாக்கிய மன்னர் யார்?

முதலாம் அமோகவர்ஷர் என்ற ராஷ்டிரகூட அரசர்தான் இவ்வூரைத் தன்னுடைய தலைநகரமாக மாற்றினார். பின்னர் வந்த அரசர்களும் இதையே தலைநகரமாகக் கொண்டு ஆட்சிசெய்தார்கள்.

மால்கெட்டுக்குமுன் ராஷ்டிரகூடர்களின் தலைநகரம் எது?

இன்றைய கர்நாடகாவின் பீதர் மாவட்டத்திலிருக்கும் மயூர்கண்டி என்ற நகரம்தான் மால்கெட்டுக்குமுன் ராஷ்டிரகூடர்களின் தலைநகரமாக இருந்தது. இந்நகரம் இப்போது 'மோர்கண்டி' என்று அழைக்கப்படுகிறது.

மால்கெட்டில் என்ன சிறப்பு?

அந்நகரில் அமைக்கப்பட்டிருந்த கோட்டை மிகவும் புகழ்பெற்றது. இன்றைக்கு அந்தக் கோட்டை சிதைந்தநிலையில் உள்ளது. அதனை மறுசீரமைக்கும் பணி இப்போது நடந்துவருகிறது.

அதேபோல், இந்நகரில் இயங்கிவந்த இரு பழங்காலக் கல்வி நிறுவனங்களும் புகழ்பெற்றவை. இங்கே பல சிறந்த எழுத்தாளர்கள், படைப்பாளிகளும் வாழ்ந்திருக்கிறார்கள்.

அந்தக் கல்வி நிறுவனங்கள் எவை?

உத்தராதி மடம், பட்டாரக மடம்

மால்கெட்டில் உருவான புகழ்பெற்ற இலக்கியப்படைப்புகள் எவை?

1. ஆச்சார்ய ஜீனசேனா, குணபத்ரா எழுதிய மஹாபுராணம் (9ம் நூற்றாண்டு)
2. சோமதேவ சூரி எழுதிய யஸஸ்திலக சாம்பு
3. மஹாவீராச்சார்யா எழுதிய கணித சாரா
4. புஷ்பதந்தரின் கவிதைகள்

ராஷ்டிரகூடர்களின் வீழ்ச்சிக்குப்பின் மால்கெட்டுக்கு என்ன ஆனது?

பத்தாம் நூற்றாண்டில் ராஷ்டிரகூடர்கள் வீழ்ந்தபிறகு, சாளுக்கியர்கள் இந்நகரை ஆளத்தொடங்கினார்கள். அவர்களும் மால்கெட்டைத் தங்களுடைய தலைநகரமாகக் கொண்டிருந்தார்கள். ஆனால் அதன்பிறகு இந்நகரம் கொஞ்சம்கொஞ்சமாக முக்கியத்துவம் இழந்துவிட்டது.

சமீபத்தில் இங்கே ஏதோ ஒரு திருவிழா நடந்ததாகச் சொன்னார்களே, அது என்ன?

இப்பகுதியின் சமூக, அரசியல், கலாசார வாழ்வுக்கு ராஷ்டிரகூட வம்சத்தினரின் பங்களிப்புகளைக் கொண்டாடும் நோக்கத்துடன் இங்கே 'ராஷ்டிரகூட உத்ஸவ்' நடைபெற்றது. மார்ச் 2018ல் நடைபெற்ற இந்த விழாவில் பல கலைநிகழ்ச்சிகள், சரித்திர உரையாடல்களுக்கு ஏற்பாடுசெய்யப்பட்டிருந்தது.

அட, சுவையான சரித்திரமாக இருக்கிறதே. இதை நாம் சென்று பார்க்க வழியுண்டா?

சென்னையிலிருந்து குல்பர்காவுக்கு ரயில் வசதி உள்ளது. அங்கிருந்து உள்ளூர்ப் பேருந்துகளில் மால்கெட் செல்லலாம்.

ஆனால், இன்றைய மால்கெட்டில் பார்ப்பதற்கு அதிகம் இல்லை. அந்நகரின் கோட்டை மறுசீரமைக்கப்பட்டபின் இங்கே சுற்றுலாப்பயணிகள் அதிகம் வருவார்கள் என்று நம்பலாம்.

23. நல்லாட்சி தந்த அரசி: ராணி ருத்திரமாதேவி

'வாருங்கள், நல்வரவு' என்று வரவேற்றார் அந்த வியாபாரி. 'நீண்ட தூரம் பயணம்செய்து வந்திருக்கிறீர்கள். வழியில் ஆபத்துகள் ஏதுமில்லையே.'

'இறைவன் அருளால் எந்தப் பிரச்னையும் இல்லை' என்று சிரித்தார் வந்தவர். 'நெடுந்தொலைவு வந்ததால் கொஞ்சம் களைப்புதான். ஆனால் உங்களுடைய அருமையான ஊரைப் பார்த்ததும் சுறுசுறுப்பு பிறந்துவிட்டது.'

சொந்த ஊரைப் பாராட்டினால் யாருக்குதான் கர்வம் வராது? உள்ளூர் வியாபாரி மீசையை முறுக்கிக்கொண்டார். 'நீங்கள் சொல்வது உண்மைதான். எங்கள் காகத்திய அரசர் ஆட்சியில் மக்களுக்கு எந்தக் குறையும் இல்லை. எல்லாரும் மகிழ்ச்சியாக வாழ்கிறார்கள். வணிகம் செழிக்கிறது, கலைகள் சிறந்து வளர்கின்றன.'

'நல்ல அரசர்கள்தானே சிறந்த நாடுகளுக்கு ஆதாரம்!' என்று பாராட்டினார் புதியவர். 'நானும் உங்கள் அரசரைப்பற்றி நிறையக் கேள்விப்பட்டிருக்கிறேன்' என்றவர், சற்றே தயங்கி, 'ஒன்று கேட்டால் தவறாக எண்ணமாட்டீர்களே' என்றார்.

‘தயங்காமல் கேளுங்கள், ஏதாவது பிரச்னையா?’

‘இல்லை, இல்லை, உங்கள் அரசரைப்பற்றி...’ என்று இழுத்தார் அவர், ‘சரி, நேரடியாகவே கேட்கிறேன், உங்கள் நாட்டை ஆள்கிறவர் ஆணா, பெண்ணா?’

இந்தக் கேள்வியை எதிர்பார்த்திருந்ததுபோல் உள்ளூர்க்காரர் பெரிதாகச் சிரித்தார். ‘உங்கள் குழப்பத்துக்குக் காரணம் புரிகிறது’ என்றார். ‘எங்களைச் சிறப்பாக ஆளும் அரசர், ஒரு பெண்தான். ராணி ருத்திரமாதேவி!’

‘ஆனால், அவரைப்பற்றி எங்கள் ஊரில் சொல்லப்படும் கதைகள் வேறுவிதமாக இருக்கின்றன’ என்றார் புதியவர், ‘உங்கள் ஊருக்கு வந்து அரசவையைப் பார்த்துவிட்டுத் திரும்பியவர்களெல்லாம், இங்கே ஆள்வது ஓர் ஆண்தான் என்கிறார்கள். நேரில் பார்த்தவர்களுடைய சொல்லை எப்படி நம்பாமலிருப்பது?’

‘நண்பரே, எங்கள் அரசி ஒரு பெண்தான். அதில் ஐயமில்லை. ஆனால், அவர் ஓர் ஆணைப்போல உடுத்திக்கொள்வதுண்டு, அதற்கு ஒரு காரணமும் உண்டு!’

‘எங்கள் நாட்டில் மட்டுமல்ல, சுற்றியிருக்கிற எல்லா நாடுகளிலும் இதுவரை ஆண்கள்தான் ஆட்சிசெய்து வந்திருக்கிறார்கள். இந்தப் பகுதியிலேயே முதன்முறையாக அரியணை ஏறிய பெண் இவர்தான்.’

‘ஆகவே, தொடக்கத்தில் பலரும் இவரை அரசராக ஏற்றுக்கொள்ளத் தயங்கினார்கள். ஒரு பெண்ணால் நாட்டை ஆளமுடியுமா, எதிரிகள் படையெடுத்துவந்தால் சமாளிக்க இயலுமா என்றெல்லாம் யோசித்தார்கள்.’

‘இத்தனைக்கும் ருத்திரமாதேவி ஆட்சிக்குப் புதியவர் இல்லை; ஏற்கெனவே அவருடைய தந்தையின் காலத்தில் பலவிதங்களில் அவருக்கு உதவியாக இருந்திருக்கிறார்; நிர்வாக நுட்பங்களை நன்கு அறிந்தவர்; வீரம் மிகுந்தவர்; போர்க்கலையில் வல்லவர்.’

‘ஆனால் எத்தனை இருந்தாலும், அவர் ஒரு பெண்தானே என்று சிலர் இழிவாக நினைத்தார்கள். அப்படிப்பட்டவர்கள் முன்னே அவர் தன்னை ஓர் ஆணைப்போல் அடையாளப்படுத்திக்கொள்ள வேண்டிய சூழ்நிலை ஏற்பட்டுவிட்டது. அது வேஷமல்ல, ஒரு குறியீடு, உடையைப் பார்க்காதீர்கள், ஆணா, பெண்ணா என்று பார்க்காதீர்கள், திறமையைப் பாருங்கள் என்கிற சவால்.’

‘ருத்திரமாதேவியின் வீரத்தைப் பல போர்கள் கண்டிருக்கின்றன. அவருடைய போர் வல்லமையைப் பார்த்தவர்கள் அவரை ஓர் ஆணுக்கு இணையாகவே பேசுகிறார்கள்.’

உள்ளூர்க்காரரின் விவரிப்பைக் கேட்டுப் புதியவர் மகிழ்ந்தார், ‘ஆணானால் என்ன, பெண்ணானால் என்ன, நல்லவிதமாக ஆட்சிசெய்து மக்களின் நலம் காக்கிற அரசரை நாம் மதிக்கத்தானே வேண்டும்!’ என்றார்.

‘அப்படியொரு திறந்த மனம் கொண்ட சமுதாயம் வருங்காலத்தில் உருவாகும், அப்போது ருத்திரமாதேவி போன்ற அரசியர் போற்றப்படுவார்கள்!’ என்று நம்பிக்கையோடு சொன்னார் உள்ளூர் வியாபாரி. ‘சரி, வாருங்கள், குளித்துச் சாப்பிடுங்கள், அரசி ருத்திரமாதேவியின் நல்லாட்சி நடைபெறும் இந்த ஊரைச் சுற்றிப்பார்ப்போம்!’

24. அனுமகொண்டா ஆயிரம் தூண் ஆலயம்: 12 சுவையான குறிப்புகள்

★ உள்ளூர்மக்கள் இந்த ஆலயத்தை 'வெயிஸ்தம்பலகுடி' என்றழைக்கிறார்கள், 'வெயி' என்றால் தெலுங்கில் 'ஆயிரம்', ஸ்தம்பம் என்றால் 'தூண்கள்', குடி என்றால் 'கோயில்'.

★ பெயருக்கேற்ப, மிகப் பிரம்மாண்டமான தோற்றம் கொண்ட ஆலயம் இது. காகத்தியர்களின் சிற்பக்கலை நுட்பத்துக்குச் சிறந்த சான்று

★ இந்த ஆலயம் அமைந்துள்ள ஊரின் பெயர் அனுமகொண்டா; இது வாரங்கல் நகரிலிருந்து சுமார் 7கிலோமீட்டர் தொலைவில் அமைந்துள்ளது.

★ இக்கோயிலை 'ருத்ரேஸ்வர ஸ்வாமி ஆலயம்' என்றும் அழைக்கிறார்கள். இந்தப் பெயர் சிவபெருமானைக் குறித்தாலும், இங்கே சிவன், திருமால், சூரியன் ஆகிய மூவருக்கும் சன்னிதிகள் உள்ளன.

★ வழிபாட்டுக்குரிய சன்னிதிகளுடன், ரங்க மண்டபமும், முன்பகுதியில் பல தூண்களாலான இன்னொரு பெரிய மண்டபமும் உள்ளன, செவ்வக வடிவத் திருக்குளமும் தோரண நுழைவாயிலும் அமைந்துள்ளன. மண்டப வாயிலின் இருபுறமும் அழகிய யானை, காளை சிற்பங்களைப் பார்க்கலாம்.

★ இங்குள்ள நந்தி சிற்பம் மிகவும் புகழ்பெற்றது. ஒரே கல்லில் செதுக்கப்பட்ட இச்சிற்பம் உண்மையான நந்தியைப் பார்ப்பதுபோன்ற தோற்றத்தைத் தரக்கூடியது.

★ தூண்கள், சுவர்கள், சாளரங்கள் என எங்கும் சிற்பக்கலையின் அழகைப் பார்க்கலாம். நுணுக்கமாகச் செதுக்கப்பட்ட நகைகள், மலர்கள் போன்றவற்றை வியந்து ரசிக்கலாம்.

★ பன்னிரண்டாம் நூற்றாண்டில் தெரிவிக்கிறது இப்பகுதியை ஆண்ட ருத்ரதேவா என்ற அரசர்தான் கிபி1163ல் இந்தக் கோயிலைக் கட்ட ஆணையிட்டதாக இங்குள்ள கல்வெட்டொன்று தெரிவிக்கிறது.

★ இவ்வாலயம் நட்சத்திர வடிவில், தரையிலிருந்து 1மீட்டர் உயரத்தில் அமைந்துள்ளது, இதனைத் தாங்கிநிற்கும் பலப்பல தூண்களால் 'ஆயிரம் தூண் ஆலயம்' என்று பெயர் பெற்றது.

★ பிற்காலத்தில் இப்பகுதியை ஆண்ட சில வெளிமன்னர்கள் இவ்வாலயத்தின் முக்கியத்துவத்தை அறியாமல் அதனைச் சிதையவிட்டுவிட்டார்கள். நல்லவேளையாக, அதையும் மீறி இவ்வாலயத்தின் பெரும்பகுதி நமக்குக் கிடைத்திருக்கிறது.

★ இந்தியாவுக்குச் சுதந்திரம் கிடைத்தபிறகும், இக்கோயில் தொடர்ந்து பராமரிக்கப்படவில்லை. இதுபற்றி வரலாற்றாளர்கள், பக்தர்கள் கவலை தெரிவித்தனர், இக்கோயில் சிதையும் நிலையில் இருப்பதைச் சுட்டிக்காட்டினர், அதன்பிறகு, 2003ம் ஆண்டு, இந்தியத் தொல்பொருள்துறையினர் இதனைப் பலப்படுத்திச் சீரமைக்கும் பணிகளை மேற்கொண்டார்கள்

★ இக்கோயிலைச் சென்றுபார்க்க விரும்புகிறவர்கள் பேருந்து/ ரயில்மூலம் வாரங்கல் வரலாம். அல்லது, விமானத்தில் ஹைதராபாத் வந்து அங்கிருந்து சுமார் 140 கிலோமீட்டர் தொலைவில் இவ்வாலயம் உள்ளது

25. ஜியாத் அல்-தீன் துக்ளக்

தென்னகத்தில் முக்கியமான அரசாட்சிகளில் ஒன்றாக வளர்ந்துவந்த காகத்தியர்களுடைய ஆட்சியை முடித்துவைத்தவர், தில்லி சுல்தான் ஜியாத் அல்-தீன் துக்ளக். அவரைப்பற்றிச் சில சுவையான கேள்வி, பதில்கள்:

★ *யார் இந்த ஜியாத் அல்-தீன் துக்ளக்? அவருடைய உண்மைப்பெயர் என்ன?*

காஜி மாலிக் என்ற பெயரில் பிறந்த இவர், அரச வம்சத்தைச் சேர்ந்தவர் இல்லை. அலாவுதீன் கில்ஜி ஆட்சியின்கீழ் திபல்பூர் என்ற பகுதிக்கு ஆளுநராக இருந்தவர்.

★ *ஆளுநர் எப்படி அரசரானார்?*

அலாவுதீன் கில்ஜியின் ஆணைக்குப் பணிந்துதான் திபல்பூரை நிர்வகித்துக்கொண்டிருந்தார் காஜி மாலிக். திடீரென்று அலாவுதீன் கில்ஜி இறந்துவிட்டதால், தில்லியில் குழப்பம் ஏற்பட்டது. இந்த வாய்ப்பைப் பயன்படுத்திக்கொண்டு 1320ல் காஜி மாலிக் அரசராகிவிட்டார். அப்போது அவர் தன் பெயரை 'ஜியாத் அல்-தீன் துக்ளக்' என்று மாற்றிக்கொண்டார்.

★ தில்லி சுல்தானின் பார்வை ஏன் தென்னிந்தியாவின்பக்கம் வந்தது?

அலாவுதீன் கில்ஜி காலத்திலேயே அவருடைய பார்வை தென்னிந்தியாவின்மீது விழுந்திருந்தது. வளம்மிகுந்த இந்த நிலத்தைக் கொள்ளையடிக்கவேண்டும் என்று நினைத்தார் அவர். அதற்காக 1309ல் ஒரு போர் நடத்தி காகத்தியர்களை வென்றார். இதனால், அப்போதைய காகத்திய அரசர் பிரதாபருத்ரர் தில்லிக்குக் கப்பம் கட்டி வாழவேண்டிய நிலைமை ஏற்பட்டது.

ஆனால், பிரதாபருத்ரர் தொடர்ந்து தில்லிக்குப் பணிந்து வாழவில்லை. அலாவுதீன் காலத்தில் ஒருமுறை, துக்ளக் ஆட்சியில் ஒருமுறை என இரண்டுமுறை தில்லியை மீண்டும் எதிர்த்தார். ஆனால், தில்லி அரசர்களின் படைபலத்துக்குமுன்னால் அவரால் தொடர்ந்து வெல்லமுடியவில்லை.

★ ஜியாத் அல்-தீன் துக்ளக்கே காகத்தியர்களுக்கு எதிராகப் படையெடுத்து வந்தாரா?

இல்லை. அவருடைய மகன் உலுக் கான் என்பவர்தான் இங்கே படையோடு வந்து வென்றார்.

★ யார் இந்த உலுக் கான்?

இந்தப் பெயர் உங்களுக்குப் புதிதாக இருக்கலாம். அவருடைய இன்னொரு பெயரைச் சொன்னால் சட்டென்று கண்டுபிடித்துவிடுவீர்கள்: முகம்மது பின் துக்ளக்.

ஆம், நாட்டின் தலைநகரை மாற்றுகிறேன் என்று அறிவித்துப் பெரிய குழப்பத்துக்கும் இழப்புக்கும் வழிவகுத்த அதே அரசர்தான். ஜியாத் அல்-தீன் துக்ளக்கின் மகனான இவருடைய மற்ற பெயர்கள்: ஃபக்ர் மாலிக், ஜௌனா கான்.

★ உலுக் கான் எப்போது காகத்தியர்களுக்கு எதிராகப் படையெடுத்தார்?

1321ல் ஒருமுறை, 1323ல் ஒருமுறை என இரண்டுமுறை காகத்தியர்களுக்கு எதிராகப் படையெடுத்தார் உலுக் கான். முதன்முறை அவருடைய படையில் இருந்த சில குழப்பங்களால் அவரால் வெல்லமுடியவில்லை. இரண்டாவதுமுறை முழுமையான வெற்றிபெற்றுக் காகத்தியர்களின் ஆட்சியை முடித்துவைத்தார்.

★ ஜியாத் அல்-தீன் துக்ளக் ஆட்சியில், காகத்தியர்களுடைய 'ஒருகல்லு' நகரம் என்ன ஆனது?

அந்நகரின் பெயர் 'சுல்தான்பூர்' என்று மாற்றப்பட்டது, தில்லி சுல்தானின் நேரடி ஆட்சியின்கீழ் வந்தது. (இப்போது அதன் பெயர் 'வாரங்கல்')

★ ஜியாத் அல்-தீன் துக்ளக் என்ன ஆனார்?

காகத்தியர்களை வென்ற இரண்டு ஆண்டுகளுக்குள் (1325ல்) அவர் ஒரு விபத்தில் மரணமடைந்தார். புகழ்பெற்ற சுற்றுலாப்பயணி இபுன் பதூதா இதனைத் திட்டமிட்ட சதி என்கிறார்.

ஜியாத் அல்-தீன் துக்ளக்கின் மரணத்துக்குப்பிறகு, அவருடைய மகன் உலுக் கான் பட்டத்துக்கு வந்தார், 'முகம்மது பின் துக்ளக்' என்ற பெயரில் ஆட்சிசெய்யத் தொடங்கினார்.

26. அரசருடன் சில சந்திப்புகள்

வருடம் 1323. வட இந்திய இளவரசர் உலுக் கான் தென்னிந்தியாவுக்குச் செல்கிறார். அவரை ஒரு பேட்டி எடுப்போமா?

★ இளவரசரே, என்ன திடீரென்று தென்னிந்தியாவுக்குக் கிளம்பிவிட்டீர்கள்? அங்குள்ள மலைப்பகுதிகளில் விடுமுறைக் கொண்டாட்டமா?

ஆட்சிக்கு வந்தபின் விடுமுறை ஏது? அங்குள்ள காகத்தியர்களைப் பிடித்து எங்கள் அரசாங்கத்துடன் இணைத்துக்கொள்வதற்காகத்தான் செல்கிறேன்.

★ நீங்களோ வட இந்தியாவைச் சேர்ந்தவர், எங்கோ தொலைதூரத்தில் இருக்கும் காகத்தியர்களுடைய நாடு உங்களுக்கு எதற்கு?

வட இந்தியா, தென் இந்தியா என்பதெல்லாம் உங்களுடைய பாகுபாடு. எங்களைப்போன்ற அரசர்களுக்கு எல்லாம் ஒன்றுதான். எல்லா நாடுகளையும் எங்கள் நாடுகளாக ஆக்கிக்கொள்வோம், அதுதான் எங்கள் லட்சியம்.

★ ஆனால், உங்களுடைய தலைநகரமான தில்லியிலிருந்து இந்தப் பகுதிகள் மிகத்தொலைவில் உள்ளன; இவற்றை எப்படி நிர்வகிப்பீர்கள்?

யோசிக்கவேண்டிய விஷயம்தான். ஆனால், அதைப்பற்றிப் போர் முடிந்தபிறகு சிந்திப்போம். இப்போது நான் கிளம்புகிறேன்.

சில ஆண்டுகளுக்குப்பிறகு (1327), நாம் மீண்டும் உலுக் கானைச் சந்திக்கிறோம். இப்போது அவர் பெயர் முகம்மது பின் துக்ளக். இந்தியாவில் பல பகுதிகளை ஆளும் பேரரசர்.

★ வாழ்த்துகள் பேரரசரே, இத்தனை பெரிய அரசாங்கத்தை எப்படி ஆளப்போகிறீர்கள்?

நானும் அதைப்பற்றிதான் யோசித்துக்கொண்டிருந்தேன். தில்லி எங்கேயோ ஒரு மூலையில் உள்ளது. அங்கே அமர்ந்தபடி என்னுடைய கட்டுப்பாட்டில் உள்ள பகுதிகள் அனைத்தையும் நிர்வகிப்பது சிரமம். என்னதான் ஆங்காங்கே என்னுடைய நம்பிக்கைக்குரிய ஆளுநர்கள் இருந்தாலும், ஒரு பிரச்னை என்றால் சட்டென்று சென்று கவனிக்கவேண்டுமல்லவா?

★ என்ன செய்யப்போகிறீர்கள்?

தலைநகரத்தை மாற்றப்போகிறேன்!

★ எங்கே மாற்றப்போகிறீர்கள்?

வட இந்தியாவுக்கும் தென்னிந்தியாவுக்கும் கிட்டத்தட்ட நடுவில் தேவகிரி என்றொரு நகரம் இருக்கிறது. அங்கேதான் என்னுடைய இரண்டாம் தலைநகரத்தை உருவாக்கப்போகிறேன். அந்த நகரத்துக்குத் 'தௌலதாபாத்' என்று பெயரும் சூட்டிவிட்டேன்.

★ புதிய தலைநகரத்தில் நிறைய அதிகாரிகள், பணியாளர்களெல்லாம் தேவைப்படுவார்களல்லவா?

ஆமாம். அவர்களையெல்லாம் தில்லியிலிருந்து அழைத்துச் செல்லப்போகிறேன்.

★ *அரசே, தில்லியிலிருந்து தௌலதாபாத் கிட்டத்தட்ட 750மைல் தூரம். மக்கள் அவ்வளவு தொலைவு வருவது சிரமமல்லவா?*

அதையெல்லாம் யோசித்துவிட்டேன். இங்கிருந்து தௌலதாபாத் செல்லும் வழியில் நல்ல பாதை அமைத்துள்ளேன். ஆங்காங்கே தங்குமிடங்களை உருவாக்கியுள்ளேன். மரங்களை நட்டுள்ளேன். மக்கள் நிதானமாக வரலாம், அதற்கு உரிய நேரம் தரப்படும்.

★ *ஆனால், மக்கள் வருவார்களா?*

வரத்தான் வேண்டும். அவர்களுக்கு வேறு வழியில்லை. நாட்டின் நன்மைக்காகச் சில தியாகங்களைச் செய்யவேண்டியதுதான்.

சில ஆண்டுகளுக்குப்பிறகு (1335), இன்னொருமுறை அரசரைச் சந்திக்கிறோம். அவர் மிகுந்த பரபரப்பில் இருக்கிறார்.

★ *அரசே, உங்களுடைய தலைநகர் மாற்றம் வெற்றிகரமாக நிறைவடைந்ததா?*

வெற்றிதான். ஆனால், நான் மீண்டும் தலைநகரத்தைத் தில்லிக்கு மாற்றிவிடப்போகிறேன்.

★ *அடடா, இப்போதுதானே தௌலதாபாத் வந்தீர்கள். இத்தனை மக்கள் சிரமப்பட்டு இடம் மாறினார்களே.*

உண்மைதான். ஆனால், நான் எதிர்பார்த்ததுபோல் இங்கிருந்தபடி என்னுடைய அரசாங்கத்தை நன்கு ஆளமுடியவில்லை. ஆங்காங்கே கலவரங்கள், பல பகுதிகளை உள்ளூர்க் கும்பல்கள் பிடித்துக்கொண்டுவிட்டன. இங்கேயும் பல பிரச்னைகள், பழையபடி தில்லிக்குச் சென்றுவிடலாம் என்று தீர்மானித்துவிட்டேன்.

★ *அப்படியானால், மொத்த இந்தியாவையும் ஆளும் உங்களுடைய கனவு?*

அரசர் பதில் சொல்லாமல் சென்றுவிடுகிறார். ஆனால், வரலாறு பதில் சொல்கிறது: முகம்மது பின் துக்ளக்கின் ஆக்கிரமிப்புக்கு

எதிராக ஆங்காங்கே பலர் குரல் உயர்த்தினார்கள். வெவ்வேறு பகுதிகளில் புதிய அரசாங்கங்கள் அமைந்தன. தாம் உருவாக்கிய பெரிய அரசாங்கம் தன் கண்முன்னே உடைந்துபோவதைக் கண்டார் பேரரசர். பல போர்களைச் சந்தித்த அவர், 1351ல் ஒரு போருக்காகச் சென்றுகொண்டிருக்கும்போது இறந்தார்.

27. அலாவுதீன் கில்ஜியின் முக்கிய வெற்றிகள்

இந்தியாவின் பெரும்பகுதியை ஆண்ட பேரரசர்களில் ஒருவர், அலாவுதீன் கில்ஜி. சுல்தான் பட்டத்துக்கு வருவதற்கு முன்பும் பின்பும் அவர் பெற்ற முக்கியமான சில வெற்றிகளை இங்கே காண்போம்:

1. கரா

அப்போதைய சுல்தான் ஜலாலுதீன் கில்ஜியின் மருமகனான அலாவுதீன், 1291ல் கரா பகுதியில் நிகழ்ந்த கலவரத்தை அடக்கினார். இதனால் மகிழ்ந்த ஜலாலுதீன் அவரைக் கராவின் ஆளுநராக நியமித்தார்.

2. பில்ஸா, தேவகிரி

கரா ஆளுநராக இருந்த அலாவுதீன் அக்கம்பக்கத்து நாடுகளில் செல்வ வளம் மிக்க நகரங்களைத் தேர்ந்தெடுத்துத் தாக்கித் தன்னுடைய படையை வளப்படுத்திக்கொண்டார். அவ்வகையில் 1293ல் பில்சா, 1296ல் தேவகிரி நகரங்களைத் தாக்கி வென்றார்.

3. தில்லி

இப்படி ஜலாலுதீனுக்குக் கீழே பல பகுதிகளை வென்ற அலாவுதீனுக்குத் தில்லி சுல்தானாகும் ஆசை வந்தது. அதற்காகக்

கவனமாகத் திட்டமிட்டுத் தன்னுடைய சொந்த மாமனாரான ஜலாலுதீனை வீழ்த்தி 1296ல் தில்லியின் அரசரானார்.

4. குஜராத்

தில்லி சுல்தானாகப் பட்டம் சூட்டிக்கொண்ட அலாவுதீன் இன்னும் பல நாடுகளைப் பிடித்துத் தன்னுடைய படை பலத்தை, அரசாங்கத்தின் எல்லைகளை, செல்வத்தை விரிவுபடுத்த விரும்பினார். 1298ல் குஜராத்தை ஆண்டுவந்த ரயன் கரன் தேவை வென்று அப்பகுதியைத் தன்னோடு இணைத்துக்கொண்டார்.

5. ராஜஸ்தான்

அடுத்து, ராஜஸ்தானிலிருந்த ரன்தாம்பூர் பகுதியை ஆண்டுவந்த ஹமிர் தேவ்மீது படையெடுத்தார் அலாவுதீன். மிகத் தீவிரமான போருக்குப்பின் அப்பகுதியைக் கைப்பற்றினார். தொடர்ந்து சித்தூர், மால்வா பகுதிகளையும் வென்றார்.

6. தேவகிரி

அப்போது தேவகிரியை ஆண்டுவந்த ராமச்சந்திரதேவ் என்ற அரசர் அலாவுதீனின் அரசாங்கத்தை ஏற்க மறுத்தார். இதையடுத்து, அலாவுதீன் படை தேவகிரிக்கு விரைந்தது; போரில் தோற்ற ராமச்சந்திரதேவ் தில்லிக்குப் பணிந்து வாழ ஒப்புக்கொண்டார், பெருந்தொகையைக் கப்பமாகச் செலுத்தினார்.

7. வாரங்கல்

காகத்தியர்கள் ஆண்டுவந்த வாரங்கலைக் கைப்பற்றும் அலாவுதீனின் விருப்பம் உடனடியாக நிறைவேறவில்லை. முதல்முறை வெற்றிபெறாமல் திரும்பிச்சென்றது அலாவுதீனின் படை, ஆனால் இன்னும் வலுவாகத் திரும்பிவந்து வென்றது. வாரங்கலும் தில்லிக்குக் கப்பம் கட்டிப் பணிந்துவாழ ஒப்புக்கொண்டது.

8. மதுரை

அலாவுதீனின் படை தெற்கே மதுரைவரை வந்தது. 1311ல் இங்கிருந்து ஏராளமான செல்வத்தைக் கொண்டுசென்றது.

சுமார் இருபது ஆண்டுகள் சுல்தானாக இருந்த அலாவுதீன், பல பகுதிகளை நேரடியாக வென்று தன் அரசோடு இணைத்துக்கொண்டார், ஏராளமான அரசர்கள் அவருடைய அரசை ஏற்றுக்கொண்டு வாழ்ந்தார்கள். 1316ம் ஆண்டில் அவர் மரணமடைந்தபோது, அவருடைய மகன் ஷிஹாபுதீன் அரசரானார். ஆனால், கில்ஜி வம்சத்தின் ஆட்சி நெடுநாள் நீடிக்கவில்லை. 1320ம் ஆண்டில் துக்ளக் வம்சத்தினர் இந்தியாவின் சுல்தான்களானார்கள்.

28. பாபரை அழைத்த இருவர்

இந்தியாவில் மொகலாயப் பேரரசைத் தோற்றுவித்தவர் பாபர். ஆனால், அவர் பிறந்தது இன்றைய உஸ்பெகிஸ்தானில். அவருடைய தந்தையும் பின்னர் பாபரும் அங்குள்ள சிறு பிரதேசங்களைத்தான் ஆண்டுகொண்டிருந்தார்கள்.

உலக வரைபடத்தைப் பாருங்கள், இந்தியாவுக்கு மேல் பாகிஸ்தான், ஆஃப்கானிஸ்தானைத் தாண்டி உஸ்பெகிஸ்தான் இருக்கிறது. அவ்வளவு தூரத்திலிருந்து பாபர் இங்கே வந்து இந்தியாவை ஆண்டது எதனால்?

பாபர் தானாக வரவில்லை. இங்கிருந்து இரண்டு பேர் அவரை அழைத்துக் கடிதம் அனுப்பினார்கள்.

யார் அந்த இரண்டு பேர்? எதற்காக பாபரை அழைத்தார்கள்?

அப்போது இந்தியாவை ஆண்டுகொண்டிருந்தவர் இப்ராஹிம் லோடி. அவருடன் மனக்கசப்பு கொண்ட இருவர் எப்படியாவது அவரை வீழ்த்திவிட்டு முக்கியமான பகுதிகளை ஆளவேண்டும் என்று நினைத்தார்கள். அதற்கு பாபரின் உதவியைக் கோரினார்கள்.

இவர்களில் முதலாமவர், தௌலத்கான் லோடி, இப்ராஹிம் லோடியின் ஆட்சியில் லாகூர் பகுதியின் ஆளுநராக இருந்தவர். அப்போது நாடுமுழுக்கக் குழப்பமான சூழ்நிலை நிலவியதால், இப்ராஹிம் லோடி தன்னைப்பற்றி என்ன நினைக்கிறார் என்று தெரிந்துகொள்ள விரும்பினார். அதற்காகத் தன் மகன் காஜி கானைத் தில்லிக்கு அனுப்பிவைத்தார்.

தில்லி சென்று திரும்பிய காஜி கான் தன் தந்தையிடம் தெளிவாகச் சொல்லிவிட்டார், 'அரசர் உங்கள்மேல் கோபமாக இருக்கிறார். கூடியவிரைவில் உங்களுடைய ஆளுநர் பதவி பிடுங்கப்படும் என்று பேசிக்கொள்கிறார்கள்.'

இப்ராஹிம் லோடியை எதிர்த்துப் போரிட தௌலத்கான் லோடி தயாராக இருந்தார். ஆனால், தன்னால் தனித்து வெல்ல இயலுமா என்று அவருக்கோர் ஐயம். ஆகவே, பாபருக்குக் கடிதம் அனுப்பினார், 'உங்களைப் பேரரசராக ஏற்றுக்கொள்ளத் தயார்; இப்ராஹிம் லோடியை வெல்ல எனக்கு உதவுங்கள்.'

இந்தக் கடிதத்தின் மறைமுகமான பொருள், 'நீங்கள் தில்லியை எடுத்துக்கொள்ளுங்கள், லாகூரை எனக்கு விட்டுக்கொடுத்துவிடுங்கள்' என்பதுதான். பாபர் அதைப் புரிந்துகொண்டாரா என்பது தெரியாது; ஆனால், தௌலத்கான் லோடியின் கோரிக்கையை ஏற்றுக்கொண்டுவிட்டார், இந்தியாவின்மீது படையெடுக்கத் தயாராகிவிட்டார்.

அதேசமயம், ஆலம்கான் லோடி என்ற இன்னொருவரும் பாபரைத் தொடர்புகொண்டார். இவர் இப்ராஹிம் லோடியின் நெருங்கிய உறவினர். ஆனால் இவருக்கும் பதவி ஆசை. தில்லியின் அரசராகவேண்டும் என்று விரும்பினார், பாபரிடம் உதவி கேட்டார்.

இப்படி தௌலத்கானும் ஆலம்கானும் வலியச்சென்று பாபரை இந்தியாவுக்கு அழைத்தார்களே, அதன்பிறகு அவர்கள் விரும்பியபடி தௌலத்கான் லாகூரை ஆண்டாரா? ஆலம்கான் தில்லியை ஆண்டாரா?

பாபருடைய படையும், பிஹார் கான் என்பவருடைய தலைமையில் அனுப்பப்பட்ட இப்ராஹிம் லோடியின் படையும் லாகூர் அருகே மோதின. இதில் பாபர் வெற்றியடைந்தார்.

ஆனால், அவர் லாகூரை தௌலத்கானுக்குத் தரவில்லை. வேறு சில பகுதிகளைக் கொடுத்து ஆட்சிசெய்யச்சொன்னார்.

இது தௌலத்கானுக்குப் பிடிக்கவில்லை. பாபர் தந்த பகுதிகளை ஏற்றுக்கொள்ளாமல் வெளியேறிவிட்டார். பின்னர் அவருக்கும் பாபருக்கும் சண்டை வந்தது, அதில் தோல்வியுற்றுக் கைதானார் தௌலத்கான், சிறைக்கு அழைத்துச்செல்லப்படும் வழியில் இறந்துபோனார்.

ஆலம்கான் ஒருமுறை இப்ராஹிம் லோடியைப் போரில் எதிர்த்துத் தோற்றுப்போனார். அதன்பிறகு, 1526ல் பாபரின் படைகள் இப்ராஹிம் லோடியை வென்றன, இந்தியாவில் மொகலாயப் பேரரசு அமைந்தது.

29. எதிர்பாராத தாக்குதல்

'மராத்தியர்கள் யாரும் இந்த ஊருக்குள் வரக்கூடாது,' என்று உத்தரவிட்டார் ஷாய்ஸ்தா கான்.

இவருடைய இயற்பெயர் மிர்ஜா அபு தாலிப்; முகலாயப் பேரரசர் ஔரங்கசீப்பின் உறவினர், ஔரங்கசீப் ஆட்சியில் தக்காணப்பகுதியின் ஆளுநராக இருந்தவர்.

அப்போது ஔரங்கசீப்புக்குப் பெரும் தொல்லையாக இருந்தவர், மராத்திய அரசர் சிவாஜி. எப்படியாவது சிவாஜியைப் பிடித்துவிடவேண்டும் என்று நினைத்த ஔரங்கசீப், ஷாய்ஸ்தா கான் தலைமையில் ஒரு பெரும் படையை அனுப்பிவைத்திருந்தார்.

1660ம் ஆண்டு, ஷாய்ஸ்தா கான் பூனாவைக் கைப்பற்றினார். சுற்றியிருந்த முக்கியமான பகுதிகளையெல்லாம் தாக்கி வென்றார். மராத்தியர்களின் பலம் கணிசமாகக் குறைந்துபோனது.

அடுத்த சில ஆண்டுகளுக்கு, பூனாவில் இருந்தபடி இப்பகுதியை ஆண்டுகொண்டிருந்தார் ஷாய்ஸ்தா கான். சிவாஜியோ அவருடைய படைவீரர்களோ இந்தப்பக்கம் வரவே இயலாது என்று அவர் எண்ணியிருந்தார்.

1663 ஏப்ரல் மாதத்தில் ஒருநாள், மாலை நேரம், ஊரில் ஒரு திருமணக் கொண்டாட்டம். அதில் கலந்துகொள்வதற்காக ஏராளமானோர் வந்துகொண்டிருந்தார்கள்.

முகலாயப் படையினருக்குத் தெரியாத விஷயம், அவர்கள் திருமணத்துக்காக வரவில்லை. சிவாஜியின் தலைமையில் தேர்ந்தெடுக்கப்பட்ட வீரர்கள்தான் மாறுவேடத்தில் ஊருக்குள் நுழைந்திருந்தார்கள்.

இன்னொருபக்கம், முகலாயப் படையினரைப்போல வேடமிட்டுக்கொண்டு சில மராத்தியர்கள் வந்தார்கள். இவர்களெல்லாம் நகரில் ஆங்காங்கு பரவி நின்றபடி சரியான நேரத்துக்காகக் காத்திருந்தார்கள்.

இரவானதும், இந்தப்படை ஷாய்ஸ்தா கான் தங்கியிருந்த அரண்மனைக்குள் நுழைந்தது. பாதுகாப்பு வளையங்களை உடைத்து எறிந்துகொண்டு முன்னேறினார்கள்.

அந்த அரண்மனையின் பெயர் 'லால் மஹால்'. சிவாஜியின் தந்தை ஷாஹாஜி கட்டியது. சிவாஜி வளர்ந்தது இங்குதான். தான் சிவாஜியை வென்றுவிட்டதை உலகுக்குக் காட்டுவதற்காகவோ என்னவோ, ஷாய்ஸ்தா கான் இந்த அரண்மனையைத் தன்னுடைய வசிப்பிடமாக்கிக்கொண்டிருந்தார்.

அன்று இரவு, நடப்பது எதுவும் தெரியாமல் ஷாய்ஸ்தா கான் தூங்கிக்கொண்டிருந்தார். அவருடைய அறைக்குள் மராத்தியப்படை நுழைந்துவிட்டது. எப்படியோ நிலைமையைப் புரிந்துகொண்ட ஷாய்ஸ்தா கானால் திருப்பித்தாக்க இயலவில்லை. உயிர்தப்பினால் போதும் என்று சாளரத்தின்வழியே குதித்தார். மராத்தியப்படைகள் விடாமல் தாக்க, அவருடைய மூன்று விரல்கள் துண்டாகிவிட்டன.

சிவாஜியே ஷாய்ஸ்தா கானைத் தாக்கி அவருடைய விரல்களை வெட்டியதாக நம்பப்படுகிறது. இந்தக் காட்சியை விதவிதமான சித்திரிப்புகளில் ஓவியர்கள் வரைந்திருக்கிறார்கள்.

அந்த இரவு, முகலாயப் பேரரசால் என்றும் மறக்கமுடியாத அவமானம். ஏராளமான படையினரைக்கொண்டு பிடித்த ஊருக்குள் ரகசியமாக நுழைந்து ஒரு சிறிய குழுவின் துணையோடு முகலாயர்களை விரட்டியடித்துவிட்டார்கள் மராத்தியர்கள். அந்த வெற்றியைக் கொண்டாடும்வகையில், இன்றைக்கும் பூனாவுக்குச் செல்கிறவர்கள் 'லால் மஹாலை'ப் பார்த்துவிட்டு வருகிறார்கள்.

அது சரி, ஷாய்ஸ்தா கானுக்கு என்ன ஆயிற்று?

அவர் உயிர்பிழைத்துவிட்டார். ஆனால், இத்தனை பெரிய படையை வைத்துக்கொண்டு ஒரு சிறிய குழுவிடம் தோற்றுவிட்டாரே என்று அவர்மேல் ஔரங்கசீப்புக்குக் கோபம், அவரை வங்காளத்துக்கு மாற்றிவிட்டார். அங்கே பலகாலம் ஆட்சி செய்துவிட்டு தில்லிக்கு வந்த அவர் 1694ல் இறந்தார்.

30. நடந்து சென்ற பேரரசர்

ஒரு பேரரசர் வெளியூருக்குச் செல்கிறார் என்றால், எப்படிச் செல்வார்?

குதிரைமீது செல்கிறவர்கள் உண்டு; யானைச்சவாரி செய்கிறவர்கள் உண்டு; தேரில் செல்கிறவர்கள் உண்டு; பல்லக்கில் அமர்ந்தபடி செல்கிறவர்களும் உண்டு. இதையெல்லாம் நாம் வரலாற்றுக்கதைகளில் வாசித்திருக்கிறோம்; ஓவியங்களில் பார்த்திருக்கிறோம்.

ஆனால், ஓர் அரசர், அதுவும் இந்தியாவின் பெரும்பகுதியை ஆண்ட பேரரசர் அக்பர் பல மணிநேரங்கள் கால்நடையாக நடந்து இன்னோர் ஊருக்குச் சென்றார் என்றால் நம்புவீர்களா?

இந்த அதிசயம் எப்படி நிகழ்ந்தது என்பதைத் தெரிந்துகொள்ளவேண்டுமென்றால், நாம் பதினாறாம் நூற்றாண்டுக்குச் செல்லவேண்டும். 'அக்பர்நாமா' எழுதிய அபுல் ஃபஸல் இதற்கான தொடக்கப்புள்ளியை விவரிக்கிறார்:

ஒரு நாள் இரவு நேரம், அக்பர் ஃபத்பூர் என்ற இடத்துக்கு வேட்டைக்குச் சென்றிருந்தார். வழியில் மந்தாகர் என்ற கிராமத்தைக் கடந்து சென்றார்.

அப்போது, அங்கு சில இசைக்கலைஞர்கள் பாடிக் கொண்டிருந்தார்கள். அந்தப் பாடல்களில் அவர்கள் ஒரு பெரிய ஞானியின் பெருமைகளைப் புகழ்ந்து போற்றினார்கள்.

'அவர்கள் யாரைப்பற்றிப் பாடுகிறார்கள்?' என்று விசாரித்தார் அக்பர்.

'பேரரசே, அவர்கள் மொய்னுதீன் சிஸ்டி என்ற ஸூஃபி ஞானியைப்பற்றிப் பாடுகிறார்கள்' என்று பதில் வந்தது.

அதற்குச் சில நூற்றாண்டுகள் முன்பாக (1142-1236) வாழ்ந்த மொய்னுதீன் சிஸ்டி 'கரீப் நவாஸ்', அதாவது, ஏழைகளுக்கு அருளுபவர் என்று போற்றப்பட்டவர். ஏராளமானோர் அவருடைய போதனைகளைப் பின்பற்றிவந்தார்கள்.

மொய்னுதீன் சிஸ்டியைப்பற்றிக் கேள்விப்பட்டவுடன் அக்பருடைய மனம் உருகியது. அஜ்மீரில் (இன்றைய ராஜஸ்தான் மாநிலத்திலுள்ள ஒரு நகரம்) இருக்கும் அவருடைய சமாதியை நேரில் பார்க்கவேண்டும் என்று தீர்மானித்தார். உடனடியாக அங்கு புறப்பட்டுவிட்டார்.

சுற்றியிருந்தவர்கள் அதிர்ந்துபோனார்கள், 'பேரரசே, இதுபோன்ற தொலைதூரப் பகுதிகளுக்குப் போதுமான பாதுகாப்பு ஏற்பாடுகள் இல்லாமல் நீங்கள் செல்லக்கூடாது' என்றார்கள், 'அங்கு பல ஆபத்துகள் உள்ளன, உங்களை விரும்பாத எதிரிகள் உள்ளார்கள். அவர்கள் உங்களைத் தாக்கக்கூடும்.'

அக்பர் அதையெல்லாம் ஏற்றுக்கொள்ளவில்லை. எதைப்பற்றியும் கவலைப்படாமல் அஜ்மீருக்குக் கிளம்பிவிட்டார்.

14 ஜனவரி 1562 அன்று தொடங்கிய அந்தப் புனிதப்பயணத்தில் அவரோடு மிகச்சிலரே வந்தார்கள். பேரரசருக்குரிய எந்த ஆடம்பரமும் இல்லாமல் அஜ்மீர் சென்று அங்கிருந்த தர்காவில் வழிபட்டார் அவர்.

அதன்பிறகு, அவர் பலமுறை அஜ்மீர் சென்றிருக்கிறார். அந்த ஊர் அவருக்கு மிகவும் பிடித்துப்போய்விட்டது.

சில ஆண்டுகளுக்குப் பிறகு, சித்தூர் (இதுவும் இன்றைய ராஜஸ்தான் மாநிலத்தில்தான் உள்ளது) கோட்டையை முற்றுகையிட்டிருந்தார் அக்பர். அந்தப் போரில் தனக்கு வெற்றி கிடைத்தால் அஜ்மீருக்கு நடந்தே வந்து வழிபடுவதாகப் பிரார்த்தித்துக்கொண்டார்.

எதிர்பார்த்தபடி, அந்தப் போரில் அக்பர் வெற்றிபெற்றார். சித்தூரிலிருந்து அஜ்மீருக்கு (சுமார் 200 கிலோ மீட்டர்கள்) நடந்தே சென்று வழிபட்டார்.

சான்றுகள்:

1. *Akbar and the Dargah of Ajmer: Motiur Rahman Khan*

2. *Ajmer Dargah was Akbar's favourite: Sunny Sebastian*

31. குப்தர் ஆட்சிமுறை

ஒரு நாட்டை ஆள்பவர் யார்?

அந்தக் காலத்தில் அவரை அரசர் என்றோம், இந்தக் காலத்தில் அவரைப் பிரதமர், அதிபர் என்கிறோம்.

ஆனால் உண்மையில், அப்படி ஒரே ஒருவர் அத்தனைப் பெரிய நாட்டை ஆளமுடியுமா?

எடுத்துக்காட்டாக, நம்முடைய பிரதமரை எடுத்துக்கொண்டால், அவருக்கு இணையாகக் குடியரசுத்தலைவர் இருக்கிறார், அவருடைய அமைச்சரவையில் வெவ்வேறு அமைச்சர்கள் வெவ்வேறு துறைகளுக்குப் பொறுப்பேற்றுள்ளார்கள், இன்னும் அதிகாரிகள், மாநில முதல்வர்கள், மாநில அமைச்சர்கள், மாவட்ட ஆட்சித்தலைவர்கள் என்று மேலும் பலர் ஆட்சிக்குப் பங்களிக்கிறார்கள்.

ஆக, ஒருவரைத் தலைவர்/ஆட்சியாளர் என்று குறிப்பிட்டாலும், அவருக்கு ஆட்சியில் துணைபுரிவதற்கு ஒரு வலுவான ஆட்சியமைப்பு இருக்கவேண்டும், அப்போதுதான் சின்னஞ்சிறு கிராமத்தில் இருக்கிறவர்களுடைய கோரிக்கைகளும் நிறைவேறும், ஒரு நல்லாட்சி என்பது அவர்களுக்கும் நன்மை புரிவதுதானே!

மூன்றாம் நூற்றாண்டில் தொடங்கி இந்தியாவின் பல பகுதிகளை ஆண்ட குப்த அரசர்கள், ஆட்சியில் தங்களுக்குத் துணைபுரிவதற்காக ஒரு நல்ல நிர்வாகக் கட்டமைப்பை உருவாக்கியிருந்தார்கள். இதுபற்றிய குறிப்புகள் பல கல்வெட்டுகள், செப்பேடுகளிலிருந்து நமக்குக் கிடைக்கின்றன.

குப்த அரசர் 'மஹாராஜாதிராஜா' எனப்பட்டார். அவர் ஆளும் பகுதி, 'ப்ரித்வி' எனப்பட்டது.

அவருக்குக் கீழே, மஹாராஜாதிராஜாவின் ஆட்சியை ஏற்றுக்கொண்டு ஆட்சிபுரிந்த உள்ளூர் அரசர்கள் இருந்தார்கள். இவர்கள் ஆட்சிபுரிந்த பகுதிகள் 'தேசம்' எனப்பட்டன.

'ப்ரித்வி'யானது நிர்வாகத்துக்காகப் பல பிராந்தியங்களாகப் பகுக்கப்பட்டிருந்தது. இவற்றை 'புக்தி' என்று அழைத்தார்கள்.

பிராந்தியங்கள் ஒவ்வொன்றிலும் பல மாவட்டங்கள் இருந்தன. இவற்றை 'விஷயா' என்றழைத்தார்கள். இப்பகுதிகளை ஆண்டவர்கள், 'விஷயபதி' என்று அழைக்கப்பட்டார்கள். இவர்களை குப்த அரசர் (அதாவது, மஹாராஜாதிராஜா) அல்லது அந்தப் பிராந்தியத்தின் ஆட்சியாளர்கள் நியமிப்பார்கள்.

மாவட்டத் தலைநகரங்கள் 'அதிஷ்தானங்கள்' எனப்பட்டன. அங்குதான் அந்த மாவட்டத்துக்கான பல்வேறு அலுவலகங்கள் இருந்தன. அவற்றோடு, 'அதிகரணம்' எனப்படும் நீதிமன்றங்களும் இருந்தன.

மாவட்டங்கள் மேலும் பகுக்கப்பட்டன, இந்தப் பகுதிகளுக்கு 'விதி' என்று பெயர். மக்களுடைய பிரதிநிதிகளும், அந்தந்தப் பகுதிகளைச் சேர்ந்த மூத்தவர்களும் இவர்களுக்கு ஆலோசனைகளை வழங்கினார்கள்.

இப்படிப் பல மட்டங்களில் நிர்வாகிகள் ஒருபுறமிருக்க, குப்த அரசருக்கு உதவுவதற்காகப் பல அமைச்சர்களும் இருந்தார்கள். இவர்களைச் 'சசிவா' என்றழைத்தார்கள்.

இந்த நிர்வாகக் கட்டமைப்பை அப்படியே மனத்துக்குள் கற்பனை செய்துபாருங்கள். இப்படிப் பலருடைய உதவியுடன்தான் குப்த அரசர்கள் ஆண்டிருக்கிறார்கள். அதனால் அவர்களுடைய பெருமை எவ்விதத்திலும் குறைந்துவிடாது, சொல்லப்போனால், எல்லா மக்களுக்கும் நன்மைசெய்யவேண்டும் என்பதற்காக இப்படியொரு விரிவான, ஆழமான நிர்வாகக் கட்டமைப்பை உருவாக்கியது அரசர்கள் அவர்கள்மேல் வைத்திருந்த அன்பையும் அக்கறையையும்தானே காட்டுகிறது!

(குப்தர் ஆட்சிமுறையைப்பற்றி மேலும் தெரிந்துகொள்ள இந்நூலை வாசிக்கலாம்: The Gupta Empire by Radhakumud Mookerji)

32. கடலுக்குள் ஒரு கோட்டை

அரசர் கதைகளில் 'தீவுக்கோட்டை' என்று படித்திருப்பீர்கள். நேரில் பார்த்திருக்கிறீர்களா?

மகாராஷ்டிர மாநிலம் ராய்கட் மாவட்டத்திலுள்ள 'Murud-Janjira' ஓர் அழகான தீவுக்கோட்டை. கரையிலிருந்து மிக அருகிலுள்ள இந்தத் தீவுக்குச் சில நிமிடங்களுக்குள் படகில் சென்றுவிடலாம். படகிலிருந்து நேரடியாகப் படிகளில் குதித்து மேலே ஏறினால், பிரம்மாண்டமான கோட்டையின் அழகும் வலிமையும் நம்மை ஈர்க்கும். எந்தத் திசையில் திரும்பினாலும் கடற்பரப்பு கண்களைக் கவரும். எதிரிகள் யாரும் கடல்வழியாக இந்தப் பகுதியை நெருங்கிவிடாதபடி இந்தக் கோட்டையை மிகக் கவனமாகத் திட்டமிட்டுக் கட்டியிருக்கிறார்கள் என்பது புரியும்.

அதனால்தான், Janjiraவைப் பல நூற்றாண்டுகளுக்கு யாராலும் வெல்ல இயலவில்லை. பலருடைய தாக்குதல்களைச் சமாளித்துத் தொடர்ந்து தனி நாடாகவே இயங்கிவந்த இந்தப் பகுதி, 1947ல் இந்தியாவுக்குச் சுதந்திரம் கிடைத்தபின்னர் தன்னை இந்தியாவுடன் இணைத்துக்கொண்டது.

இன்றைக்கும் கம்பீரமாகச் சுற்றுலாப்பயணிகளை வரவேற்கும் இந்த வலுவான, செயல்திறன் வாய்ந்த கோட்டையைக் கட்டியவர்கள் யார்? எப்போது? இக்கோட்டையை வெல்ல நினைத்தவர்கள் யார்? அவர்களால் இதைப் பிடிக்கமுடியாதது ஏன்?

அரபிக்கடலோரத்தில் மும்பைக்குத் தெற்கே சுமார் 150கிலோமீட்டர்களில் உள்ளது *Janjira*. இங்குள்ள இந்தக் கோட்டை எப்போது கட்டப்பட்டது என்னும் தகவல் தெளிவாகத் தெரியவில்லை. ஆனால், இந்தத் தீவை முதன்முதலாக ஆண்டவர்களை *Kolis* என்றழைக்கிறார்கள். இவர்கள் இங்கு மரத்தாலான சில பாதுகாப்பு அமைப்புகளைச் செய்து வாழ்ந்துவந்தார்கள். இவர்களுடைய தொழில், மீன்பிடித்தல்.

ஒருகட்டத்தில், ஆப்பிரிக்காவைச் சேர்ந்த *Bantu* என்ற இனக்குழுவிலிருந்து வந்த *Siddi* இனக்குழுவினர் *Kolis*-இடமிருந்து இந்தத் தீவைக் கைப்பற்றியிருக்கிறார்கள். அவர்கள் எப்போது, எப்படி இதைக் கைப்பற்றினார்கள் என்பது உறுதிப்படுத்தப்படவில்லை. ஆனால், இதுபற்றி உள்ளூரில் சொல்லப்படும் ஒரு சுவையான கதை இருக்கிறது. *'The African Dispersal in the Deccan'* என்ற நூலில் இந்தச் சுவையான கதையை விவரிக்கிறார் *Shanti Sadiq Ali:*

பெரிம் கான் என்பவர் இந்தத் தீவைப் பிடிக்க விரும்பினாராம், நேரடியாகப் போரிட்டால் பலன் இருக்காது என்று தெரிந்துகொண்டு ஒரு தந்திரம் செய்தாராம்.

இதற்காக, பெரிம் கானும் அவருடைய உதவியாளர்கள் சிலரும் வணிகர்களைப்போல் உடையணிந்துகொண்டார்கள். ஒரு கப்பலில் பல பெரிய பெட்டிகளை ஏற்றிக்கொண்டு இந்தத் தீவுக்கு வந்துசேர்ந்தார்கள்.

அப்போது இந்தத் தீவின் தலைவராக இருந்தவர் ராம் படீல். அவர் இவர்களைப் பார்த்துவிட்டு, 'யார் நீங்கள்? இந்தப்

பெட்டிகளில் என்ன உள்ளது?' என்று விசாரித்திருக்கிறார்.

'நாங்கள் வணிகர்கள், இந்தப் பெட்டிகளில் எங்களுடைய விற்பனைப்பொருள்கள் உள்ளன' என்று பெரிம் கானும் அவருடைய உதவியாளர்களும் தந்திரமாகப் பதில் சொல்லியிருக்கிறார்கள். 'இந்தப் பெட்டிகளை உங்கள் தீவில் இறக்கிவைக்கவேண்டும்.'

அவர்களுடைய சூழ்ச்சியை அறியாத ராம் படீல் இதற்குச் சம்மதித்திருக்கிறார். கப்பலிலிருந்து பெட்டிகள் தீவில் இறக்கப்பட்டன. பெரிம் கானும் மற்றவர்களும் மிகுந்த மகிழ்ச்சியுடன் அவர்களுக்கு நன்றி சொன்னார்கள், 'நம்முடைய புதிய நட்பைக் கொண்டாடலாம், வாருங்கள்' என்று அவர்களை மது அருந்த அழைத்தார்கள்.

பின்னர், ராம் படீலும் அவருடைய வீரர்களும் மது மயக்கத்தில் இருந்தபோது, பெட்டிகள் திறக்கப்பட்டன. அவற்றுக்குள் ஆயுதங்களோடு காத்திருந்த வீரர்கள் வெளியில் வந்து தீவைப் பிடித்துக்கொண்டார்கள்.

உண்மையில் இப்படித் தந்திரம் செய்துதான் *Siddis* இந்தத் தீவைக் கைப்பற்றினார்களா என்பது தெரியவில்லை. *Kolis*உடன் பெரும் போர் நடத்தித்தான் இந்தத் தீவு கைப்பற்றப்பட்டது என்றும் சில வரலாற்றாளர்கள் குறிப்பிடுகிறார்கள்.

எப்படியோ, பதினாறாம் நூற்றாண்டில் இந்தத் தீவு *Siddis* கையில் வந்துவிட்டது. அவர்களுடைய ஆட்சியின்கீழ் இந்தக் கோட்டை உருவாக்கப்பட்டது, மிகவும் வலுவாக்கப்பட்டது. கண்காணிப்புக் கோபுரங்கள், நூற்றுக்கணக்கான பீரங்கிகள், உள்ளே மக்கள் வசிப்பதற்கான ஏற்பாடுகள் என்று எல்லாவிதங்களிலும் இதனை அருமையாக உருவாக்கினார்கள் அவர்கள். இதன்மூலம் அவர்களுடைய வலிமையும் அதிகரித்தது, இந்தப் பகுதியில் மிகச்சிறந்த மன்னர்களாக ஆண்டார்கள்.

அடுத்த சில நூற்றாண்டுகளில், மராத்தா மன்னர்கள், போர்ச்சுக்கீசியர்கள், இங்கிலாந்துக்காரர்கள் என்று

பலரும் *Siddis*ஐ வென்று இந்தக் கோட்டையைக் கைப்பற்ற முயன்றுள்ளார்கள். ஆனால், அந்த முயற்சிகள் அனைத்தும் தோல்வியடைந்தன, *Janjira* யாருடைய ஆதிக்கத்துக்கும் உட்படாமல் சுதந்திர நாடாகத் தொடர்ந்தது. கவனமாகச் சிந்தித்து உருவாக்கப்பட்ட ஒரு கோட்டை அதன் ஆட்சியாளர்களை எப்படித் தலைமுறை தலைமுறையாகப் பாதுகாக்கும் என்பதற்கான நேரடி எடுத்துக்காட்டாக இந்தத் தீவுக்கோட்டை திகழ்கிறது.

33. வானியல் முன்னோடி ஆர்யபட்டர்

ஓர் அறிவியல் அறிஞர் வெளியூர் செல்வதற்காகப் படகில் ஏறி அமர்ந்திருக்கிறார். ஆற்றங்கரையில் ஒரு மரம் நிற்கிறது.

சிறிதுநேரத்தில், அந்தப் படகு புறப்படுகிறது, நீரில் விரைந்து செல்கிறது. அப்போது அவர் எதேச்சையாகக் கரையில் இருக்கும் மரத்தைப் பார்க்கிறார், அதிர்ச்சியுடன் அலறுகிறார். 'ஆ! கரையில் நின்றுகொண்டிருந்த மரம் இப்போது பின்னோக்கி ஓடுகிறதே!'

இதைக் கேட்ட மற்றவர்கள் சிரிக்கிறார்கள். 'ஐயா, மரம் எங்கும் ஓடவில்லை. நம்முடைய படகு முன்னோக்கி நகரும்போது, அந்த மரம் பின்னோக்கி நகர்வதைப்போல் தெரிகிறது. அவ்வளவுதான்!'

இப்போது, அந்த அறிவியல் அறிஞர் சிரிக்கிறார், 'மரம் எங்கும் ஓடவில்லை என்று எனக்குத் தெரியும். அதேபோல்தான், வானத்தில் இருக்கும் நட்சத்திரங்களும் முன்னே, பின்னே நகர்வதில்லை. அவை ஒரே இடத்தில்தான் இருக்கின்றன. நாம் இருக்கும் பூமி சுழல்வதால், நட்சத்திரங்கள் நகர்வதுபோல் நமக்குத் தோன்றுகிறது' என்று விளக்குகிறார்.

படகை வைத்து வானியலை விளக்கும் இந்த அழகிய எடுத்துக்காட்டை வழங்கியவர், ஐந்து, ஆறாம் நூற்றாண்டில் வாழ்ந்த ஆர்யபட்டர். இதே எடுத்துக்காட்டுக்காகச் சார்பியலை விளக்கிய முதல் அறிஞர் என்றுகூட அவரைப் பாராட்டுகிறார்கள்.

ஆர்யபட்டர் வாழ்ந்தது குப்தர் காலகட்டத்தில். அன்றைக்கு வானியல் ஆய்வுகளை நிகழ்த்துவதற்கான பெரிய வசதிகளோ கருவிகளோ இல்லை. ஆனாலும் ஆர்யபட்டர் ஏராளமான ஆய்வுகளைச் செய்திருக்கிறார், தான் கவனித்த, கண்டுபிடித்த விஷயங்களைப் பதிவுசெய்திருக்கிறார்.

அவருடைய நூல்களில் இப்போதும் நமக்கு வாசிக்கக்கிடைக்கிற ஒன்று, 'ஆர்யபட்டியம்'. பாடல் வடிவில் அமைந்த இந்த நூலுக்கு அவருடைய மாணவரான முதலாம் பாஸ்கரர் உரையெழுதியிருக்கிறார்.

'ஆர்யபட்டியம்' என்ற பெயர், பின்னால் வந்த உரையாசிரியர்கள் சூட்டியது. ஆர்யபட்டர் இந்நூலை எவ்வாறு அழைத்தார் என்பது தெரியவில்லை. முதலாம் பாஸ்கரர் இதனை "அஸ்மகதந்த்ரா" என்று அழைத்தார். இதற்குக் காரணம், ஆர்யபட்டர் அஸ்மக நாட்டைச் சேர்ந்தவர் என்று பாஸ்கரர் குறிப்பிடுகிறார். அஸ்மக நாட்டைச் சேர்ந்த அறிஞர் எழுதியதால் இந்நூலை "அஸ்மகதந்த்ரா" என்றார் பாஸ்கரர். அதேபோல், இந்நூலில் 108 பாடல்கள் இருப்பதால், இது "*Arya-shatas-ashta*" (ஆர்யர் நூற்றெட்டு) என்றும் அழைக்கப்பட்டது.

எத்தனை பெயர்கள் இருந்தாலென்ன? இது ஒரு முன்னோடி நூல் என்பதில் ஐயமில்லை. அண்டவியல், கணிதவியல் உள்ளிட்ட பல தலைப்புகளை விரிவாகப் பேசும் பாடல்கள் இந்நூலில் இடம்பெற்றுள்ளன. இத்தனையையும் ஆராய்ந்து, சிந்தித்துப் பதிவுசெய்த ஆர்யபட்டருடைய ஆர்வத்தையும் உழைப்பையும் உலகம் இன்றும் வியக்கிறது!

34. செங்கற்கள் சொன்ன வரலாறு

அவர் பெயர் *Guillaume Le Gentil.* ஃபிரான்ஸைச் சேர்ந்த வானியலாளர். உலகெங்கும் சென்று பலவிதமான வானியல் நிகழ்வுகளை ஆராயும் பணியை அவருக்கு வழங்கியிருந்தார் ஃபிரான்ஸின் அரசர்.

அதற்குச் சில ஆண்டுகள் முன்பாக (1734ல்) இந்தியாவிலிருந்து ஃபிரான்ஸுக்கு ஓர் அறிக்கை வந்திருந்தது. அதில், 'வீராம்பட்டினம்' (*Virampattinam*) என்ற ஊரின் பெயர் குறிப்பிடப்பட்டிருந்தது.

அப்போது இந்தியாவில் சில பகுதிகள் ஃபிரான்ஸ் ஆதிக்கத்தில் இருந்தன. அவ்விதத்தில் பாண்டிச்சேரியை ஆண்டுவந்த அதிகாரிகள்தான் இந்த அறிக்கையை அனுப்பியிருந்தார்கள்.

வீராம்பட்டினத்தில் அப்படியென்ன விசேஷம்?

அங்குள்ள கிராமவாசிகள் சில பழைய செங்கற்களைத் தோண்டியெடுத்திருக்கிறார்களாம். இதைத்தான் அந்த அறிக்கை சிறப்பாகக் குறிப்பிட்டிருந்தது.

வெறும் செங்கல்தானே, அதில் என்ன சிறப்பு என்று கேட்டீர்களானால், உங்களுக்கு அகழ்வாராய்ச்சியின்

அடிப்படையே தெரியவில்லை என்று பொருள். இப்படித் தரையிலிருந்து எடுக்கப்படும் பழைய பொருட்கள் ஒவ்வொன்றும் அந்த இடத்தின் வரலாற்றைச் சொல்கின்றன, மனித இனம் கடந்துவந்த கதையைச் சொல்கின்றன.

இந்த அறிக்கை வெளியாகி 30ஆண்டுகளுக்குப்பிறகு (1765ல்) *Le Gentil* வீராம்பட்டினத்துக்குச் சென்றார். நதிக்கரையில் கிராமவாசிகள் பெரிய, பழைமையான செங்கற்களைத் தோண்டியெடுப்பதைப் பார்த்தார். அதைப்பற்றிப் பதிவுசெய்துவைத்தார்.

ஆனால் அப்போதும், வீராம்பட்டினத்தில் பெரிய ஆய்வுகள் நடத்தப்படவில்லை. அதற்கு இன்னும் பல ஆண்டுகள் காத்திருக்கவேண்டியிருந்தது.

1930களில், *Jouveau Dubreuil* என்ற ஃபிரான்ஸைச் சேர்ந்த வரலாற்று, பண்பாட்டு ஆய்வாளர் இங்கு சில அரிய பொருட்களைக் கண்டார். அக்கம்பக்கத்தில் விளையாடிக்கொண்டிருந்த சில சிறுவர்களும் இதேபோன்ற பொருட்களைச் சேகரித்து வழங்கினார்கள், பதிலுக்கு அவர் அவர்களுக்குப் பணம் வழங்கினார். ஆகவே, சிறுவர்கள் இன்னும் ஆர்வத்துடன் பொருட்களைச் சேர்க்கத்தொடங்கினார்கள்.

இந்தப் பொருட்களை ஆராய்ந்துபார்த்த *Jouveau Dubreuil*க்கு அவை ரோமுடன் தொடர்புடையவை என்று தோன்றியது. அப்போதைய பாண்டிச்சேரி ஆளுநருக்கு இதைப்பற்றி எழுதினார், 'உங்கள் ஊர்ப்பக்கத்தில் ஓர் உண்மையான ரோம நகரம் இருக்கிறது!'

அடுத்த சில ஆண்டுகளில், இந்தப் பகுதியில் ஓரிரு அகழ்வாராய்ச்சிகள் நடத்தப்பட்டன. அதில் கிடைத்த பொருட்கள் பல அருங்காட்சியகங்களுக்கு அனுப்பப்பட்டன.

இந்த நேரத்தில் இந்திய அகழ்வாராய்ச்சிக் கழகத்தின் தலைவராக இருந்தவர் *R E M Wheeler*. அவர் சென்னை அருங்காட்சியகத்தில் இந்தப் பொருட்களில் சிலவற்றைப் பார்த்தார். 'இவற்றை

மேலும் ஆராயவேண்டும்' என்று நினைத்தார்.

அதன்பிறகுதான், அப்பகுதியில் ஆராய்ச்சி முடுக்கிவிடப்பட்டது. பல கட்டங்களில் ஏராளமான அரிய வரலாற்றுப்பொருட்கள் கண்டறியப்பட்டுள்ளன. வல்லுனர்கள் இதுபற்றி விரிவான கட்டுரைகளை எழுதியுள்ளார்கள். பழங்காலத்தில் இந்தியாவுக்குப் பல நாடுகளுடன் வணிகத்தொடர்பு இருந்திருப்பதற்கான சான்றாக உள்ள இந்த இடம் இப்போது 'அரிக்கமேடு' *(Arikamedu)* என அழைக்கப்படுகிறது.

வாய்ப்பிருந்தால், பாண்டிச்சேரிக்கு மிக அருகிலுள்ள அரிக்கமேட்டைப் பார்த்துவாருங்கள். பல நூற்றாண்டுகள் பின்னோக்கிச் சென்ற உணர்வும் பெருமிதமும் ஏற்படும்!

35. காந்திவழி நின்ற பெரும் தலைவர்

அவர் ஒரு வழக்கறிஞர், மிகப்பெரிய அறிவாளி, தொழிலில் அவருக்கு நல்ல எதிர்காலம் இருந்தது, ஏராளமாகச் சம்பாதிப்பார், பெரிய அதிகாரிகளோடெல்லாம் நட்பை வளர்த்துக்கொள்வார், சமூகத்தின் உயர்மட்டத்தில் வசதியாக வாழ்வார் என்று எல்லாரும் எதிர்பார்த்தார்கள்.

ஆனால் அவருக்கோ, எளிமையான வாழ்க்கைதான் பிடித்திருந்தது, மக்களோடு கலந்து பழகுவதுதான் பிடித்திருந்தது. ஆகவே, அப்போது பெரிய இயக்கமாக வளர்ந்துகொண்டிருந்த இந்தியத் தேசியக் காங்கிரஸில் இணைந்தார், அதன் கூட்டங்களில் கலந்துகொண்டார், அதேசமயம், தன்னுடைய வழக்கறிஞர் தொழிலையும் தொடர்ந்துகொண்டிருந்தார். அவருடைய அறிவாற்றலும் சுறுசுறுப்பும் சேவை மனப்பான்மையும் பல தலைவர்களை ஈர்த்தது.

கிட்டத்தட்ட இதே நேரத்தில்தான் காந்தி இந்தியாவுக்குத் திரும்பினார். உடனடியாக அரசியலில் இறங்காமல், பொறுமையாக நாட்டைச் சுற்றிவந்தார். மக்களுடைய நலனுக்கான சில போராட்டங்களில் முழுவேகத்துடன்

பங்கேற்றார். அதையெல்லாம் அருகிலிருந்து பார்க்கிற, காந்திக்கு நேரடியாக உதவுகிற அரிய வாய்ப்பு அவருக்குக் கிடைத்தது.

காந்தியால் கவரப்பட்ட அவர், தீவிர அரசியலில் இறங்கினார். நாட்டின் விடுதலைக்காக முழுவேகத்துடன் போராடத்தொடங்கினார். அதனால் தன்னுடைய தொழில் பாதிக்கப்படும் என்றோ, பிரிட்டிஷ் ஆட்சியாளர்களைப் பகைத்துக்கொள்ளவேண்டியிருக்கும் என்றோ அவர் சிறிதும் சிந்திக்கவில்லை, காந்தி வழிதான் என் வழி என்று துணிந்து செயல்பட்டார், அனைத்துப் போராட்டங்களிலும் முன்னின்று கலந்துகொண்டார், மக்களைத் திரட்டி காந்திக்குப் பின்னால் அழைத்துச்சென்றார்.

இதனால், அவருடைய சொந்த மாநிலமான பீகாரில் ஒரு மிகப்பெரிய மக்கள் இயக்கம் திரண்டது, வன்முறையில்லாமல் விடுதலை கோரிக் குரல் கொடுத்தது, அதற்கு அவர்தான் காரணம் என்று சினம் கொண்ட வெள்ளையர் ஆட்சி, அவரைக் கைதுசெய்து சிறையில் அடைத்தது, அப்போதும் அவருடைய வேகமோ நம்பிக்கையோ குறையவில்லை. தொடர்ச்சியான சேவைகளால் நாடுமுழுவதும் அவருடைய பெயர் புகழ்பெறத்தொடங்கியது.

காந்தியின் தலைமையில் பல தலைவர்கள் இணைந்து போராடியதால், 1947ல் இந்தியா விடுதலை பெற்றது. அதன்பிறகும் அவருடைய பங்களிப்புகள் தொடர்ந்தன. நாட்டை ஆக்கபூர்வமான வழியில் அழைத்துச்செல்வதற்கான ஆலோசனைகளையும் செயல்திட்டங்களையும் தொடர்ந்து வழங்கிக்கொண்டிருந்தார் அவர்.

1950ல் இந்தியா குடியரசானது. நாட்டின் முதலாவது குடியரசுத்தலைவராக அவர் தேர்ந்தெடுக்கப்பட்டார். அப்போதும் அவருடைய எளிமையோ குணநலன்களோ மாறவில்லை. அரசுக்குச் சிறந்த துணைவராக நின்று நாட்டுப்பணியாற்றினார், அடுத்த குடியரசுத்தலைவராகவும் அவரே தேர்ந்தெடுக்கப்பட்டார். பெருமைக்குரிய இப்பொறுப்பை

இரண்டுமுறை வகித்த ஒரே தலைவர் இன்றுவரை அவர்தான்.

பன்னிரண்டாண்டுகள் குடியரசுத்தலைவராகப் பணியாற்றியபின் ஓய்வுபெற்ற அவருக்கு 1962ல் 'பாரத ரத்னா' விருது வழங்கப்பட்டது. அவ்விருதுக்கு முழுத் தகுதியான ரத்தினம்தான் அவர் என்று ஒட்டுமொத்தப் பாரதமும் பாராட்டியது.

விடுதலைப்போராட்டத்திலும் சரி, விடுதலைபெற்ற நாடாக இந்தியாவை முன்னேற்றியதிலும் சரி, மிகச்சிறந்த பங்களிப்பை வழங்கிப் புதிய இந்தியாவின் சிற்பிகளில் ஒருவராக மதிக்கப்படும் அந்தத் தலைவர், ராஜேந்திர பிரசாத்.

36. பலதுறை முன்னோடி அல்-பிருனி

சுமார் ஆயிரம் ஆண்டுகளுக்குமுன்பாக (1030ம் ஆண்டுவாக்கில்), இந்தியாவைப்பற்றிய ஆய்வு நூலொன்று எழுதப்பட்டிருக்கிறது. அதன் பெயர், *Tahqiq ma li-l-hind.*

தலைப்பைப் பார்க்கும்போது, நம் ஊர் நூலைப்போல் இல்லையே! என்று யோசிக்கிறீர்களா? உண்மைதான். இந்நூலை எழுதியவர் ஒரு வெளிநாட்டுக்காரர். இந்தியாவுக்கு வந்து சில ஆண்டுகள் தங்கியிருந்து, நம்முடைய பண்பாட்டைக் கவனித்து, ஆராய்ந்து, புரிந்துகொண்டு இதை எழுதினார் அவர். இதற்காக உள்ளூர் மொழியைக் கற்றுக்கொண்டு, உள்ளூர் வல்லுனர்களுடன் உரையாடி, தாம் திரட்டிய செய்திகளை ஒப்பிட்டுச் சிந்தித்து இந்நூலை உருவாக்கியிருக்கிறார்.

அவர் பெயர், அபு ராய்ஹன் முகம்மது இப்ன் அஹ்மத் அல்-பிருனி (*Abu Rayhan Muhammad ibn Ahmad Al-Biruni*). 973ம் ஆண்டு *Khwarezm* பகுதியிலுள்ள *Kath* என்ற ஊரில் (தற்போது உஸ்பெகிஸ்தானில் உள்ளது) பிறந்தவர். இயற்பியல், கணிதம், வானியலில் தொடங்கி வரலாறு, மொழியியல்

என்று பல துறைகளில் சிறந்துவிளங்கியவர். எந்தத் தலைப்பை எடுத்துக்கொண்டாலும் ஆழமாகவும் விரிவாகவும் ஆராய்ந்து அதை நுணுக்கமாகப் பதிவுசெய்துவைக்கக்கூடிய உழைப்பும் முனைப்பும் அறிவும் அவரிடம் இருந்தது. அதற்குத் தேவையான கருவிகள், அடிப்படைக் கோட்பாடுகள், உத்திகள் இல்லாத இடங்களில் அவரே அவற்றை உருவாக்கி அறிவை முன்னெடுத்துச்சென்றார்.

அதனால்தான், பல துறைகளுடைய வளர்ச்சிக்கு வித்திட்ட தொடக்ககால வல்லுனராக அவர் மதிக்கப்படுகிறார். சிறப்பாக, *Indology* எனப்படும் இந்தியவியல் துறையைத் தொடங்கிவைத்தவர் என்று அல்-பிருனியைப் பாராட்டுகிறார்கள்.

ஒரு தனி ஆய்வுத்துறையையே தொடங்கிவைக்கும் அளவுக்கு அல்-பிருனிக்கு இந்தியாமீது ஆர்வம் வந்தது எப்படி? அவர் இந்தியாவுக்கு வந்தது எப்படி?

அல்-பிருனியின் தொடக்ககாலக் கல்வி, ஆராய்ச்சி போன்றவை *Khwarezm* பகுதியில்தான் நடைபெற்றன. ஆனால், அரசியல் சூழ்நிலைகளால் அவர் அங்கிருந்து வெளியேறவேண்டியிருந்தது. அப்போது அவருக்கு வயது இருபத்தைந்துதான்.

பின்னர் *Tabaristan* ஆட்சியாளருடைய அவையில் முக்கிய அறிஞராகப் பணியாற்றிய அல்-பிருனி, கடந்தகால நாடுகளைப்பற்றிய ஒரு சிறந்த நூலை *(al-Athar al-baqqiya 'an al-Qorun al-Khaliyya)* எழுதினார்.

சில ஆண்டுகளுக்குப்பிறகு, அப்பகுதியில் கஜினி முகம்மது ஆட்சி அமைந்தது. அவர் பல அறிஞர்களை கஜினிக்கு (இன்றைய ஆஃப்கானிஸ்தானில் உள்ளது) அழைத்துச்சென்று ஆதரித்தார், அவர்களில் ஒருவர் அல்-பிருனி.

அதன்பிறகு, கஜினி இந்தியாவுக்குப் படையெடுத்துச்சென்றார். அப்போது, அல்-பிருனியும் அவரோடு இந்தியாவுக்கு வந்தார், சில ஆண்டுகள் இங்கு தங்கினார், அப்போதுதான் அவருக்கு இந்தியாவைப்பற்றிய ஒரு புரிந்துகொள்ளல்

கிடைக்கத்தொடங்கியது, இந்நாட்டைப்பற்றி இன்னும் நன்கு தெரிந்துகொள்ள விரும்பினார், அதற்காக உழைக்கத்தொடங்கினார். பல இடங்களுக்குச் சென்று, பல விஷயங்களை நேரில் பார்த்து, விசாரித்து, விவாதித்துப் புரிந்துகொண்டு எழுதத்தொடங்கினார்.

வரலாற்றில் அல்-பிருனி ஒரு பெரிய அதிசயம்தான். ஓர் இஸ்லாமிய அறிஞர் இந்தியாவுக்கு வந்து இந்நாட்டின் மொழியை, இந்துக்களுடைய பழக்கவழக்கங்களை ஆராய்ந்து பதிவுசெய்திருக்கிறார், சமஸ்கிருதத்திலிருந்து அரபு மொழிக்கும், அரபு மொழியிலிருந்து சமஸ்கிருதத்துக்கும் நூல்களை மொழிபெயர்த்திருக்கிறார் என்பதெல்லாம் வியப்பளிக்கும் விஷயங்கள். எல்லா அறிவும் எல்லாருக்கும் பரவவேண்டும் என்பதில் அல்-பிருனிக்கிருந்த அக்கறையைத்தான் இது காட்டுகிறது.

பல்வேறு துறைகளில் ஆய்வுகளை நிகழ்த்தி, நூல்களை எழுதிப் புகழ்பெற்ற அல்-பிருனி, 1050ம் ஆண்டுவாக்கில் கஜினியில் இறந்தார். அவருடைய விரிவான, சிறப்பான பங்களிப்புகளுக்காக நவீன அறிவியலின் முன்னோடிகளில் ஒருவராக இன்றும் மதிக்கப்படுகிறார், அவருடைய படைப்புகள், ஆராய்ச்சிகள், கண்டுபிடிப்புகள் இப்போதும் தொடர்ந்து வாசிக்கப்படுகின்றன, ஆராயப்படுகின்றன.

37. குப்தர் காலப் பள்ளிகள்

குப்தர் காலத்தில் பள்ளிகள் எப்படியிருந்தன?

அன்றைய ஆசிரியர்களை 'ஆச்சார்யர்கள்' *(Acharya)*, 'உபாத்யாயர்கள்' *(Upadhyaya)* என்று அழைத்தார்கள். நன்கு கற்றறிந்த அறிஞர்களான ஆசிரியர்களுக்கு 'பட்டர்கள்' *(Bhattas)* என்ற சிறப்புப்பெயரும் வழங்கப்பட்டது.

மாணவர்களை 'சிஷ்யர்கள்' *(Sishya)* என்றார்கள், 'பிரம்மச்சாரிகள்' *(Brahmachari)* என்கிற பெயரும் வழக்கத்தில் இருந்தது. மாணவர்களை *Sakhas, Charanas* என்ற பிரிவுகளாகப் பிரித்தார்கள்.

பள்ளிகளில் வேதங்கள், வேதாங்கங்கள், புராணங்கள், மீமாம்சங்கள், நியாயம், தர்மம் (சட்டம்) ஆகியவை கற்பிக்கப்பட்டன. சமஸ்கிருத, பிராக்கிருதக் கவிதைகள் சொல்லித் தரப்பட்டன, பாணினியுடைய *(Panini)* இலக்கணம் கற்பிக்கப்பட்டது.

ஆனால், இவற்றுக்கெல்லாம் எந்தப் பாடப்புத்தகங்களும் இல்லை, எதைக் கற்பதானாலும் ஆசிரியர் சொல்லவேண்டும், அதை மாணவர் எதிரில் அமர்ந்து கேட்கவேண்டும், சிந்தித்துப் புரிந்துகொள்ளவேண்டும்.

அன்றைய இந்தியாவில் எல்லாமே சொற்களாக(ஒலிவடிவத்தில்) தான் சொல்லித்தரப்பட்டன. எதுவும் எழுதி வைக்கப்படவில்லை. ஓர் ஆசிரியர் சொல்லித்தருவார், பல மாணவர்கள் கேட்டுக்கொள்வார்கள், பின்னர் அவர்கள் ஆசிரியர்களாகும்போது அதையே சொல்லித்தருவார்கள், அவர்களுடைய மாணவர்கள் கேட்டுக்கொள்வார்கள், இது தலைமுறை தலைமுறையாகத் தொடரும்.

அந்தக் காலகட்டத்தில் இந்தியாவுக்கு வந்த ஃபாஹியான் (Fa-Hien) அங்கு பல பகுதிகளைச் சென்றுபார்த்தார். அங்கெல்லாம் பாடங்கள் அனைத்தும் வாய்வழியாகத்தான் சொல்லித்தரப்பட்டன, நூல்களாக எழுதிவைக்கப்படவில்லை, ஆகவே, ஃபாஹியான் பிரதியெடுக்க எந்த நூலும் கிடைக்கவில்லை.

பாடலிபுத்திரத்தில்மட்டும் ஃபாஹியானுக்கு ஒரு நூல் கிடைத்தது. அங்கேயே மூன்றாண்டுகள் தங்கியிருந்து, சமஸ்கிருதம் கற்றுக்கொண்டு அந்நூலைப் பிரதியெடுத்துக்கொண்டார்.

குப்தர் காலக் கல்வெட்டுகள் சமஸ்கிருதத்தில் இருப்பதால், அன்றைய பள்ளிகளில் சமஸ்கிருதம் முதன்மைப் பயிற்றுமொழியாக இருந்திருக்கவேண்டும் என்கிறார் ஆய்வாளர் ராதாகுமுத் முகர்ஜி (Rudhakumud Mookerji). குப்த அரசர்கள் சமஸ்கிருதத்தின் வளர்ச்சிக்குத் துணைபுரிந்ததுடன், அவர்களே இந்த மொழியில் நன்கு தேர்ச்சிபெற்று விளங்கியதாகவும் இவர் குறிப்பிடுகிறார்.

எடுத்துக்காட்டாக, சமுத்திரகுப்தர் (Samudra Gupta) பல கவிதைகளை எழுதியிருக்கிறார், அவர் வேதங்கள், சாத்திரங்களையும் நன்கு கற்றறிந்தவர்.

அரசரே நல்ல அறிஞராக இருக்கும் சமூகத்தில் கல்வி வளர்ச்சிக்கு முக்கியத்துவம் தரப்படுவது இயல்புதான். நாடுமுழுவதும் பல பள்ளிகள் அமைக்கப்பட்டன, கற்றறிந்தவர்கள் அவற்றில் ஆசிரியர்களாகப் பணியாற்றினார்கள், ஏராளமான மாணவர்கள்

அவர்களிடம் கற்றுத்தேர்ந்தார்கள், கற்றோருக்கு நல்ல மதிப்பும் புகழும் வருவாயும் இருந்தது.

ஒவ்வோர் ஊரிலும் இருக்கிற பெரிய பணக்காரர்கள், அந்த ஊரில் பள்ளியை நடத்துவதற்காக நன்கொடையளிப்பார்கள். அதாவது, பெரிய அளவில் நிலத்தை எழுதிவைப்பார்கள். பள்ளியை நடத்துகிறவர்கள் அந்த நிலத்தை விளைவித்து, அதன்மூலம் கிடைக்கும் பணத்தைக்கொண்டு பள்ளியுடைய நிர்வாகச்செலவுகளைச் செய்வார்கள்.

இதனால், அன்றைய பள்ளிகளில் விவசாயத்துறைகளும் ஊழியர்களும் இருந்தார்கள். இவர்கள் நெல்வயல்களை, பழத்தோட்டங்களை, பண்ணைகளைக் கவனித்துக் கொண்டார்கள். இதைப்பற்றிக் கல்வெட்டுகளும் யுவான் சுவாங் *(Yuan Chwang)* போன்றோருடைய குறிப்புகளும் உள்ளன.

38. கல்விக்கடல் ஈஸ்வர் சந்திரர்

பேருந்துகள், அரசு அலுவலகங்களில் 'பெண்ணுக்குத் திருமண வயது 18' என்ற அறிவிப்பைக் கண்டிருப்பீர்கள். பெண்களுடைய திருமண வயதை இப்படிப் பலகையில் எழுதிப்போடவேண்டிய அவசியம் ஏன் ஏற்பட்டது என்று யோசித்ததுண்டா?

அந்த அறிவிப்புக்குப்பின்னால் ஒரு வலி மிகுந்த வரலாறு இருக்கிறது. அந்தத் துன்பத்தை நீக்குவதற்குப் பல தலைவர்கள், சிந்தனையாளர்கள், போராளிகள் கடுமையாகப் போராடவேண்டியிருந்தது.

முன்பெல்லாம் இந்தியாவில் 'குழந்தைத் திருமணங்கள்' வழக்கத்தில் இருந்தன. அதாவது, ஆணோ, பெண்ணோ, சிறுபிள்ளையாக இருக்கும்போதே திருமணம் செய்துவைத்து விடுவார்கள், திருமண வாழ்க்கை என்றால் என்ன என்றே தெரியாமல் அவர்களும் கணவன், மனைவியாகிவிடுவார்கள்.

இந்தப் பழக்கத்தால் பெண்கள்(அதாவது, சிறுமியர்)தான் அதிகம் பாதிக்கப்பட்டார்கள். அவர்களுடைய சம்மதம் இல்லாமலே அவர்களுக்குத் திருமணம் செய்துவைக்கப்பட்டது.

உடலும் மனமும் தயாராக இல்லாத சூழ்நிலையில் அவர்கள் இல்லற வாழ்க்கையை, குழந்தையைச் சுமக்கவேண்டியிருந்தது, பிரசவத்தின்போது தங்கள் உயிரைப் பணயம்வைக்கவேண்டியிருந்தது.

இன்னொருபக்கம், இந்தச் சிறுமியர்களை மணந்த சில சிறுவர்கள் காணாமல்போனார்கள், அல்லது இறந்துபோனார்கள், அதன்பிறகு அப்பெண்கள் காலம்முழுக்க விதவைகளாகத் துயரப்படவேண்டியிருந்தது.

இன்றைக்கு விதவைகளுக்கு மறுமணம் செய்துவைக்கிற பழக்கம் உள்ளது. ஆனால், அன்றைய சமூகத்தில் அதைக் கற்பனைகூடச் செய்துபார்க்க இயலாது.

பெரிய பணக்காரர்கள் முதிய வயதில் இளம் பெண்களைத் திருமணம் செய்துகொண்டார்கள்; அவர்களைக் கொடுமைப்படுத்தினார்கள்; இவர்கள் இறந்தபின்னர் அந்தப் பெண்களும் விதவைகளாகிச் சமூகத்தின் கொடுமைகளுக்கு ஆளானார்கள்.

இதுபோன்ற பல சமூகப்பிரச்னைகளுக்குத் தீர்வுதான், பெண்ணுக்குத் திருமண வயதை மருத்துவ முறைப்படி தீர்மானிப்பது, விதவைகளுக்கு மீண்டும் திருமணம் செய்துவைப்பதைச் சட்டபூர்வமாக அனுமதிப்பது, அதற்குச் சமூகத்துடைய ஒப்புதலைப் பெற்றுத்தருவது.

இதுபோன்ற சீர்திருத்தங்களுக்காகப் பாடுபட்ட தலைவர்கள் பலர். அவர்களில் முக்கியமான ஒருவர், வங்க எழுத்தாளர் ஈஸ்வர் சந்திர வித்யாசாகர்.

1820ல் பிர்சிங்கா என்ற ஊரில் ஓர் ஏழைக்குடும்பத்தில் பிறந்தவர் ஈஸ்வர் சந்திரர். அவருடைய தந்தை நன்கு கற்றறிந்தவர், ஆகவே, தன்னுடைய மகனுக்கும் கல்விச்செல்வத்தைக் கொடுக்க விரும்பினார்.

ஈஸ்வர் சந்திரரும் பல சிரமங்களுக்கு நடுவில் நன்றாகப்

படித்தார். அவருடைய அறிவுத்திறனால் 'வித்யாசாகர்' (கல்விக்கடல்) என்று பெயர்பெற்றார்.

கல்லூரிப்படிப்பை நிறைவுசெய்துவிட்டு ஆசிரியராகப் பணியாற்றத் தொடங்கிய ஈஸ்வர் சந்திரர் தன்னைச்சுற்றியுள்ள சமூகத்தை உற்றுக்கவனித்தார். அங்குள்ள பல துயரங்களைக் கண்டு வருந்தினார், குறிப்பாக, பெண்களுடைய துன்பங்களுக்கு என்ன தீர்வு என்று சிந்தித்தார், அதுபற்றிப் பரவலாக எழுதத்தொடங்கினார்.

இன்னொருபக்கம், அரசாங்கத்திடமும் இந்தப் பிரச்னையைப்பற்றி உரையாடி அழுத்தத்தை உண்டாக்கினார் அவர். சிறுமியருக்குத் திருமணம் செய்துவைப்பதைத் தடுப்பது, விதவை மறுமணத்தை ஆதரிப்பது ஆகியவற்றுக்கான சட்டங்களைக் கொண்டுவரவேண்டும் என்று வலியுறுத்தினார்.

இதனால், அவர் பல எதிர்ப்புகளைச் சந்திக்கவேண்டியிருந்தது. ஆனால், அதைப்பற்றிக் கவலைப்படாமல் அவர் தன்னுடைய பணிகளைத் தொடர்ந்தார்.

ஈஸ்வர் சந்திரர், இன்னும் பலருடைய பெருமுயற்சியினால், 1856ல் விதவைகள் மறுமணச் சட்டம் அறிமுகமானது, பின்னர் பெண்களுடைய திருமண வயதை வரையறுக்கும் சட்டமும் அமலுக்கு வந்தது.

ஆனால், இவை வெறும் காகிதச் சட்டங்களாகத்தான் இருந்தன. மக்கள் அவற்றை ஏற்றுக்கொள்ளவேண்டும் என்பதற்காகத் தொடர்ந்து போராடினார் ஈஸ்வர் சந்திரர், நாட்டில் உண்மையான மனமாற்றத்தைக் கொண்டுவந்தார். அதனால், பத்தொன்பதாம் நூற்றாண்டின் மிகப்பெரிய சீர்திருத்தவாதிகளில் ஒருவராக மதிக்கப்படுகிறார்.

39. அன்றைய தராசுகள், எடைக்கற்கள்

இன்றைக்கு நாம் பெரும்பாலான மளிகைச்சாமான்களை ஏற்கெனவே பொட்டலமாக்கப்பட்ட வடிவில் வாங்குகிறோம். அதாவது, கால்கிலோ, அரைக்கிலோ, ஒருகிலோ என்று அவற்றை முன்பே எடைபோட்டுப் பொட்டலமாக்கியிருக்கிறார்கள். நமக்கு வேண்டிய பொட்டலத்தை வாங்கிக்கொள்கிறோம்.

இதற்கு மாற்றாக, சில மளிகைக்கடைகளில் பொருட்களை எடைபோட்டுப் பொட்டலம் கட்டித் தருவார்கள். காய்கறிகள், பழங்களும் எடையளவில் வாங்கப்படுகின்றன.

இப்படிப் பலவிதமான பொருட்களை எடைபோடுவதற்குத் தற்போது எலக்ட்ரானிக் தராசுகளைப் பயன்படுத்துகிறோம். சில பத்தாண்டுகளுக்குமுன்புவரை இரும்புத் தராசுகள், எடைக்கற்கள் இதற்குப் பயன்படுத்தப்பட்டன.

இந்தத் தராசுகள், எடைக்கற்களுக்கு மிக நீண்ட வரலாறு உள்ளது. எடுத்துக்காட்டாக, ஹரப்பா நாகரிகத்தில் மக்கள் இவற்றைப் பயன்படுத்தியது கண்டறியப்பட்டுள்ளது.

அன்றைய தராசு, கிட்டத்தட்ட இன்றைய தராசுபோல்தான் இருக்கிறது. நீண்ட தடியுடைய இருபுறமும் தட்டுகள்

தொங்கவிடப்பட்டுள்ளன. இவற்றில் பொருட்களை வைத்து எடைபோட்டிருக்கிறார்கள்.

ஹரப்பாவில் கிடைத்துள்ள சில எடைக்கற்கள் கோள வடிவத்தில் உள்ளன, அவற்றின் மேல், கீழ்ப்பகுதிகள் தட்டையாக்கப்பட்டுள்ளன. உருளை வடிவத்திலும் எடைக்கற்கள் கிடைத்துள்ளன.

இங்கு கிடைத்துள்ள மற்ற பல எடைக்கற்கள் கனசெவ்வக வடிவத்தில் உள்ளன. இவை 0.85கிராம் என்ற அளவில் தொடங்குகின்றன.

0.85கிராம் என்பது, ஒரு கிராமைவிடக் குறைவு. மிக நுணுக்கமான இந்த எடைக்கல்லை அநேகமாக நகை வணிகர்கள், மற்ற விலைமதிப்புமிக்க, அபூர்வமான பொருட்களை விற்போர் பயன்படுத்தியிருக்கக்கூடும்.

இந்தச் சிறு எடைக்கல்லில் தொடங்கி மற்ற எடைக்கற்கள் இரு மடங்காக அதிகரித்துச்சென்றன. மிகப்பெரிய எடைக்கற்களைத் தூக்குவதற்கு வசதியாகக் கைப்பிடிகள் பொருத்தப்பட்டிருந்தன.

இப்படிப் பலவிதமான எடைக்கற்கள் புழக்கத்தில் இருந்ததால், அன்றைய வணிகர்கள் எந்தப் பொருளை எடைபோடுகிறார்களோ அதற்கேற்பப் பல எடைக்கற்களைச் சேர்த்துப் பயன்படுத்தினார்கள். இதன்மூலம் பொருட்களைத் துல்லியமாக எடைபோட இயன்றது.

எதற்கெல்லாம் தராசுகள், எடைக்கற்கள் பயன்படுத்தப்பட்டன?

அன்றைய வணிகர்கள் தங்களுடைய பொருட்களுக்கு எங்கு நல்ல வரவேற்பு இருக்கும் என்பதைத் தொடர்ந்து கவனித்துவந்தார்கள், அங்கெல்லாம் தங்களுடைய பொருட்களை எடுத்துச்சென்றார்கள், அப்போது சரியான அளவில் பொருட்களை நிறுத்து விற்பனைசெய்வதற்குத் தராசுகளும் எடைக்கற்களும் தேவைப்பட்டன. ஆகவே, விற்பனைப்பொருட்களோடு இவற்றையும் எடுத்துச்சென்றார்கள்.

அதேபோல், விற்பனைப்பொருட்களுக்கு வரி நிர்ணயிப்பதற்கும் அவற்றை எடைபோடவேண்டியிருந்தது. இதற்கும் தராசுகள், எடைக்கற்கள் பயன்பட்டுள்ளன.

ஆக, தராசுகள், எடைக்கற்கள் அன்றைக்குப் பரவலாகப் பயன்படுத்தப்பட்டன, வணிகத்தில், பொருளாதாரத்தில் ஒரு முக்கியப் பங்கை ஆற்றின.

அதேசமயம், இவற்றை எல்லாரும் தயாரிக்கத்தொடங்கினால் சில ஏமாற்றுவேலைகளும் நடக்கக்கூடுமல்லவா? அவற்றைச் சமாளிப்பதற்காக, அன்றைய தராசுகள், எடைக்கற்கள், அளவிடலைக் கட்டுப்படுத்தும் ஒரு மைய அமைப்பும் ஹரப்பா நாகரிகத்தில் இருந்திருக்கவேண்டும் என்கிறது தில்லி தேசிய அருங்காட்சியகத்தின் குறிப்பொன்று.

40. கல்லில் கலைவண்ணம் கண்டவர்

அவர் பெயர் நேக் சந்த். சண்டிகரில் போக்குவரத்துத்துறையில் பணியாற்றிக்கொண்டிருந்தார்.

இந்தியச் சுதந்திரத்துக்குப்பிறகு உருவான நகரம் சண்டிகர். ஆகவே, எங்குபார்த்தாலும் பழைய வீடுகள், கட்டுமானங்கள் இடித்துத்தள்ளப்பட்டுக்கொண்டிருந்தன, அந்த இடங்களில் புதிய, அழகான கட்டடங்கள் எழுந்தன. இதையெல்லாம் பார்க்கப்பார்க்க, நேக் சந்துக்குள் சில அழகிய மாற்றங்கள் நிகழ்ந்தன.

நேக் சந்த் எளிய அலுவலர்தான். ஆனால், அவருக்குள் ஒரு கலைஞர் இருந்திருக்கிறார், அவர் இந்தக் கணத்தில் வெளிப்பட்டார்.

அன்றைய சண்டிகரில் *(1958)* சில குறிப்பிட்ட இடங்கள் வன மேம்பாட்டுப் பகுதிகளாக அறிவிக்கப்பட்டிருந்தன. அங்கு எந்தவிதமான கட்டுமானமும் நடைபெறக்கூடாது என்று தடைசெய்யப்பட்டிருந்தது. அப்படியோர் இடத்தைத் தேர்ந்தெடுத்தார் நேக் சந்த், அதைச் சுத்தப்படுத்தி ஒரு சிறிய பூங்கா அமைத்தார்.

வழக்கமாகப் பூங்காவில் மலர்ச்செடிகளை நடுவார்கள், ஆனால், நேக் சந்த் கற்களை நட்டார்.

சண்டிகர் சுற்றுப்புறங்களில் நேக் சந்த் கவனமாகத் திரட்டிய கற்கள் அவை. ஒவ்வொன்றும் வெவ்வேறு வடிவங்களில் அமைந்திருந்தன; ஒன்றுபோல் இன்னொன்று இல்லை; அந்தக் கற்களைக் கூர்ந்து கவனித்தபோது, அவை ஒரு கதை சொல்வது நேக் சந்துக்குப் புரிந்தது. அந்தக் கதையின் அடிப்படையில் தன்னுடைய சிறு பூங்காவை ஒரு சிறிய கிராமத்தைப்போல் வடிவமைத்தார்.

அடுத்து, இடித்துத்தள்ளப்பட்டிருந்த கட்டுமானங்களிலிருந்து கிடைத்த பொருட்கள், பீங்கான் தட்டுகள், கோப்பைகள், மின்சாரக் கருவிகள், பானைகள், துணிகள், இன்னும் பலவற்றைத் திரட்டத்தொடங்கினார் நேக் சந்த். அவற்றை ஒருங்கிணைத்து அழகிய பொம்மைகளை உருவாக்கித் தன்னுடைய பூங்காக் கிராமத்தில் வைத்தார்.

நேக் சந்துடைய பூங்கா படிப்படியாக விரிவடைந்தது; மேலும் பல அம்சங்கள் சேர்க்கப்பட்டன.

ஆனால், இவை அனைத்தும் முற்றிலும் ரகசியமாக நடந்தன. யாருக்கும் தெரியாமல் இரவு நேரத்திலும் சனி, ஞாயிறுகளிலும்தான் அவர் தன்னுடைய பூங்காவை உருவாக்கினார். கட்டுமானத்துறையிலோ சிற்பக்கலையிலோ எந்தப் பயிற்சியும் இல்லாத அவர் வெறும் கற்கள், உடைசல்களைக் கொண்டு, அதாவது, பெரும்பாலானோர் குப்பை என்று வீசி எறிகிற பொருட்களைக் கொண்டு இந்த மறுசுழற்சிப் பூங்காவை அமைத்தார்.

சில ஆண்டுகளுக்குப்பிறகு, நேக் சந்துடைய ரகசியம் வெளிப்பட்டுவிட்டது. அரசாங்கத்தார் சினம் கொண்டார்கள். ‘சட்டவிரோதமான இடத்தில் நீங்கள் அமைத்திருக்கிற பூங்காவை இடித்துத்தள்ளப்போகிறோம்’ என்றார்கள்.

கலைக்கண்ணோட்டத்தில் பார்க்கும்போது, நேக் சந்த் செய்தது

சரிதான். ஆனால், சட்டக்கண்ணோட்டத்தில் பார்க்கும்போது அரசாங்கம் அதை இடித்துத்தள்ள நினைப்பதும் சரிதான்.

நல்லவேளையாக, சண்டிகர் மக்கள் இந்தப் பூங்காவைப் பார்த்து அதன் கலை முக்கியத்துவத்தைப் புரிந்துகொண்டார்கள். இதை இடிக்கக்கூடாது என்று போராட்டங்கள் தொடங்கின. அரசாங்கமும் ஆழ்ந்த சிந்தனைக்குப்பிறகு அதை ஏற்றுக்கொண்டது.

இதனால், நேக் சந்த் ரகசியமாக உருவாக்கிய பூங்கா பொதுமக்களுடைய பார்வைக்குத் திறந்துவிடப்பட்டது. அதை மேம்படுத்துகிற பொறுப்பையும் அவரிடமே ஒப்படைத்தார்கள், இதுவரை அவர் தனியாகச் செய்துவந்த விஷயங்களை இன்னும் பலமடங்கு சிறப்பாகச் செய்வதற்கு வேண்டிய பணியாளர்களும் அவருக்குத் தரப்பட்டார்கள். முன்பைவிட அதிக ஊக்கத்துடன் தன்னுடைய கனவுப் பூங்காவை விரிவாக்கினார் நேக் சந்த்.

கொஞ்சம்கொஞ்சமாக நேக் சந்துடைய புகழ் உலகெங்கும் பரவியது. தன்னைத்தானே ஒரு கலைஞராக ஆக்கிக்கொண்ட இந்த அலுவலர் ஒரு மிகச்சிறந்த கலைப்படைப்பை உருவாக்கியிருக்கிறார் என்று பாராட்டிய பல அமைப்புகள் அவருக்கு விருதுகளை வழங்கித் தங்களைப் பெருமைப்படுத்திக் கொண்டன. இந்திய அரசும் 1984ல் அவருக்குப் 'பத்மஸ்ரீ' விருது வழங்கியது.

இன்று, சண்டிகர் வருகிற யாரும் 'நேக் சந்த் ராக் கார்டனை'ப் பார்க்காமல் திரும்புவது கிடையாது. அங்குள்ள ஒவ்வொரு சிற்பமும், சுவரும், பாறையும், செயற்கை அருவிகளும், மேடைகளும், கட்டுமானங்களும் ஒரு சிறந்த மனிதருடைய கனவின் ஆற்றலைக் காட்டுகின்றன. மனமிருந்தால் யாராலும் உலகின் அழகைச் சிறிதளவேனும் அதிகரிக்கச்செய்யமுடியும் என்று உரக்கச் சொல்கின்றன.

ராக் கார்டனுக்கு வருகிறவர்கள் மிகவும் மகிழ்வோடு கொண்டாடுகிற ஒரு விஷயம், அங்குள்ள பிரம்மாண்டமான

ஊஞ்சல்கள். ஒன்று, இரண்டு என்று கணக்கெல்லாம் பார்க்காமல் ஏராளமான ஊஞ்சல்களை வரிசையாகப் பொருத்தியிருக்கிறார்கள். குழந்தைகளும் பெரியவர்களும் அவற்றில் அமர்ந்து மகிழ்ச்சியாக ஆடுகிறார்கள்.

அதேசமயம், ராக் கார்டனுக்குச் சற்று வருத்தமான ஒரு பின்னணியும் உண்டு. இந்தியாவின் மிகச்சிறந்த கலைஞர்களில் ஒருவரான நேக் சந்த் பிறந்த கிராமம், இப்போது பாகிஸ்தானில் இருக்கிறது.

இந்தியாவுக்குச் சுதந்திரம் கிடைத்தபோது நேக் சந்துக்கு வயது இருபத்து மூன்று. அவர் பிறந்து, வளர்ந்த கிராமம் பாகிஸ்தான் என்கிற புதிய நாட்டுக்குள் சென்றுவிட்டதால், நேக் சந்த் குடும்பத்தினர் அங்கிருந்து வெளியேறத் தீர்மானித்தார்கள்.

நேக் சந்த் தன்னுடைய கிராமத்தை ஆழமாக நேசித்திருக்க வேண்டும்; அரசியல் காரணங்களால் அவர் அதைப் பிரிய வேண்டியிருந்தபோதும், தாம் உருவாக்கிய பொம்மைகளின்மூலம் அவர் அந்த உலகை மீண்டும் கொண்டுவந்தார், பலரும் ரசிக்கும்படி செய்தார், அதன்மூலம் தமது குழந்தைப்பருவத்தை அவர் மறுபடி வாழ்ந்துபார்த்திருக்கக் கூடும்.

சண்டிகர் என்ற புதிய நகரத்தைப்பற்றி அன்றைய பிரதமர் ஜவகர்லால் நேரு இவ்வாறு குறிப்பிட்டார்: 'இந்த நகரம் எதிர்காலத்தின்மீது இந்தியா வைத்திருக்கும் நம்பிக்கையைச் சுட்டிக்காட்டுவதாக அமையட்டும்.'

நேருவுடைய கனவை உண்மையாக்கும் நோக்கத்துடன் சண்டிகரில் எங்கும் நவீனக் கட்டடங்கள் உருவாகின; அதே நேரத்தில், அதே சண்டிகரின் இன்னொரு மூலையில் தன்னுடைய பழைய கிராமத்தை பொம்மைகளாக உருவாக்கினார் நேக் சந்த். வளைந்து நெளிந்து செல்லும் பாதைகளினூடாக அவர் உருவாக்கிய இந்தக் கற்பனை உலகத்தைப் பார்க்கிறவர்களெல்லாம் அவருடைய கிராமத்துக்குச் சென்றுவிடுகிறார்கள், அங்குள்ள மரங்களில் ஊஞ்சல் கட்டி ஆடுகிறார்கள்.

41. நாய்களும் மனிதனும்

நாய்களை 'மனிதனுடைய சிறந்த நண்பர்கள்' என்று சொல்வார்கள். அதற்குச் சான்றாக, உலகம்முழுக்க வீடுகளில் நாய்களை வளர்க்கும் பழக்கம் இருக்கிறது; நாய்வளர்ப்புக்காக ஏராளமாகச் செலவழிக்கிறவர்கள் உள்ளார்கள்.

இதுவொன்றும் மனிதனுடைய புதிய பழக்கம் இல்லை. பழங்காலத்திலேயே மனிதன் நாய்களுடன் வாழ்ந்திருக்கிறான் என்பதற்கான வரலாற்றுச் சான்றுகள் இருக்கின்றன.

மனிதன் ஏன் நாய்களை வளர்க்கவேண்டும்?

இன்றைக்கு நாய்களை வளர்க்கிற பெரும்பாலானோர் தூய்மையான அன்பினால்தான் அவற்றை வளர்க்கிறார்கள்; பதிலுக்கு அவையும் மனிதர்கள்மீது அன்பைப் பொழிகின்றன.

அதேசமயம், நாய்களால் மனிதர்களுக்கு வேறு நேரடிப் பலன்களும் உள்ளன. எடுத்துக்காட்டாக, நாய்கள் வீட்டைப் பாதுகாக்கின்றன, திருடர்கள் வந்தால் குரைத்து எச்சரிக்கின்றன, அவர்களைத் தாக்குகின்றன, கண்பார்வை இல்லாதவர்களுக்கு நாய்கள் வழிகாட்டுகின்றன.

பழங்கால மனிதர்களும் அன்புகாரணமாக நாய்களை வளர்த்திருக்கலாம்; அதேசமயம், அவர்களுக்கு நாய்களால் வேறு பல சிறந்த பலன்களும் இருந்தன என்கிறார்கள் வரலாற்றாளர்கள்.

எடுத்துக்காட்டாக, நாய்களுக்கு மோப்ப ஆற்றல் அதிகம். ஆகவே, அன்றைய மனிதர்கள் வேட்டையாடச்செல்லும்போது, அவர்கள் வேட்டையாடுவதற்கேற்ற விலங்குகள் ஒளிந்திருக்கின்ற இடங்களை நாய்கள் மோப்பம் பிடித்துக் கண்டறிந்தன.

அதேபோல், குகைகளில் தங்கியிருக்கிற மனிதனை மற்ற விலங்குகள் தாக்குகின்ற வாய்ப்பு உள்ளது. அதுபோன்ற நேரங்களில் அந்த விலங்குகளின் வருகையை முன்கூட்டியே அறிந்து எச்சரிக்கிற பணியை நாய்கள் செய்தன.

மூன்றாவதாக, அன்றைய நாய்கள் மிகப் பெரியவையாக இருந்தன, அவற்றால் மிகுந்த எடையுள்ள பொருட்களைத் தூக்கிச்செல்ல இயன்றது. ஆகவே, வேட்டையாடச்செல்லும் மனிதன் தன்னுடைய ஆயுதங்களைக் கொண்டுசெல்லவும், வேட்டையாடிய பெரிய விலங்குகளைத் திரும்பக் கொண்டுவரவும் நாய்களைப் பயன்படுத்தினான்.

இப்படிப் பலவிதங்களில் நாய்கள் மனிதனுக்குப் பயன்பட்டதால், இயல்பாகவே அவனுக்கு நாய்களின்மீது ஓர் அன்பு பிறந்திருக்கவேண்டும். நாய்களும் அவனுக்கு எளிதில் கட்டுப்பட்டன, அவற்றுக்குப் பயிற்சியளிப்பது எளிதாக இருந்தது, நாய்கள் மனிதனுடைய கட்டளையைப் பின்பற்றப் பழகிக்கொண்டன, பதிலுக்கு அவனிடமிருந்து உணவைப் பெற்றுக்கொண்டன, குகை மனிதன் வீடுகளில் வசிக்கத் தொடங்கியபோது, நாய்களும் மனிதனைச் சார்ந்து வாழும் நன்றியுள்ள வீட்டு விலங்குகளாகிவிட்டன.

நாய்களுடைய இயல்பான மோப்ப ஆற்றலை மனிதன் நன்கு பயன்படுத்திக்கொண்டான். இன்றைக்கும், குற்றச்செயல்கள்

நடந்த இடங்களை மோப்பம்பிடிப்பது, வெடிகுண்டுகளைக் கண்டறிவது போன்ற பல பணிகளை நாய்கள் செய்கின்றன.

அந்தக் காலத்தில் பெரிய பணக்காரர்கள், அரசர்கள் போன்றோர் நாய்களை விரும்பி வளர்த்திருக்கிறார்கள். எடுத்துக்காட்டாக, ஜூனாகத் (தற்போது குஜராத்தில் உள்ளது) சமஸ்தானத்தை ஆண்ட நவாப் முகம்மது மகாபெத் கான் ரசூல் கான் 150 நாய்களை வளர்த்தாராம்!

42. நவாப் வீட்டுத் திருமணம்!

ஜூனாகத் நவாபுடைய செல்லப்பிள்ளை ரோஷனாராவுக்குத் திருமணம் நிச்சயமானது. மாப்பிள்ளையும் இன்னொரு நவாப் வீட்டைச் சேர்ந்தவர்தான்.

இதனால், திருமண ஏற்பாடுகள் பிரம்மாண்டமாகச் செய்யப்பட்டன. இந்தத் திருமணத்தில் கலந்துகொள்ளுமாறு வைஸ்ராய் இர்வினுக்கு அழைப்பிதழ் அனுப்பப்பட்டது.

ஆனால், வைஸ்ராய் அந்த அழைப்பிதழை ஏற்றுக்கொள்ள வில்லை; தன்னால் இந்தத் திருமணத்தில் கலந்துகொள்ள இயலாது என்று உறுதியாகச் சொல்லிவிட்டார்.

வைஸ்ராய் என்பவர் இந்தியாவின் ஆட்சித்தலைவர்; அவருக்கு எத்தனையோ முக்கியமான வேலைகள் இருக்கும்; ஆனால், இரண்டு நவாப்களுடைய பிள்ளைகளுக்குத் திருமணம் என்னும்போது, அதில் அவர் கலந்துகொண்டு சிறப்பிக்கலாமே; ஏன் இந்தப் பிடிவாதம்?

நீங்கள் நினைப்பதுபோல் ரோஷனாரா நவாபுடைய மகள் இல்லை; அவர் வளர்க்கும் செல்ல நாய்!

தன்னுடைய நாய்களை மிகவும் நேசித்த ஜுனாகத் நவாப், ரோஷனாராவுக்காக அரச குடும்பத்தில் மாப்பிள்ளை பார்த்திருந்தார். மாங்க்ரோல் நவாபுடைய நாயாகிய பாபிக்கும் ரோஷனாராவுக்கும் திருமணம் நடைபெறவிருந்தது.

வைஸ்ராய் வராவிட்டால் என்ன? திருமண ஏற்பாடுகள் மிகச்சிறப்பாகத் தொடர்ந்தன.

மணமகன் ரயிலில் ஜுனாகத் வந்து இறங்கினார்; அவரை அழைத்துவருவதற்காக நவாபே நேரில் சென்றிருந்தார். அவருடன் கம்பீரமாக அலங்கரிக்கப்பட்ட 250 நாய்களும் வந்திருந்தன. அவை அனைத்தும் யானைகள்மீது அமர்ந்திருந்தன.

இன்னொருபக்கம், மணமகளைப் பல்லக்கில் மண்டபத்துக்கு அழைத்துவந்தார்கள். பல அரசர்கள், பெரிய குடும்பத்தினர் மத்தியில் கோலாகலமாக ரோஷனாராவுக்கும் பாபிக்கும் திருமணம் நடைபெற்றது. பிரமாதமான விருந்து பரிமாறப்பட்டது.

மூன்று நாட்கள் நடைபெற்ற இந்தத் திருமணத்துக்கான மொத்தச் செலவு, 22,000 பவுண்ட்கள். இந்தக் காலத்திலேயே இதன் மதிப்பு கிட்டத்தட்ட இருபது லட்ச ரூபாய். அப்படியானால், அன்றைக்கு எவ்வளவு செலவாகியிருக்கும் என்று யோசித்துக்கொள்ளுங்கள்.

அன்றைய ஜுனாகத் நவாப் முகம்மது மகாபெத் கான் ரசூல் கானுக்கு நாய்கள் என்றால் அவ்வளவு விருப்பம். அவற்றை விதவிதமான ஆடைகளில் அலங்கரிப்பார்; ரிக்ஷா வண்டிகளில் ஏற்றிவைத்து ஊர்முழுக்கச் சுற்றிவரச்செய்வார்; அவருடைய மாளிகையில் ஒவ்வொரு நாய்க்கும் தனித்தனி அறைகள் உண்டு; அவற்றின் தேவைகளைக் கவனிப்பதற்காகத் தனி வேலையாட்கள் உண்டு; அட, ஒரு தொலைபேசிகூட உண்டு.

நாய்க்கு எதற்குத் தொலைபேசி என்றெல்லாம் கேட்கக்கூடாது. நவாப் நினைத்தால் நடக்கவேண்டும், அவ்வளவுதான்!

1947ல் இந்தியாவுக்குச் சுதந்திரம் கிடைத்து பாகிஸ்தான்

என்ற தனி நாடு உருவானபோது, இந்த நவாப் தன்னுடைய சமஸ்தானத்தை பாகிஸ்தானுடன் இணைக்க விரும்பினார். ஆனால், அங்கிருந்த மக்கள் அதை விரும்பவில்லை. பின்னர் நடைபெற்ற வாக்கெடுப்பில் 90சதவிகிதத்துக்குமேல் இந்தியாவில் இணைய விரும்பி வாக்களித்திருந்தார்கள்.

இதனால், நவாபுடைய நிலை கேள்விக்குறியானது, அவர் பாகிஸ்தானுக்குத் தப்பி ஓடிவிட்டார்.

அவருடைய நாய்கள் என்னவாகின என்று கேட்கிறீர்களா? இந்த அளவு நாய்களை நேசித்தவர் அவற்றைச் சும்மா விடுவாரா? நவாபுடன் அந்த நாய்களும் ஜம்மென்று பாகிஸ்தானுக்குச் சென்றுவிட்டன!

தன்னுடைய நாய்ப்பிரியத்துக்காக உலகப் புகழ் பெற்றுவிட்ட இந்த நவாபுக்கு ஒரு கம்பீரமான முகமும் உண்டு. இந்தியாவில் சிங்கங்களுடைய எண்ணிக்கை மிகவேகமாகக் குறைந்துவந்த நேரத்தில், அவற்றில் எஞ்சியிருந்த சில சிங்கங்கள் இவருடைய ஆட்சிக்குள்ளிருந்த கிர் காடுகளில் இருந்தன. அவற்றைப் பாதுகாப்பதற்கான பல ஏற்பாடுகளைச் செய்தார் இவர். இன்றைக்குக் கிர் தேசியப் பூங்காவில் ஐந்நூறுக்கும் மேற்பட்ட சிங்கங்கள் உள்ளன.

43. மௌலானா அபுல் கலாம் ஆசாத்

அந்த இளைஞரைக் கூர்ந்து கவனித்தார் நாதிர்கான். அவருடைய முகத்தில் ஒரு நம்பிக்கையின்மை தெரிந்தது.

'ஒவ்வொரு கவிதைப்போட்டிக்கும் இந்தப் பையன் வந்துவிடுகிறான். எந்தச் சொல் கொடுத்தாலும் கடகடவென்று கவிதை எழுதுகிறான். கவிதைகளெல்லாம் மிகவும் தரமாக, அழகாக இருக்கின்றன' என்று யோசித்தார் அவர். 'ஆனால், இந்த வயதில் இப்படிச் சிறப்பான கவிதைகளை எழுதமுடியுமா என்ன? அநேகமாக இவனுக்கு வேறு யாரோ கவிதைகளை எழுதித்தருகிறார்கள் என்று நினைக்கிறேன். அவர்கள் எழுதித்தரும் கவிதைகளைத் தன்னுடைய கவிதைகள்போல் நம்மிடம் வாசித்துக்காட்டிப் பெயரும் புகழும் பெற்றுக்கொண்டுவிடுகிறான்.'

நாதிர்கான் அவ்வாறு நினைத்ததில் எந்த வியப்பும் இல்லை. ஏனெனில், அந்த இளைஞர் தன்னுடைய வயதுக்குத் தொடர்பில்லாத திறமையோடு இருந்தார்; அவருடைய கவிதைகளை எவர் வாசித்தாலும் சரி, யாரோ வயது முதிர்ந்த, நல்ல உலக அனுபவம் கொண்ட ஒருவர்தான் அவற்றை எழுதியிருக்கவேண்டும் என்றுதான் நினைப்பார்கள்.

மறுநாள், அந்த இளைஞர் ஒரு புத்தகக்கடையில் புத்தகங்களைப் பார்வையிட்டுக்கொண்டிருந்தார். அந்த நேரத்தில் நாதிர்கானும் எதேச்சையாக அங்கு வந்தார்.

அந்த இளைஞரைப் பார்த்தவுடன், நாதிர்கானுக்குச் சினம் வந்துவிட்டது. நேராக அவரிடம் சென்று, 'தம்பி, நீ என்னென்னவோ கவிதைகளை எழுதுகிறாய், படிக்கிறாய், ஆனால், அவையெல்லாம் உன்னுடைய கவிதைகள் என்று என்னால் நம்பமுடியவில்லை' என்றார்.

'உண்மையிலேயே இந்தக் கவிதைகளையெல்லாம் நீதான் எழுதுகிறாயா என்று நான் தெரிந்துகொள்ளவேண்டும்' என்றார் நாதிர்கான். 'இப்போது நான் உனக்குச் சில சொற்களைச் சொல்கிறேன். அவற்றை வைத்துக் கவிதை எழுது, பார்க்கலாம்!'

நாதிர்கான் இப்படிச் சொன்னதும், அந்த இளைஞருக்குச் சினம் வந்துவிட்டது. அதேசமயம், தன்னுடைய திறமையை நிரூபிக்கவேண்டும் என்ற துடிப்பும் அவருக்கிருந்தது. நாதிர்கான் தந்த சொற்களை வைத்துக் கடகடவென்று கவிதைகளைச் சொல்ல ஆரம்பித்தார்.

அந்தக் கவிதைகளைக் கேட்கக் கேட்க, நாதிர்கானுடைய மகிழ்ச்சி அளவற்றுப் பெருகியது, 'ஷுபான் அல்லா, ஷுபான் அல்லா' என்று அந்த இடத்திலேயே மகிழ்ச்சியாகக் கத்தினார். 'நீ மிகச்சிறந்த கவிஞன்' என்று அந்த இளைஞரைப் பாராட்டினார்.

உலகப் புகழ்பெற்ற கவிஞராகிய காலிபுடைய சீடர் நாதிர்கான். அவரிடம் மனம் திறந்த பாராட்டைப் பெற்ற அந்த இளைஞர், 'ஆசாத்' என்ற பெயரில் எழுதிக்கொண்டிருந்த அபுல் கலாம்.

இன்றைக்கு, 'அபுல் கலாம்' என்ற அவருடைய இயற்பெயரைவிட, 'ஆசாத்' என்ற புனைபெயர்தான் அதிகப்பேருக்குத் தெரியும். இளம் வயதிலேயே 'மௌலானா' (தலைவர்) என்று அழைக்கப்பட்ட பெருமையும் அவருக்குண்டு. இப்பெயர்களை ஒன்றாகச் சேர்த்து 'மௌலானா அபுல் கலாம் ஆசாத்' என்று சொல்லும்போதே அதில் ஒரு கம்பீரம் தெறிக்கும்.

இந்தக் கம்பீரம் முழுவதும், தன்னுடைய எழுத்துத்திறமைக்காக, பேச்சுவன்மைக்காக, கொள்கை உறுதிக்காக, நாட்டுக்காக எவ்விதத் தியாகத்துக்கும் தயாராக இருந்ததற்காக, எத்தனையோ எதிர்ப்புகளுக்கு மத்தியில் இந்து-முஸ்லீம் ஒற்றுமையைத் தொடர்ச்சியாக வலியுறுத்தியதற்காகக் கிடைத்த பரிசுகள். இந்திய விடுதலைப் போராட்டத்துக்காகவும் பின்னர் சுதந்திர இந்தியாவுக்காகவும் அவர் ஆற்றிய தொண்டுகள் பெருமதிப்பிற்குரியவை.

ஆசாதுடைய தந்தை முகம்மது கைருத்தீன் மிகப்பெரிய சிந்தனையாளர், பேரறிஞர். அரபு, பெர்சிய மொழிகளில் சிறந்துவிளங்கியவர். அவருக்கு நாடுமுழுவதும் சீடர்கள் இருந்தார்கள்.

1857ல், இந்தியாவில் முதல் விடுதலைப்போர் தொடங்கியது. முகம்மது கைருத்தீன் வாழ்ந்த தில்லிப் பகுதியில் பெரும் அரசியல் குழப்பங்கள் ஏற்பட்டன, மக்கள் மிகுந்த இன்னல்களைச் சந்தித்தார்கள். ஆகவே, தில்லியிலிருந்து வெளியேறுவதாகத் தீர்மானித்தார் அவர்.

கற்றவர்களுக்குச் சென்றவிடமெல்லாம் சிறப்புதானே? முகம்மது கைருத்தீனை அறிவுலகம் கைநீட்டி வரவேற்றது; அவர் மெக்காவில் குடியேறினார்; அங்கிருந்தபடி தன்னுடைய பணிகளைத் தொடர்ந்தார்; ஓர் அரபுப் பெண்ணைத் திருமணமும் செய்துகொண்டார்.

1888 நவம்பர் 11ம்நாள், முகம்மது கைருத்தீனுக்கும் அவருடைய மனைவி ஷீகா அலியா பின்ட் முகம்மதுவுக்கும் மகனாகப் பிறந்தார் ஆசாத். மெக்காவில் ஓர் இந்தியருக்கும் அரேபியருக்கும் பிறந்த இவர் இந்தியாவுக்குத் திரும்பியதும், ஓர் உண்மையான இந்தியக் குடிமகனாக நாட்டின் விடுதலைக்குப் பாடுபட்டதும் வரலாற்றின் சுவையான பக்கங்கள்.

முகம்மது கைருத்தீன் இந்தியாவிலிருந்து வெளியேறியபிறகும், அவருடைய சீடர்கள் அவரை விட்டுவிடவில்லை. அடிக்கடி

அவரைச் சந்தித்து, 'நீங்கள் இந்தியாவுக்கு வரவேண்டும்; அங்குள்ளவர்களுக்கு உங்களுடைய சேவை தேவை' என்று கோரிக்கை விடுத்தபடியிருந்தார்கள்.

இதனால், ஆசாத் பிறப்பதற்குமுன்பிருந்தே முகம்மது கைருத்தீன் பலமுறை இந்தியாவுக்கு வந்துபோய்க்கொண்டிருந்தார். அதன்பிறகு, 1898ல் அவர் இந்தியாவிலேயே நிரந்தரமாகக் குடியேறிவிட்டார்.

முகம்மது கைருத்தீன் கல்கத்தாவில் குடியேறியபோது, ஆசாதுக்கு வயது பத்து. தந்தைவழியிலும் தாய்வழியிலும் பல அறிஞர்களைக்கொண்ட குடும்பத்தில் பிறந்த அவர், மிகச்சிறந்த மாணவராக இருந்தார்.

இத்தனைக்கும், அவர் பள்ளிக்கெல்லாம் செல்லவில்லை. அவருடைய தந்தையும் பிற அறிஞர்களும்தான் அவருக்குக் கற்பித்தார்கள். அவரும் விரைவாகவும் ஆழமாகவும் கற்றுக்கொண்டார்.

எடுத்துக்காட்டாக, *Darse Nizami* என்பது, அரபு, பெர்சிய மொழிகளில் தத்துவம், தர்க்கம், கணிதம், புவியியல், வரலாறு ஆகியவற்றைக் கொண்ட ஒரு முழுமையான பயிற்சி. ஒரு மிக நல்ல மாணவன் அதைப் பத்தாண்டுகளில் கற்றுக்கொள்ளலாம், சராசரி மாணவனுக்குப் பதினான்கு ஆண்டுகளாகும். ஆனால், இளம் அபுல் கலாம் வெறும் நான்கே ஆண்டுகளில் அந்தப் பயிற்சியை நிறைவுசெய்துவிட்டதாக எழுதுகிறார் மகாதேவ் தேசாய்.

இந்த வேகம், அவருடைய ஒவ்வொரு செயலிலும் தெரிந்தது. பதினான்கு வயதில் பிறருக்குக் கற்றுத்தரும் ஆசிரியராகிவிட்டார்; அதே வயதில் கட்டுரைகளை எழுதத்தொடங்கிவிட்டார்; மேடைகளில் பேசத்தொடங்கிவிட்டார்.

'ஆசாத்' என்ற சொல்லுக்கே விடுதலை என்பதுதான் பொருள். ஆனால், அவர் இந்திய விடுதலைப் போராட்டத்தில் ஈடுபடுவதற்குமுன்பே அறிவுவட்டங்களில் இப்படி

மிகுந்த புகழ்பெற்றவர், இஸ்லாமியச் சமுதாயத்தின் விழிப்புணர்ச்சிக்காகப் பாடுபட்டவர்.

1912ம் ஆண்டு, 'அல் ஹிலால்' (பிறைநிலவு) என்ற பெயரில் ஓர் இதழைத் தொடங்கினார் ஆசாத். அதில் பிரிட்டிஷ் ஆட்சியை எதிர்த்துத் தன்னுடைய வெளிப்படையான கருத்துகளை எழுதியதால், அவர் பல தடைகளைச் சந்திக்கவேண்டியிருந்தது.

அதேநேரம், அவருடைய புகழ் நாடெங்கும் பரவிக்கொண்டிருந்தது. 'அல் ஹிலால்' இதழைப் பலதரப்பட்ட மக்கள் ஆர்வத்துடன் வாசித்தார்கள். ஒரு பரவலான சிந்தனைத் தாக்கத்தை உருவாக்கத்தொடங்கியிருந்தார் ஆசாத்.

காந்தியடிகள் தென்னாப்பிரிக்காவிலிருந்து இந்தியாவுக்குத் திரும்பி விடுதலைப் போராட்டத்தை வழிநடத்தத் தொடங்கியபோது, இந்து, இஸ்லாம் ஒற்றுமையை ஒரு முக்கியத் தேவையாகக் கருதினார். அப்போது அவருக்கு முழு ஒத்துழைப்பு தந்தவர் ஆசாத். காந்தியுடைய சிந்தனைகளை, விடுதலைப் போராட்டத்தின் பண்புகளைப் பெரும்பான்மை இஸ்லாமியர்களிடம் கொண்டுசேர்த்த பெருமை அவருக்கு உண்டு.

அதேசமயம், அவர் தன்னை ஒரு குறிப்பிட்ட சமூகத்துடைய தலைவராகக் குறுக்கிக்கொள்ளவில்லை. காங்கிரஸில் அவருக்குப் பெரும் மதிப்பு இருந்தது, பல ஆண்டுகள் அதன் தலைவராகப் பணியாற்றினார், நாட்டுக்காகப் பலமுறை சிறைசென்றிருக்கிறார்.

இந்தியாவுக்கு விடுதலை கிடைப்பது கிட்டத்தட்ட உறுதியாகிவிட்ட நேரத்தில், இஸ்லாமியர்களுக்கென்று தனி நாடு வேண்டும் என்ற கோரிக்கை வலுப்பெற்றது. ஆசாத் அதை ஏற்கவில்லை, இந்தியாவைப் பிரிக்கவேண்டியதில்லை, இந்து, இஸ்லாமியர்கள் இங்கு ஒன்றாக வாழலாம், மாகாணங்களுக்கு அதிக அதிகாரங்களை வழங்கும் மைய ஆட்சிமுறையைக் கொண்டுவரலாம் என்று வலியுறுத்தினார் அவர். ஆனால், பிரிவினை பேசுவோருடைய குரல்தான் உரக்கக் கேட்டது.

இந்தியா இரு நாடுகளாகப் பிரிக்கப்பட்டது.

இந்தியாவின் முதல் பிரதமரான நேருவுடைய அமைச்சரவையில் அபுல் கலாம் ஆசாத் கல்வி அமைச்சரானார். மிகுந்த தொலைநோக்குடன் பல திட்டங்களை நிறைவேற்றி நாட்டின் அடிப்படைக் கல்வித்தரத்தை உயர்த்தினார். ஆகவே, அவருடைய பிறந்தநாளான 11 நவம்பர் 'தேசியக் கல்வி நாளாக'க் கொண்டாடப்படுகிறது.

சிறந்த சிந்தனையாளர், தேர்ந்த எழுத்தாளர், வியக்கவைக்கும் பேச்சாளர், துணிவான பத்திரிகையாளர், விடுதலைப் போராட்டத்தில் முக்கியப் பங்காற்றிய தலைவர், இந்து, இஸ்லாம் ஒற்றுமையை வலியுறுத்தியவர், சேவை மனப்பான்மையுடன் செயல்பட்ட கல்வி அமைச்சர் என்று மௌலானா அபுல் கலாம் ஆசாதுக்குப் பல முகங்கள் இருந்தாலும், அவை அனைத்தின் அடியாழமாகத் திகழ்ந்தது, மனித மேம்பாட்டின்மீது அவர் கொண்டிருந்த நம்பிக்கைதான். அறிவு மொத்தமும் சமூகத்தின் உயர்வுக்குப் பயன்படவேண்டும் என்பதைச் சொல்லாலும் செயலாலும் நிகழ்த்திக்காட்டிய சாதனையாளர் அவர்!

44. கபீர்தாசர்: சமூகப் புரட்சிக்கு வித்திட்ட கவிஞர்

1915ம் ஆண்டு, ரவீந்திரநாத் தாகூர் ஒரு மொழிபெயர்ப்பு நூலை வெளியிட்டார். அதன் பெயர், ‘கபீரின் நூறு பாடல்கள்.’

பதினைந்தாம் நூற்றாண்டைச் சேர்ந்த கபீர்தாசருடைய பாடல்களை இந்நூலில் மொழிபெயர்த்திருந்தார் தாகூர். அவை ஆங்கில வாசகர்கள் மத்தியில் பெரும் வரவேற்பைப் பெற்றன, கபீர்தாசருடைய சிந்தனைகளை இந்தியாவுக்கு வெளியிலும் பரவலாகக் கொண்டுசென்றன.

ஆனால், அந்த நூறு பாடல்களில் ஆறு பாடல்கள்மட்டும்தான் உண்மையில் கபீர் எழுதியவை என்கிறார்கள் ஆய்வாளர்கள் கரைன் ஸ்கோமர், வில்லியம் ஹீவட் மெக்லியோட். மற்ற பாடல்களையெல்லாம் கபீருடைய பாணியில் மற்றவர்கள் எழுதியிருக்கவேண்டும் என்பது இவர்களுடைய கருத்து.

தாகூர்மட்டுமில்லை, இன்றுவரை மிகப்பல அறிஞர்கள், வாசகர்கள், பதிப்பாளர்கள் கபீர்தாசருடைய உண்மையான பாடல்கள் எவை, அவரைப்போல் மற்றவர்கள் எழுதிய பாடல்கள் எவை என்று கண்டறிய இயலாமல் திகைக்கிறார்கள்.

அந்த அளவுக்குக் கபீருடைய மொழியும் சிந்தனையும் நம்முடைய பண்பாட்டில் கலந்துவிட்டன. ஏராளமானோர் அவரைப்போலவே சிந்தித்தார்கள், எழுதினார்கள், அவருடைய கொள்கைகளைப் பின்பற்றினார்கள், இந்தியச் சமூகத்தை நல்ல திசையில் வழிநடத்திச்சென்ற புரட்சியாளர் கபீர்.

பாடல்களைப்போலவே, அவருடைய வாழ்க்கைபற்றியும் பல கேள்விகள் இருக்கின்றன. அவர் பிறந்த காலகட்டத்தை, அவருடைய சொந்த ஊரைக்கூட ஆய்வாளர்களால் உறுதியாகச் சொல்ல இயலவில்லை.

'கபீர்' என்ற சொல்லின் பொருள், 'மிகச்சிறந்தவர்'. ஓர் இஸ்லாமிய அறிஞர் குரானிலிருந்து இப்பெயரைத் தேர்ந்தெடுத்து அவருக்குச் சூட்டியதாக நம்பப்படுகிறது.

தன்னைக் 'காசியில் ஒரு நெசவாளி' என்று அழைத்துக்கொள்கிறார் கபீர். இதைக்கொண்டு அவர் காசி நகரத்தில் வாழ்ந்திருக்கவேண்டும், நெசவுத்தொழிலில் ஈடுபட்டிருக்கவேண்டும் என்று நம்பலாம்.

கபீருடைய பெற்றோரைப்பற்றியும் இருவிதமான கருத்துகள் உள்ளன. அவர் இந்துவாகப் பிறந்தவர், நிரு, நிமா என்ற இஸ்லாமிய நெசவாளிகள் அவரை வளர்த்தார்கள் என்கிறார்கள் சிலர். அவர் நிரு, நிமாவுக்கு மகனாகப் பிறந்தவர் என்றும் ஒரு நம்பிக்கை இருக்கிறது.

இன்றைக்குக் கபீருடைய வாழ்க்கையை வரலாற்றுப்பூர்வமாக நம்மால் நிறுவ இயலாவிட்டாலும், இந்தியப் பண்பாட்டில் அவருடைய தாக்கம் மிக வலுவானது என்பதில் ஐயமில்லை. மூடநம்பிக்கைகள் பலவும் நம்முடைய சமூகத்தில் தீய விளைவுகளை ஏற்படுத்திக்கொண்டிருந்த நேரத்தில், எளிய மொழியில் அமைந்த தன்னுடைய ஆழமான பாடல்களின்மூலம் அவற்றைத் துணிவாகக் கேள்விகேட்டவர் அவர்; அதன்மூலம் பலருடைய சிந்தனையை மாற்றியமைத்துச் சமூக மாற்றத்துக்கு வழிவகுத்தவர்.

இதற்காகக் கபீர் பலத்த எதிர்ப்புகளைச் சந்திக்கவேண்டியிருந்தது. பழைய சிந்தனைகளை நம்பியவர்கள் அவரைக் கடுமையாக எதிர்த்தார்கள். ஆனாலும் அவர் அச்சமின்றித் தொடர்ந்து பாடிவந்தார், சமூகத்தை நன்முறையில் வழிநடத்திவந்தார்.

கபீருடைய புகழ்பெற்ற பாடல்கள் 'தோஹா' எனப்படும் இருவரிக்கவிதைகளாக அமைந்தவை. இவை தமிழ் உள்ளிட்ட பல மொழிகளிலும் மொழிபெயர்க்கப்பட்டிருக்கின்றன. கபீருடைய போதனைகளைப் பின்பற்றுகிறவர்கள் 'கபீர் பந்த்' (கபீரின் வழி) என்ற அமைப்பைச் சார்ந்து இயங்கிவருகிறார்கள்.

45. இந்தியாவில் போர்ச்சுக்கீசியர்கள்

போர்ச்சுக்கீசியக் கடற்பயணியான வாஸ்கோடகாமா (*Vasco da Gama*) 1498ல் இந்தியாவை வந்தடைந்தார். அவர் வந்திறங்கிய இடம், தற்போது கேரளத்திலுள்ள கோழிக்கோடு.

வாஸ்கோடகாமாவின் நோக்கம், இந்தியாவைக் கைப்பற்றுவதில்லை. அவருடைய நாடு இந்தியாவுடன் வர்த்தகத்தொடர்புகளை விரும்பியது. அதற்காக, இங்கு ஆளுகிறவர்களுடன் நல்லுறவை ஏற்படுத்திக்கொள்ள முயன்றது.

ஆனால், அந்த முதல் பயணத்திலேயே வாஸ்கோடகாமாவுக்கும் உள்ளூர் அரசருக்கும் ஒத்துப்போகவில்லை. பல காரணங்களால் அவர் தன்னுடைய நோக்கங்களை நிறைவேற்றிக்கொள்ளாமலே திரும்பிச்செல்லவேண்டியிருந்தது.

அதேசமயம், போர்ச்சுக்கீசியர்களைப் பொறுத்தவரை அது முடிவில்லை, தொடக்கம். அடுத்தடுத்த ஆண்டுகளில் இந்தியாவில் தங்களுடைய வர்த்தகத்தை நிறுவுவதற்காக அவர்கள் பலவகையில் முயன்றார்கள்; அதற்காக உள்ளூர் அரசர்கள், போட்டி வர்த்தகர்களுடன் மோதுவதற்கும் அவர்கள் தயாராக இருந்தார்கள்.

போர்ச்சுக்கீசியர்கள் முதன்முறையாக இந்தியாவுக்கு வந்து ஏழே ஆண்டுகளில் (1505) அவர்கள் இந்தியாவுக்கு ஓர் ஆளுநரை(வைஸ்ராயை) அனுப்பிவைத்தார்கள். அவர் பெயர் ஃப்ரான்சிஸ்கோ-டி-அல்மெய்டா (Francisco de Almeida).

இந்தியாவில் போர்ச்சுக்கீசியர்கள் தங்களுடைய வலிமையை நிரூபிக்கவேண்டுமென்றால், பல பகுதிகளைக் கைப்பற்றவேண்டும், அங்கெல்லாம் கோட்டைகள் அமைக்கவேண்டும், அதன்மூலம் உள்ளூர் அரசர்கள் மனத்தில் அச்சத்தை உண்டாக்கவேண்டும், அவர்களைப் பணிந்து நடக்கச்செய்யவேண்டும் என்றெல்லாம் நம்பப்பட்ட காலகட்டம் அது. ஆனால், ஃப்ரான்சிஸ்கோ-டி-அல்மெய்டா அதை ஏற்கவில்லை. 'இந்தியாவில் நாம் கட்டுகிற ஒவ்வொரு கோட்டையும், நம்முடைய வலிமையைக் காட்டவில்லை, வலிமையின்மையைத்தான் காட்டுகிறது' என்றார்.

கோட்டை என்பதே வலிமைதானே; அது எப்படி வலிமையின்மையின் அடையாளமாகும்?

போர்ச்சுக்கீசியர்கள் இந்தியாவில் பல பகுதிகளைக் கைப்பற்றிக் கோட்டைகள் அமைக்கலாம். ஆனால், வெறுமனே கோட்டை கட்டினால் போதுமா? அவற்றைப் பராமரிக்கவேண்டாமா? அத்தனை கோட்டைகளிலும் ஆட்களை நிறுத்திவைத்துச் சம்பளம் கொடுப்பதும், அவர்களுக்கு வேண்டிய ஆயுதங்கள், மற்ற பொருட்களுக்கெல்லாம் ஏற்பாடு செய்வதும் எளிதில்லையே.

'அதற்குப் பதிலாக, நம்மிடம் ஏற்கெனவே உள்ள வலிமையில் கவனம் செலுத்துவோம்' என்றார் ஃப்ரான்சிஸ்கோ-டி-அல்மெய்டா. அதாவது, போர்ச்சுக்கீசியர்கள் தங்களுடைய கடற்படையை மிகவும் வலுவாக்கவேண்டும், அதைக்கொண்டுதான் இந்தியாவின்மீது தங்கள் ஆதிக்கத்தை உறுதிப்படுத்தவேண்டும், ஆங்காங்கே கோட்டைகளைக் கட்டிப் பயனில்லை என்பது அவருடைய கொள்கை.

நீலக்கடலில் வலிமையைப் பெருக்கி, அதன்மூலம்

நிலப்பரப்பில் ஆதிக்கம் செலுத்தச்சொன்ன இந்தக் கொள்கை, 'நீலநீர்க்கொள்கை' *(Blue Water Policy)* என்று அழைக்கப்பட்டது. போர்ச்சுக்கீசியர்கள் தங்களுடைய ஆற்றல்முழுவதையும் கடலில் குவித்தார்கள், அதன்மூலம் இந்தியாவின் குறிப்பிடத்தக்க பகுதிகளைத் தங்கள் கட்டுப்பாட்டுக்குக் கொண்டுவந்தார்கள்.

ஆனால், ஃப்ரான்சிஸ்கோ-டி-அல்மெய்டாவுக்குப்பிறகு போர்ச்சுக்கீசிய இந்தியாவுக்குத் தலைவரான அஃபோன்சோ-டி-அல்புகர்க் *(Afonso de Albuquerque)* இந்தக் கொள்கையைப் பின்பற்றவில்லை. அவர் வேறு நான்கு வழிகளில் இந்தியாவைக் கைப்பற்ற விரும்பினாரா:

1. முக்கியமான இடங்களில் வர்த்தக மையங்களை அமைக்கவேண்டும்; அவற்றை நேரடியாக ஆளவேண்டும்
2. உள்ளூர் மக்களுடன் திருமண உறவுகளை ஏற்படுத்திக் கொள்ளவேண்டும்; அதன்மூலம் அவர்களை நம் நண்பர்களாக்கிக்கொள்ளவேண்டும்
3. இவை இரண்டும் சரிப்படாவிட்டால், அங்கு வலுவான கோட்டைகளை அமைக்கவேண்டும்; அவற்றை வலுப்படுத்த வேண்டும்
4. அதுவும் சரிப்படாவிட்டால், உள்ளூர் அரசரை வென்று, அவரைப் போர்ச்சுக்கீசிய அரசருக்குப் பணிந்து கப்பம் கட்டச் செய்யவேண்டும்

இந்தக் கொள்கையின்மூலம், இந்தியாவில் முதன்முறையாகப் போர்ச்சுக்கீசிய அரசாங்கம் அமைந்தது. கோவா, கொச்சி, கண்ணனூர், கள்ளிக்கோட்டை, டையூ, டாமன் உள்ளிட்ட பல இடங்களில் அவர்களுடைய அதிகாரம் உறுதிபெற்றது.

1947ல் இந்தியா பிரிட்டனிடமிருந்து விடுதலை பெற்றது. அப்போதும், அதன் மேற்குப்பகுதியில் கோவா, டையூ உள்ளிட்ட பல பகுதிகள் போர்ச்சுக்கீசியர்களுடைய கட்டுப்பாட்டில்தான் இருந்தன. பின்னர் அவை படிப்படியாக இந்தியாவுடன் இணைந்தன.

46. இந்தியத் தொல்பழங்கால இயலின் தந்தை ராபர்ட் ப்ரூஸ் ஃபூட்

மனிதன் எந்த அளவு தொன்மையானவன்?

இந்தக் கேள்விக்கு விடைகாண்பதில் ஏராளமான ஆராய்ச்சியாளர்கள் பல ஆண்டுகளைச் செலவிட்டிருக்கிறார்கள். நம்மைச்சுற்றிக் கிடைக்கும் பொருட்களை நுட்பமாக ஆராய்ந்து மனிதனுடைய காலத்தை மேலும் மேலும் பின்னோக்கிக் கொண்டுசென்றிருக்கிறார்கள்.

1859ம் ஆண்டில், ஜோசஃப் ப்ரெஸ்ட்விச் (Joseph Prestwich) என்ற ஆய்வாளர் இதுபற்றிய ஒரு முக்கியமான ஆராய்ச்சிக்கட்டுரையை வெளியிட்டார். இதன்மூலம், மனிதன் தொல்பழங்காலத்தில் வாழ்ந்திருக்கவேண்டும் என்பது அறிஞர்களால் ஏற்றுக்கொள்ளப்பட்டது.

இதனால், இன்னும் பல ஆராய்ச்சியாளர்கள் ஊக்கம் பெற்றார்கள். தாங்கள் வசிக்கிற, பணிபுரிகிற பகுதிகளில் தொல்பழங்காலப் பொருட்கள் கிடைக்கின்றனவா என்று ஆர்வத்துடன் ஆராயத்தொடங்கினார்கள். அப்படி ஊக்கத்துடன் பணியாற்றத்தொடங்கிய ஓர் ஆராய்ச்சியாளர்தான் இந்தியாவில் தொல்பழங்கால ஆய்வைத் தொடங்கிவைத்தார், அதற்காக,

'இந்தியத் தொல்பழங்கால இயலின் தந்தை' என்றும் போற்றப்படுகிறார்.

அவர் பெயர் ராபர்ட் ப்ரூஸ் ஃபூட் (Robert Bruce Foote). 1834ல் பிறந்த இந்த ஆங்கிலேயர் 24 வயதில் (1858) இந்திய நிலவியல் ஆய்வு நிறுவனத்தில் இணைந்தார். சென்னை, ஹைதராபாத், பம்பாய் உள்ளிட்ட பகுதிகளில் பணியாற்றினார். இந்தப் பகுதிகள் அனைத்தும் பலவிதமான நிலத்தன்மைகளைக் கொண்டவை என்பதால், அவருடைய ஆர்வத்துக்கேற்ற நல்ல ஆராய்ச்சி வாய்ப்புகள் கிடைத்தன.

1863ம் ஆண்டு மே 30ம்தேதி, சென்னை அருகிலுள்ள பல்லாவரத்தில், இந்தியாவின் முதல் பழங்கற்காலக்கருவியைக் கண்டறிந்தார் ராபர்ட் ஃபூட். நம் நாட்டின் பழமையை ஆராய்கிற ஒரு முக்கியமான பணியை இந்தக் கண்டுபிடிப்பு தொடங்கிவைத்தது.

அதன்பிறகு, ராபர்ட் ஃபூட்டும் அவருடைய சக நிலவியலாளரான வில்லியம் கிங்(William King)கும் இணைந்து இன்னும் பல பழங்கற்கால ஆய்வுகளில் ஈடுபட்டார்கள். பல்லாவரத்திலேயே மேலும் இரண்டு பழங்கற்காலக்கருவிகள் கண்டுபிடிக்கப்பட்டன, புதுக்கற்காலக்கருவிகளும் கிடைத்தன. இதனால், ராபர்ட் ஃபூட் மிகுந்த ஆர்வத்துடன் இந்தியாவின் தொல்பழங்காலத்தை ஆராயத்தொடங்கினார்.

பழங்காலப் பொருட்களைக் கண்டறிவதுடன் ராபர்ட் ஃபூட் மனநிறைவடைந்துவிடவில்லை. ஒவ்வொரு பொருளையும் விரிவாகப் பதிவுசெய்துவைத்தார். மாவட்டவாரியாக, இடவாரியாக அவற்றை ஒழுங்குபடுத்தினார். அந்தப் பொருட்களின் காலம், பரவல்பற்றி எழுதினார், அவரே ஒரு வரைபடத்தையும் உருவாக்கினார். கிட்டத்தட்ட நாற்பதாண்டுகால உழைப்பின்மூலம் உருவான இந்தப் புத்தகம் இந்தியத் தொல்பழங்கால ஆராய்ச்சி வரலாற்றில் ஒரு தனித்துவமான இடத்தைப் பிடித்திருக்கிறது என்கிறார் திலீப் சக்ரபர்த்தி.

1887ல் நிலவியல் ஆய்வு நிறுவனத்தின் இயக்குநராக நியமிக்கப்பட்டார் ராபர்ட் ஃபூட். 1891ல் ஓய்வுபெற்றார். அதன்பிறகும், பரோடா, மைசூர் உள்ளிட்ட சமஸ்தானங்கள் அவருடைய பணியைப் பயன்படுத்திக்கொண்டன. நிறைவாக, தமிழ்நாட்டிலுள்ள ஏற்காட்டில் குடியேறினார். 1912ல் கல்கத்தாவில் மறைந்தார்.

ராபர்ட் ஃபூட் தொடங்கிவைத்த ஆய்வுகளைப் பல இந்திய, வெளிநாட்டு அறிஞர்கள் தொடர்ந்து மேற்கொண்டிருக்கிறார்கள். இன்றைக்கு நம்முடைய பழங்காலத்தைப்பற்றி நமக்கு ஓரளவு தெளிவான புரிந்துகொள்ளல் இருக்கிறது என்றால், அவருடைய அயராத உழைப்பும், ஆராய்ச்சி மனப்பான்மையும், அவற்றைப் பதிவுசெய்துவைக்கும் ஆர்வமும்தான் அதற்கு முதற்காரணங்கள்.

47. இண்டிகோ கலகம்

வானவில்லில் உள்ள வண்ணங்கள் எவை என்று கேட்டால், *VIBGYOR* என்ற எழுத்துகளில் தொடங்கும் ஏழு வண்ணங்களைச் சொல்வோம். அதில் இரண்டாவதாக இடம்பெறும் '*Indigo*'வைத் தமிழில் 'கருநீலம்' என்கிறார்கள். அடர்த்தியான இந்த வண்ணத்துக்கு இந்தியச் சுதந்திரப் போராட்டத்தில் ஒரு முக்கியமான இடம் உண்டு என்பது தெரியுமா?

1777ம் ஆண்டு, லூயிஸ் பன்னார்ட் (*Louis Bonnard*) என்ற ஃபிரெஞ்சு வணிகர் இண்டிகோச் சாயத்தை இந்தியாவுக்கு அறிமுகப்படுத்தினார். அந்தச் சாயத்தை உருவாக்கத் தேவையான தாவரத்தை இங்கேயே பயிரிட்டு, அதிலிருந்து இங்கேயே சாயத்தைத் தயாரித்து வெளிநாடுகளுக்கு ஏற்றுமதிசெய்யலாம் என்பது அவருடைய திட்டம்.

உலகெங்கும் இண்டிகோச் சாயத்துக்கு நல்ல வரவேற்பு இருப்பதால், இந்தத் தொழில் நல்ல லாபத்தைத் தரும் என்று அவர் நினைத்தார். அவரைப்போலவே இன்னும் பலரும் நினைத்தார்கள். இதனால், அன்றைய வங்காளத்தில் பல இடங்களில் இண்டிகோ பயிரிடப்பட்டது.

இதைப் படித்ததும் உங்கள் முகம் மலர்கிறதா? 'நம் ஊரில் இந்தப் பயிர் விளைவதால், இந்தத் தொழிற்சாலைகள் அமைவதால்,

சாய ஏற்றுமதி அதிகரிப்பதால் நம் மக்களுக்கு நல்லதுதானே?' என்று அப்பாவித்தனமாக நினைக்கிறீர்களா? அப்படியானால், உங்களுக்கு வெளிநாட்டுச் சுரண்டலைப்பற்றித் தெரியவில்லை என்று பொருள்.

இண்டிகோ விற்பனையால் சாயம் விற்கிறவர்களுக்கு லாபம் நிச்சயம். ஆனால், அதில் ஒரு சிறு பகுதிகூட விவசாயிகளுக்குச் சென்றுசேரவில்லை. சொல்லப்போனால், இதனால் அவர்கள் கடும் பாதிப்புக்கும் உள்ளானார்கள்.

அன்றைய இந்தியாவில் உணவுப்பயிர்கள், அதாவது, நெல், கோதுமை போன்றவைதான் அதிகம் பயிரிடப்பட்டுவந்தன. செழிப்பான இந்த நிலங்களெல்லாம் இண்டிகோச் சாயத்தைத் தயாரிக்கத் தேவையான பணப்பயிருக்குத் தேவைப்பட்டன. பேராசை பிடித்த வணிகர்கள் விவசாயிகளைக் கட்டாயப்படுத்தி இண்டிகோ பயிரிடவைத்தார்கள். இதற்கு அப்போதைய வெள்ளைக்கார அரசும் உடந்தையாக இருந்தது.

இண்டிகோ பயிர்செய்வதற்குத் தேவைப்படும் செலவுகளைச் சமாளிப்பதற்காக, இந்த வணிகர்கள் விவசாயிகளுக்குக் கடன் கொடுத்தார்கள். 'நீங்கள் பயிரிடும் இண்டிகோவையெல்லாம் நாங்களே வாங்கிக்கொள்கிறோம்' என்று ஆசை காட்டினார்கள். விவசாயிகளும் இதில் மயங்கி (அல்லது கட்டாய வற்புறுத்தலால்) தங்கள் நிலங்களில் இண்டிகோ பயிரிடத் தொடங்கினார்கள்.

மற்ற பயிர்களைப்போலின்றி, இண்டிகோவுக்கு அதிகத் தண்ணீர் தேவை; தான் விளைகிற நிலத்தில் இருக்கிற வளங்களையும் அது உறிஞ்சிவிடும். இவ்வளவு கஷ்டப்பட்டுப் பயிரிட்ட இண்டிகோவுக்கு வணிகர்கள் தந்த விலையோ மிகமிகக் குறைவு. அதைக்கொண்டு வாங்கிய கடனுக்கு வட்டி செலுத்துவதோ, அசலைத் திரும்பச்செலுத்துவதோ சிரமம்.

இதையெல்லாம் பார்த்த விவசாயிகள், 'எங்களுக்கு இந்த இண்டிகோ வேண்டாம்; நாங்கள் வேறு பயிர்களை விளைவிக்கிறோம்' என்றார்கள். அதை வணிகர்கள் ஏற்றுக்கொள்ளவில்லை, மீதமிருக்கும் கடனைக் காட்டி

அச்சுறுத்தியும், கட்டாயப்படுத்தியும் அவர்களைத் திரும்பத் திரும்ப இண்டிகோ பயிரிடவைத்தார்கள்.

இதனால், ஒருபக்கம் இண்டிகோ வணிகர்கள் செல்வத்தில் கொழித்தார்கள். இன்னொருபக்கம் இண்டிகோ விவசாயிகள் அடிப்படைச் செலவுகளுக்குக்கூடப் பணமில்லாமல் தவித்தார்கள், பரம்பரை பரம்பரையாகக் கடனில் மூழ்கினார்கள்.

பொறுத்துப்பொறுத்துப் பார்த்த விவசாயிகள் 1859ல் கலகத்தில் இறங்கினார்கள். 'இனி நாங்கள் இண்டிகோ பயிரிடமாட்டோம்' என்று போர்க்கொடி உயர்த்தினார்கள்.

வணிகர்களும் ஆங்கிலேய ஆட்சியாளர்களும் சும்மா இருப்பார்களா? தீவிர அடக்குமுறையைப் பின்பற்றி விவசாயிகளை ஒடுக்க முயன்றார்கள். அதை மீறியும் இண்டிகோக் கலகம் வங்காளமெங்கும் பரவியது. விவசாயிகள்மட்டுமின்றி, எல்லாத் தரப்பு மக்களும் இந்தப் பிரச்னையில் வெள்ளையர்களுடைய அடக்குமுறையைப் புரிந்துகொண்டார்கள், அதை எதிர்த்தார்கள்.

அன்றைய காலகட்டத்தில் ஆங்கிலேயர் ஆட்சியின்கீழிருந்த இந்தியாவில் மிகப்பெரிய விழிப்புணர்ச்சியை உண்டாக்கிய பிரச்னைகளில் ஒன்று இது. தொடர்ச்சியான போராட்டங்களால், வேறு வழியில்லாமல் அரசாங்கம் இறங்கிவந்தது. கட்டாயப்படுத்தி இண்டிகோ விளைவிக்கும் துயரம் குறைந்தது.

அப்போதும், இந்தப் பிரச்னை முழுமையாகத் தீர்ந்துவிடவில்லை. 1917ல் காந்தியடிகள் தலைமையில் பீகாரில் நடந்த 'சம்பரண் சத்தியாக்கிரகம்'கூட, இண்டிகோ விவசாயிகளுடைய பிரச்னைகளைத் தீர்ப்பதற்காகத்தான் நடைபெற்றது.

இதன் பொருள், 'இண்டிகோ கலகம்' நடைபெற்றுச் சுமார் அறுபதாண்டுகளுக்குப்பிறகும், விவசாயிகளுடைய பிரச்னைகள் தீர்க்கப்படவில்லை. அவர்கள் மீண்டும் கடுமையாகப் போராடித்தான் நியாயத்தை, அதாவது, தங்கள் நிலத்தில் தாங்கள் விரும்பும் பயிரைப் பயிரிடுகிற உரிமையைத் திரும்பப்பெறவேண்டியிருந்தது.

48. லாலா லாஜ்பத் ராய்

அந்த ஊரின் பெயர் ஹிஸ்ஸார். அங்கிருந்த நகராட்சிக் குழுவில் உறுப்பினராகவும் கௌரவச் செயலாளராகவும் இருந்தார் ஓர் இளைஞர்.

வயதில் சிறியவராக இருந்தாலும், மக்களுக்குச் சேவை செய்யவேண்டும் என்கிற எண்ணத்தில் அவர் பெரியவராக இருந்தார். மக்களின் உடல்நலம், கல்வியை முன்னேற்றுவதற்கான பல புதுமையான திட்டங்களை முன்னணியில் நின்று நிறைவேற்றினார்.

இதனால், ஹிஸ்ஸாரைத் தாண்டியும் அவருடைய புகழ் பரவத்தொடங்கியது. மாவட்ட அலுவலர்களெல்லாம் அவரைப்பற்றி விசாரிக்கத்தொடங்கினார்கள். அவர் ஒரு வழக்கறிஞர் என்பதால், நீதித்துறை சார்ந்தவர்களும் அவரைக் கூர்ந்து கவனித்துக்கொண்டிருந்தார்கள்.

ஒருநாள், அப்பகுதியின் துணை ஆணையர் அந்த இளைஞரை அழைத்தார், 'உங்களை ஓர் அரசாங்கப் பொறுப்புக்குப் பரிந்துரைக்கலாம் என்று நினைக்கிறேன்' என்றார்.

ஆனால், அந்த இளைஞர் அதை ஏற்றுக்கொள்ளவில்லை. 'அரசாங்க அலுவலராகவேண்டும் என்ற எண்ணமே எனக்கு இல்லை' என்று மறுத்துவிட்டார்.

இதைக் கேட்ட அந்தத் துணை ஆணையர் வியந்துநின்றிருப்பார். ஏனெனில், அரசு வேலையொன்று எப்படியாவது கிடைத்துவிடாதா என்று பலரும் ஏங்கிக்கொண்டிருந்த காலகட்டம் அது. அப்படிப்பட்ட சூழ்நிலையில், தன்னுடைய திறமைக்காகவும் உழைப்புக்காகவும் தன்னைத் தேடிவந்த அரசாங்கப் பதவியை வேண்டாம் என்று சொல்கிற துணிவு அந்த இளைஞருக்கு இருந்தது.

இத்தனைக்கும், அவர் ஓர் எளிமையான குடும்பத்தில் பிறந்து, வளர்ந்தவர். அவர்மட்டும் அரசாங்க வேலையை ஒப்புக்கொண்டிருந்தால், அவருடைய குடும்பத்தின் பொருளாதாரநிலைமை பலமடங்கு முன்னேறியிருக்கும்.

ஆனால், தன்னுடைய தனிப்பட்ட வளர்ச்சியையோ முன்னேற்றத்தையோ அவர் சிறிதும் பொருட்படுத்தவில்லை. நாட்டுக்குத் தன்னால் என்ன செய்ய இயலும் என்பதுதான் அவருடைய மனத்தில் இருந்தது. அந்தச் சிந்தனையுடன் தன்னுடைய அடுத்தகட்ட வாழ்க்கையை அமைத்துக்கொண்டார், இந்தியாவின் ஒப்பற்ற தலைவர்களில் ஒருவராக வளர்ந்தார்.

அந்த இளைஞர், 'பஞ்சாப் சிங்கம்' என்று பெருமையுடன் அழைக்கப்படும் விடுதலைப் போராட்ட வீரர், இந்தியர்களுக்கு அரசியல் விழிப்புணர்வை உண்டாக்கிய சிந்தனையாளர், எழுத்தாளர், பத்திரிகையாளர், களப்பணியாளர், பேச்சாளர் லாலா லாஜ்பத் ராய்.

1865 ஜனவரி 28ம்தேதி, பஞ்சாபின் ஃப்ரோஸ்பூர் மாவட்டத்திலுள்ள தூடிகெ என்ற கிராமத்தில் பிறந்தவர் லாஜ்பத் ராய். அவருடைய தந்தை ராதாகிருஷ்ண லாலா பெர்சிய, உருது மொழிகளைக் கற்பிக்கிற ஆசிரியர். தாய் குலாப் தேவி மிகுந்த பக்தியுணர்வுடன் குடும்பத்தைச் சிறப்பாக நடத்திய இல்லத்தரசி.

லாஜ்பத் ராயுடைய தந்தைக்கு இஸ்லாமியத் தத்துவங்களில் நம்பிக்கை இருந்தது. ஆகவே, மகனுக்குச் சிறுவயதிலேயே குரான் கற்பித்தார். அவருக்காக லாஜ்பத் ராய் நமாஸ் செய்ததுண்டு, ரம்ஜான் நோன்பும் இருந்ததுண்டு.

பள்ளியில் லாஜ்பத் ராய் மிக நன்றாகப் படித்தார். பாடப் புத்தகங்களுடன் நிறுத்திவிடாமல், பலவிதமான நூல்களையும் தேடி வாசித்தார். இதன்மூலம் அவருடைய அறிவும் அரசியல் பார்வையும் விரிவாகின.

அப்போதே லாஜ்பத் ராய்க்கு எழுத்திலும் பேச்சிலும் நல்ல ஆர்வமிருந்தது. குறிப்பாக, அவருடைய உருதுப் பேச்சை மாணவர்கள் வியந்து ரசிப்பார்கள்.

இப்படி உருதுப்பேச்சில் சிறந்து விளங்கிய லாஜ்பத் ராய், பின்னர் ஒரு சூழ்நிலையில் அதே உருதுமொழியை எதிர்க்க வேண்டியிருந்தது. சமூகப் போராட்டங்களில் அவருடைய முதல் அனுபவங்களில் ஒன்றாக இது அமைந்தது.

அப்போது பஞ்சாபில் உருதுவா, ஹிந்தியா என்கிற போராட்டங்கள் நடந்துகொண்டிருந்தன. இந்நிலையில், உருதுமொழியை நன்கறிந்த லாஜ்பத் ராய் அந்த மொழிக்கு ஆதரவாகப் பேசுவதுதான் இயல்பு. ஆனால் அவரோ, ஹிந்திக்கு ஆதரவாக உருது மொழியை எதிர்த்து நின்றார்.

இத்தனைக்கும், அப்போது அவருக்கு ஹிந்தியில் ஓர் எழுத்துகூடத் தெரியாது. ஆனாலும், நாட்டின் வளர்ச்சியை மனத்தில் வைத்துப் பார்க்கும்போது, உருதுமொழியைவிட, ஹிந்தியை ஆதரிப்பதுதான் சிறந்தது என்று அவருக்குத் தோன்றியது. ஆகவே, தனிப்பட்ட விருப்பு வெறுப்புகளை மறந்து, ஹிந்திக்கு ஆதரவு தந்தார்.

அப்போதுமட்டுமில்லை, எப்போதும் லாஜ்பத் ராயின் மனத்தில் இந்தியாவின் நலன்தான் முதலாவதாக இருந்தது. அதற்காக என்னவெல்லாம் செய்யவேண்டும் என்று அக்கறையோடு தொடர்ந்து சிந்திப்பதும், அந்தத் திட்டங்களைச்

செயல்படுத்துவதும்தான் அவருடைய வாழ்க்கையாக அமைந்தது.

லாஜ்பத் ராய் லாகூரிலுள்ள சட்டக்கல்லூரியில் படித்துக் கொண்டிருந்தபோது, பிரம்மசமாஜம், ஆரியசமாஜம் ஆகிய இயக்கங்கள் விரைவாகப் பரவிக்கொண்டிருந்தன. இந்த இரண்டிலும் அவர் ஈடுபட்டார்; எனினும், அவரை அதிகம் ஈர்த்தது ஆரியசமாஜம்தான்.

1883ல் வழக்கறிஞராகப் பணிபுரியத்தொடங்கிய லாஜ்பத் ராய், அதே ஆண்டில் பத்திரிகையாளராகவும் அறிமுகமானார். அவரும் அவருடைய நண்பர்களான பண்டிட் குரு தத், லாலா ஹன்ஸ்ராஜ் ஆகியோரும் இணைந்து ஆங்கிலத்திலும் உருதுவிலும் இரு பத்திரிகைகளைத் தொடங்கினார்கள்.

இன்னொருபக்கம், கல்வித்துறையிலும் அவருடைய பங்களிப்பு சிறப்பாக இருந்தது. லாகூரில் ஒரு தேசியப்பள்ளியை உருவாக்குவதற்கான முயற்சிகளில் இறங்கி வெற்றிபெற்றார்.

இன்றைக்கு மிகப்பெரிய வங்கியாக வளர்ந்திருக்கும் 'பஞ்சாப் தேசிய வங்கி'யைத் தொடங்கியவர்களில் லாஜ்பத் ராயும் ஒருவர். இந்தியர்களுடைய நிதி விவகாரங்களைக் கவனிக்க ஒரு 'சுதேசி வங்கி' வேண்டும் என்ற சிந்தனையின் அடிப்படையில் இந்த வங்கி தொடங்கப்பட்டது. அதில் திறக்கப்பட்ட முதல் கணக்கே லாஜ்பத் ராயுடையதுதான்.

1896ல் 'உலகின் மிகச்சிறந்த மனிதர்கள்' என்ற தலைப்பில் பல தலைவர்களைப்பற்றிய நூல்களை எழுதத்தொடங்கினார் லாஜ்பத் ராய். மாஜினி, கரிபால்டி, சிவாஜி உள்ளிட்ட ஆளுமைகளுடைய வரலாறுகள் இவ்வரிசையில் வெளிவந்தன. இவற்றின்மூலம் மக்களிடையே ஊக்கத்தை உண்டாக்கி நாட்டு விடுதலையை நோக்கிச் செலுத்த முனைந்தார் அவர்.

இப்படிப் பலப்பல சமூகசேவைப்பணிகளில் ஈடுபட்டுவந்த லாஜ்பத் ராய், இன்னொருபக்கம் தன்னுடைய வழக்கறிஞர் தொழிலையும் சிறப்பாக நடத்திவந்தார். அதில் நல்ல வருமானம் கிடைத்தது. எனினும், அவர் பணம் சேர்ப்பதை

ஒரு பெரிய விஷயமாகக் கருதவில்லை. வழக்கறிஞர் தொழிலில் கிடைத்த வருமானத்தையெல்லாம் சமூகப்பணிகளுக்குதான் செலவிட்டுக்கொண்டிருந்தார்.

'செல்வம் சேர்ப்பது என்னுடைய வாழ்க்கையின் நோக்கம் இல்லை' என்றார் லாஜ்பத் ராய். 'என் மக்களுக்காகவும் நாட்டுக்காகவும் என்னைத் தியாகம் செய்ய விரும்புகிறேன்.'

1888ல் தொடங்கி, லாஜ்பத் ராய் காங்கிரஸ் கூட்டங்களில் கலந்துகொண்டுவந்தார். ஆனால், அவை அவரை மிகவும் ஈர்த்ததாகச் சொல்ல இயலாது. காங்கிரஸ் தலைவர்கள் எங்கோ உயரத்தில் நின்றபடி செயல்படுகிறார்கள், மக்களை நெருங்கிவந்து பணியாற்றுவதில்லை என்று அவர் கருதினார். எனினும், அன்றைய சூழ்நிலையில் காங்கிரஸ் ஒரு மிகப்பெரிய அரசியல் கட்சியாக இருந்ததாலும், அங்கு பலவிதமான கருத்துகளுக்கு இடமிருந்ததாலும், அவர் காங்கிரஸில் தொடர்ந்து இயங்கிவந்தார். 1905ல் காங்கிரஸ் சார்பாக அவர் இங்கிலாந்துக்குச் சென்று, அங்குள்ள மக்கள், அரசியல் தலைவர்களிடையே இந்தியாவின் பிரச்னைகளைப்பற்றிய புரிந்துகொள்ளலை உருவாக்கினார்.

இங்கிலாந்திலும், பின்னர் அமெரிக்காவிலும் பல கூட்டங்களில் பேசிப் பாராட்டுகளைப் பெற்ற லாஜ்பத் ராய் இந்தியா திரும்பியதும் வங்காளப் பிரிவினைக்கு எதிரான போராட்டங்களில் பங்கேற்றார். 1907ல் ஆங்கிலேய அரசு அவரைக் கைதுசெய்து பர்மாவில் சில மாதங்கள் அடைத்துவைத்தது.

இந்தக் காலகட்டத்தில், இந்தியாமுழுவதும் விடுதலை உணர்வு பரவிக்கொண்டிருந்தது. முதல் உலகப்போரின்போது இங்கிலாந்து, அமெரிக்கா, ஜப்பான் உள்ளிட்ட நாடுகளுக்குச் சென்ற லாஜ்பத் ராய், அங்கிருந்தபடி இந்தியாவின் விடுதலைக்காக ஆதரவு திரட்டினார். பின்னர் 1920ல் இந்தியா திரும்பி, காந்தியின் ஒத்துழையாமை இயக்கத்தில் பங்கேற்றுச் சிறை சென்றார்.

இவ்வாறு அரசியல்சார்ந்த பல போராட்டங்களில்

ஈடுபட்டுவந்தபோதும், லாஜ்பத் ராயின் உள்ளம் சமூகப்பணிகளில் ஊறியிருந்தது. வெள்ளம்போன்ற இயற்கைப் பேரிடர்களின்போது அவர் ஆற்றிய தொண்டுகளும், இந்தியர்களுடைய கல்வியறிவை உயர்த்துவதற்காக அவர் முன்வைத்து நடத்திய திட்டங்களும் குறிப்பிட்டுச் சொல்லவேண்டியவை.

1928ல், இந்திய அரசியல் சூழலை ஆராயவும், சீர்திருத்தங்களை முன்வைக்கவும் ஜான் சைமன் என்பவருடைய தலைமையில் ஒரு குழு உருவாக்கப்பட்டது. 'சைமன் கமிஷன்' என்றழைக்கப்பட்ட இந்தக் குழுவில் இந்தியர்கள் யாரும் இடம்பெறாததால், அதை எதிர்த்து நாடுமுழுவதும் போராட்டங்கள் நடத்தப்பட்டன.

சைமன் குழுவினர் 1928 அக்டோபர் 30 அன்று லாகூருக்கு வந்தார்கள். அவர்களை எதிர்த்து லாஜ்பத் ராய் தலைமையில் ஓர் அமைதியான போராட்டம் நடைபெற்றது.

ஆனால், இதுபோன்ற வன்முறையற்ற ஓர் எதிர்ப்பைக்கூடப் பொறுத்துக்கொள்ள இயலாத ஆங்கிலக் காவல் படையினர் இந்தப் போராட்டத்தில் ஈடுபட்ட இந்தியர்களை லத்தியால் அடித்து விளாசினார்கள். முன்னணியில் நின்ற லாஜ்பத் ராயும் பலத்த தாக்குதலுக்கு ஆளானார்.

அப்போதும், அவர் துணிவிழக்கவில்லை. அன்று மாலையே ஒரு பொதுக்கூட்டத்தில் கலந்துகொண்டு பிரிட்டிஷ் ஆட்சியைக் கடுமையாக விமர்சித்தார்.

அதேசமயம், ஆங்கிலேயக் காவலர்களுடைய கொடுமையான தாக்குதல் அவருடைய உடலில் பெரும் பாதிப்புகளை உண்டாக்கியிருந்தது. அந்தக் காயங்களால், நவம்பர் 17ம்தேதியன்று லாஜ்பத் ராய் மறைந்தார்.

எனினும், லாஜ்பத் ராயைப்போன்ற வீரத் தலைவர்களுடைய உயிர்த் தியாகமும், தன்னலமற்ற வாழ்க்கையும், இன்னும் பல இந்தியர்கள் மனத்தில் விடுதலையுணர்வை, பெருமிதத்தைத் தூண்டின, தூண்டிக்கொண்டிருக்கின்றன. அவ்விதத்தில் அவருடைய சமூகப்பணி இன்றும் தொடர்ந்துகொண்டுதானிருக்கிறது!

49. விலங்குகளை அன்போடு அரவணைக்கச்சொன்ன அரசர்

VCI *(Veterinary Council of India)* என்பது, இந்திய அரசாங்கத்தின் விலங்கு மருத்துவத்துறை அமைப்பு. இதன் சின்னத்தில் ஒரு காளையையும், சில பழைய எழுத்துகளையும் காணலாம். அந்தக் காளையும் எழுத்துகளும் எங்கிருந்து வந்தன என்று தெரியுமா?

இப்போதைய பீகார் மாநிலத்திலுள்ள ராம்பூர் என்ற இடத்தில், இந்தியாவின் புகழ்பெற்ற அரசர்களில் ஒருவரான அசோகர் காலத்துத் தூணொன்று கிடைத்தது. அதன்மீது இந்தக் காளை செதுக்கப்பட்டிருந்தது. அதன் உயிரோட்டத்தையும் கலையழகையும் கண்டு வியந்த ஆய்வாளர்கள், கொல்கத்தா அருங்காட்சியகத்தில் காட்சிப்படுத்தினார்கள். பின்னர் அது தில்லியிலுள்ள குடியரசுத்தலைவர் மாளிகைக்கு மாற்றப்பட்டது.

காளை என்பது, வளத்தின் அடையாளம். அதேசமயம், சுறுசுறுப்பையும் செழிப்பையும் குறிப்பது. அதனால்தான், விலங்கு மருத்துவத்துக்கான தனித்துறை அமைக்கப்பட்டபோது, இந்த அழகிய காளையை அதன் சின்னத்தில் சேர்க்கத் தீர்மானித்தது இந்திய அரசு.

காளைக்குக்கீழே எழுதப்பட்டுள்ள சொற்கள் பாலி மொழியில் உள்ளன. *"Panesu Saymo"* என்ற அந்தச் சொற்கள், விலங்குகளை நேயத்துடனும் அன்போடும் அரவணைக்கவேண்டும் என்ற கருத்தை உணர்த்துகின்றன.

இந்தச் சொற்களை வெறுமனே எழுத்தளவில் இல்லாமல், உண்மையாகப் பின்பற்றினார் அசோகர். அவருடைய ஆட்சியில் விலங்குகள் வெறும் சொத்துகளாக, வேலைசெய்கிற இயந்திரங்களாகப் பயன்படுத்தப்படாமல் அன்போடு பார்த்துக்கொள்ளப்பட்டன, மக்கள் அவற்றைத் தங்கள் குடும்பத்தின் ஒரு பகுதியாகவே நினைத்தார்கள்.

இதற்குச் சான்றாக, அசோகர் காலத்தில்தான் இங்கு முதல் விலங்கு மருத்துவமனை அமைக்கப்பட்டது என்கிறார் ஆய்வாளர் *Schwabe C. W.* இப்படி அசோகருடைய ஆட்சியில் அமைக்கப்பட்ட விலங்கு மருத்துவமனைகளில் பணியாற்றும் மருத்துவர்களுக்கு அவரே நிலம் வழங்கி ஆதரித்தார். விலங்குகளுடைய நலனைப் பாதுகாக்கவும், அவற்றுக்கு வருகிற நோய்களைத் தீர்ப்பதற்கும் தேவையான மருந்துகள், மூலிகைகள் பக்கத்திலேயே விளைவிக்கப்பட்டன. அப்படிக் கிடைக்காத மருந்துகளை வெளிநாடுகளிலிருந்து வரவழைத்தார்கள்.

Smith எழுதிய *'Early History of India'* என்ற நூலில், *"Baniyan Hospital"* என்ற அந்தக் கால விலங்கு மருத்துவமனையைப்பற்றிய குறிப்புகள் உள்ளன. உயரமான சுற்றுச்சுவர்களுக்கு மத்தியில் பரந்துவிரிந்திருந்த இந்த மருத்துவமனையில் விலங்குகள் தங்கிச் சிகிச்சை பெறும் வசதிகள் இருந்திருக்கின்றன.

அசோகர் காலத்தில் விலங்குகளுக்கு இந்த அளவு சிறப்பான மருத்துவ சிகிச்சை வழங்கப்பட்டதற்கு ஒரு முக்கியமான காரணம், அப்போதைய அரசு அகிம்சையை ஒரு கொள்கையாகப் பின்பற்றியது. ஆகவே, விலங்குகள் அன்போடு பராமரிக்கப்பட்டன.

அதேசமயம், அந்நாட்களில் அசைவ உணவு வழக்கமும்

இருந்தது. அசைவம் உண்கிறவர்களுக்குத் தேவையான மாமிசத்தை வழங்குவதற்காக, நகரிலிருந்து ஒரு குறிப்பிட்ட தொலைவில் மாமிசக்கூடங்கள் அமைக்கப்பட்டிருந்தன. இந்த மாமிசக்கூடங்களில், கர்ப்பமாக உள்ள விலங்குகள், சிறு குட்டிகளை உணவுக்காகக் கொல்லக்கூடாதென்று அரசர் அறிவித்திருந்தார்.

விலங்குகளின்மீது அன்புசெலுத்துவதை இந்தியாவின் மிகச்சிறந்த பண்பாடுகளில் ஒன்றாகக் கருதினார் அசோகர். இதற்காக அவர் தொடங்கிவைத்த முயற்சிகளைச் சமூகமும் பிற அரசுகளும் தொடர்ந்து பின்பற்றின, பின்பற்றிவருகின்றன.

50. காந்தியின் முதல் ஆசிரமம்

இந்தியாவில் காந்தி அமைத்த ஆசிரமங்களைப்பற்றிக் கேட்டால், எல்லாரும் முதலில் சாபர்மதி ஆசிரமத்தைச் சொல்வார்கள், அதன்பிறகு, சேவாகிராமத்தைச் சொல்வார்கள். இந்த இரண்டுக்கும் முன்பாகக் காந்தி இன்னோர் ஆசிரமத்தையும் தோற்றுவித்திருக்கிறார், தெரியுமா?

உண்மையில், அதுதான் இந்தியாவில் காந்தியின் முதல் ஆசிரமம். 1915ம் ஆண்டு மே 25ம்தேதி அகமதாபாத் அருகிலுள்ள கோச்ரப் என்ற இடத்தில் இந்தச் "சத்யாக்கிரக ஆசிரமம்" அமைக்கப்பட்டது.

காந்தி தென்னாப்பிரிக்காவிலிருந்து இந்தியாவுக்குத் திரும்பியபோது, இந்தியாவுக்குச் சேவைபுரியவேண்டும் என்ற உறுதியான எண்ணத்துடன் வந்தார். அதேசமயம், எங்கு தங்கிச் சேவைபுரிவது என்று அவர் தீர்மானித்திருக்கவில்லை.

அந்த நேரத்தில், ஹரித்வார், வைத்யநாததாம், ராஜ்கோட் ஆகிய ஊர்களைச் சேர்ந்த நண்பர்கள் காந்தியைத் தங்கள் ஊருக்கு வந்து தங்குமாறு அழைத்தார்கள். காந்தியின் அரிய சேவை தங்களுடைய ஊரிலிருந்து நடைபெறவேண்டும் என்பது அவர்களுடைய விருப்பம்.

அப்போது, காந்தி எதேச்சையாக அகமதாபாத் வந்திருந்தார். அங்கிருந்த நண்பர்கள் அவரைச் சந்தித்து, 'நீங்கள் இங்கேயே தங்கிவிடவேண்டும்' என்று கேட்டுக்கொண்டார்கள். 'உங்களுடைய ஆசிரமத்துக்கு ஏற்ற ஒரு வீட்டுக்கும், செலவுகளுக்கான பணத்துக்கும் நாங்கள் ஏற்பாடுசெய்கிறோம்!'

வீடு, செலவுகளெல்லாம் ஒருபுறமிருக்க, வேறு பல காரணங்களுக்காகக் காந்தி அகமதாபாதை விரும்பினார்:

முதலில், காந்தி குஜராத்தில் பிறந்தவர்; ஆகவே, எங்கோ வேறொரு மாநிலத்தில் சென்று தங்குவதைவிட, இங்கேயே தங்கி, தன்னுடைய தாய்மொழியான குஜராத்தியின்வழியாக நாட்டுக்கு மிகச்சிறந்த சேவை செய்ய இயலும் என்று அவர் நம்பினார்.

அடுத்து, அகமதாபாத் அந்தக் காலத்தில் கைத்தறி நெசவுக்குப் புகழ்பெற்ற ஊர். காந்தியோ கதர் இயக்கத்தை நாடுமுழுக்கக் கொண்டுசெல்லவேண்டும், அதன்மூலம் ஏழை மக்களை வறுமையிலிருந்து மீட்கவேண்டும் என்ற எண்ணங்களைக் கொண்டிருந்தவர். ஆகவே, இந்தப் பணியை அகமதாபாதில் தொடங்குவது சரியாக இருக்கும் என்று அவருக்குத் தோன்றியது.

மூன்றாவதாக, குஜராத்தின் தலைநகரமான அகமதாபாதில் செல்வந்தர்கள் அதிகம். ஆகவே, ஆசிரமத்தைத் தொடர்ந்து நடத்துவதற்கும் மற்ற சமூகப் பணிகளுக்கும் தேவைப்படும் நன்கொடையைத் திரட்டுவது எளிதாக இருக்கும்.

இப்படி யோசித்த காந்தி, அகமதாபாதில் தன்னுடைய ஆசிரமத்தைத் தொடங்கத் தீர்மானித்தார். அங்குள்ள கோச்ரப் என்ற இடத்திலுள்ள ஒரு வீட்டை வாடகைக்கு எடுத்து ஆசிரமத்தை அமைத்தார்.

ஆசிரமத்துக்கு என்ன பெயர் சூட்டுவது என்று காந்தி பலவிதமாகச் சிந்தித்தார். 'சேவாஷ்ரம்', 'தபோவனம்' போன்ற பெயர்கள் பரிந்துரைக்கப்பட்டன. ஆனால், தான் தென்னாப்பிரிக்காவில் வெற்றிகரமாகப் பயன்படுத்திய

போராட்ட முறையான 'சத்யாக்கிரக'த்தையே ஆசிரமத்துக்கும் பெயராகத் தேர்ந்தெடுத்தார் காந்தி.

கோச்ரப் சத்தியாக்கிரக ஆசிரமம் தொடங்கப்பட்டபோது, அங்கு சுமார் 25பேர் தங்கினார்கள். அதில் கிட்டத்தட்ட பாதிப்பேர் தமிழர்கள்!

தன்னுடைய ஆசிரமத்துக்கான விதிமுறைகளைக் காந்தி கவனமாக வரையறுத்தார். அவற்றை முறைப்படி பின்பற்றுகிறவர்கள் எந்த வகுப்பினராக இருந்தாலும் தாராளமாக அங்கு தங்கலாம்.

கோச்ரப் ஆசிரமம் சிறப்பாக நடைபெற்றபோதும், காந்திக்கு அதில் முழு நிறைவு இல்லை. "பழத்தோட்டமோ ஒரு பண்ணையோ, பசுக்கள், விலங்குகளை வளர்ப்பதற்கான இடமோ இல்லாத ஆசிரமம் எப்படி முழுமையாகும்?" என்று யோசித்தார் அவர்.

1917ல் கோச்ரப் பகுதியில் தொற்றுநோயொன்று பரவியது. ஆசிரமத்தில் தங்கியுள்ளவர்களின் உடல்நலத்துக்காகவும் அங்கிருந்து வெளியேறவேண்டிய சூழ்நிலை ஏற்பட்டது. ஆகவே, 1917 ஜூன் 17ம் தேதி, கோச்ரப் ஆசிரமத்திலிருந்து சற்றுத் தொலைவிலுள்ள சாபர்மதி ஆற்றங்கரையில் ஓரிடத்துக்குத் தன்னுடைய ஆசிரமத்தை மாற்றிக்கொண்டார் காந்தி.

இந்தியாவில் காந்தியின் முதல் சமூக அமைப்பான கோச்ரப் சத்தியாக்கிரக ஆசிரமம் இப்போது மிகச்சிறப்பாகப் பராமரிக்கப்படுகிறது. அகமதாபாத் நகரின் மத்தியிலுள்ள இந்தச் சிறு வளாகத்தின் இயற்கை அழகும் அமைதியும் பார்க்கிறவர்களை வியக்கவைக்கும். முன்பு ஆசிரமம் இடம்பெற்றிருந்த கட்டடத்தில் ஒரு சிறு கண்காட்சியும் அமைக்கப்பட்டிருக்கிறது.

51. சிந்தனையும் செயலும் ஒருங்கிணைந்த ஆசிரமம்

அகமதாபாத் நகரின் நடுவில் அழகாக ஓடுகிறது சாபர்மதி ஆறு. அதன் இருகரைகளையும் நன்கு வலுப்படுத்தி உயர்த்தியிருக்கிறார்கள். பக்கங்களில் நடைபாதை, பூங்காக்கள், கரைகளை இணைக்கும் பாலங்கள், நெடுஞ்சாலைகளை அழகுற அமைத்திருக்கிறார்கள். குழந்தைகளுக்காகப் படகுச்சவாரியும் உண்டு.

சுமார் நூறாண்டுக்குமுன்னால் (1917) காந்தியடிகள் இந்த ஆற்றங்கரையில் தன்னுடைய புதிய ஆசிரமத்தை அமைக்கத் தீர்மானித்தபோது, இதுபோன்ற வசதிகளெல்லாம் இருந்திருக்காது. எனினும், இங்குள்ள இயற்கை எழிலும் அமைதியான சூழ்நிலையும் அவரை ஈர்த்திருக்கவேண்டும்.

காந்தியை எல்லாரும் தீவிரமான அரசியல் தலைவராகவே அறிந்திருக்கிறோம். அவருடைய சிறப்பான நகைச்சுவை உணர்வைப்பற்றிப் பலருக்கும் தெரியாது. இதற்கு ஒரு நல்ல சான்று, சாபர்மதி ஆசிரமத்துக்கான இடத்தை எப்படித் தேர்ந்தெடுத்தீர்கள் என்ற கேள்விக்கு அவர் சொன்ன பதில்.

அப்போது இந்தப் பகுதியில் ஒரு சிறைச்சாலை இருந்ததாம், சத்யாக்கிரகத்தைப் பின்பற்றுகிறவர்கள் அடிக்கடி சிறை செல்வது

வழக்கம்தான் என்பதால், ஆசிரமத்துக்குப் பக்கத்திலேயே ஒரு சிறைச்சாலை இருந்தால் அதற்கு வசதியாக இருக்குமே என்று காந்தி விளையாட்டாகக் குறிப்பிட்டிருக்கிறார்.

அத்துடன், பொதுவாகச் சிறைச்சாலை அமைப்பதற்கான இடங்களை மிகவும் கவனமாகத் தேர்ந்தெடுப்பார்கள். தூய்மையான, நோய்கள் பரவும் சூழ்நிலை அதிகம் இல்லாத இடங்களைத்தான் தேர்வுசெய்வார்கள். அதனாலும் காந்திக்கு இந்த இடம் பிடித்திருந்தது.

'சாபர்மதி ஆசிரமம்', 'காந்தி ஆசிரமம்', 'ஹரிஜன் ஆசிரமம்', 'சத்யாக்கிரக ஆசிரமம்' என்று பல பெயர்களால் அறியப்படும் இந்த ஆசிரமம், இந்திய விடுதலைப் போராட்டத்தில் ஒரு முக்கியமான பங்கை ஆற்றியது. 1917முதல் 1930வரை கிட்டத்தட்ட பதினான்காண்டுகள் காந்தி இங்கிருந்து பணிபுரிந்திருக்கிறார். பல முக்கியமான அரசியல், சமூகப் போராட்டங்களுக்கான தீர்மானங்கள் இங்குதான் எடுக்கப்பட்டன. கதர், தாழ்த்தப்பட்டோர் முன்னேற்றம் போன்ற முன்னெடுப்புகளுக்கும் இந்த ஆசிரமம் மையத்தலமாக அமைந்தது. பல தலைவர்கள் இங்கு வந்துசென்றிருக்கிறார்கள், தங்கிப் பணிபுரிந்திருக்கிறார்கள்.

சாபர்மதி ஆசிரமத்தில் அன்றாடப் பணிகள் எப்படி அமைந்தன? இதோ, இப்படித்தான்:

- ★ *அதிகாலை 4 மணிக்கு முதல் மணி ஒலிக்கும்; எல்லாரும் 4:30மணிக்குள் எழுந்துவிடவேண்டும்; 5மணிக்குள் குளித்துவிடவேண்டும்*
- ★ *5 முதல் 5:30 வரை காலை வழிபாடு*
- ★ *5:30லிருந்து 7 மணி வரை எளிய காலை உணவு (பெரும்பாலும் பழங்கள்)*
- ★ *7லிருந்து 8:30வரை உழைக்கவேண்டிய நேரம். கிணற்றில் நீர் கொண்டுவருதல், மாவு அரைத்தல், சமைத்தல், நூல் நூற்றல் போன்றவை.*

★ *8:30லிருந்து 10வரை பள்ளிப்பணிகள், பாடம் நடத்துதல், கற்றுக்கொள்ளுதல்*

★ *10லிருந்து 12வரை மதிய உணவு, பாத்திரம் தேய்த்தல்*

★ *12லிருந்து 3வரை, மீண்டும் பள்ளிப்பணிகள்*

★ *3லிருந்து 5வரை, மீண்டும் உழைக்கவேண்டிய நேரம்*

★ *5லிருந்து 6வரை, மாலை உணவு, பாத்திரம் தேய்த்தல்*

★ *6:30லிருந்து 7வரை, மாலை வழிபாடு*

★ *7முதல் 9வரை, படிப்பு, விருந்தினர்களைச் சந்தித்தல்*

★ *10மணிக்கு அனைவரும் தூங்கச்சென்றுவிடவேண்டும்*

சுருக்கமாகச் சொன்னால், சிந்தனைக்கும் செயலுக்குமான களமாகக் காந்தி சாபர்மதி ஆசிரமத்தை அமைத்தார். எளிய வாழ்க்கைமுறை, சமரசமற்ற, உண்மையை அடிப்படையாகக் கொண்ட செயல்பாடுகளின்மூலம் நம் நாட்டை முன்னேற்றும் பணியைச் சிறப்புற நடத்தினார், ஏராளமானோருக்கு நேரடியாகக் கற்றுத்தந்தார்.

1930ம் ஆண்டு, காந்தியடிகள் உப்புச் சத்யாக்கிரகத்தைத் தொடங்கினார். அதற்காக, சாபர்மதி ஆசிரமத்திலிருந்து புறப்பட்டார். அப்போது, 'இந்தியா விடுதலை பெறும்வரை இந்த ஆசிரமத்துக்குத் திரும்பமாட்டேன்' என்று உறுதிசொல்லிவிட்டுக் கிளம்பினார்.

பதினேழாண்டுகளுக்குப்பிறகு, இந்தியாவுக்கு விடுதலை கிடைத்தது. ஆனால், காந்தியடிகள் இங்கு திரும்பி வரும் சூழ்நிலை அமையவே இல்லை.

இன்றைக்குச் சாபர்மதி ஆசிரமம் அதே பழைய சிறப்புடனும் இயற்கை அழகுடனும் பராமரிக்கப்படுகிறது. ஏராளமான சுற்றுலாப்பயணிகள் இங்கு வந்துசெல்கிறார்கள். காந்தியடிகளும் கஸ்தூரிபாவும் தங்கிய வீடு, வினோபா தங்கிய வீடு,

பிரார்த்தனைக்கூடம் போன்றவற்றைக் கண்டு நெகிழ்கிறார்கள். காந்தியடிகளுடைய பணிகளைப் புகைப்படங்கள், கேள்வி-பதில்களின்மூலம் விவரிக்கும் இரு சிறந்த கண்காட்சிகளும் இங்குள்ளன. காந்தியைப்பற்றிய நூல்கள், ஆசிரமத் தயாரிப்புகள், கதர் ஆடைகளை விற்பனைசெய்யும் கடைகளும் அமைக்கப்பட்டுள்ளன. நம்முடைய செல்ஃபோனில் ஒலிவடிவமாக இந்த ஆசிரமத்தின் வரலாற்றைக் கேட்டபடி அதைக் கண்டு மகிழ்கிற வசதியும் உள்ளது.

காந்தியடிகள் இந்த ஆசிரமத்தைத் தொடங்கியபோதே, அவர் பெரும் தலைவராகத்தான் இருந்தார். இங்கிருந்து அவர் வெளியேறியபோது, இந்தியாவில்மட்டுமின்றி, உலகம்முழுவதும் மதிக்கப்படுகிற மாபெரும் தலைவராகிவிட்டார். சிறுமைகளை அகற்றி நல்லவற்றின்மீது உறுதியான நம்பிக்கை வைக்கிற ஓர் உள்ளத்தை உலகம் எப்படி ஏற்றுக்கொள்ளும், எப்படிக் கொண்டாடும், பணிந்து, வணங்கிப் பின்பற்றும் என்பதைச் சாபர்மதி ஆசிரமம் கண்ணெதிரே கண்டது.

52. பிரதிகாரர்கள்

கி.பி.712ல், 'சிந்து' பகுதியை அராபியர்கள் கைப்பற்றினார்கள். ஆனால், இந்தியாவில் இஸ்லாமியர்களுடைய ஆட்சி கி.பி.1200க்குப்பிறகுதான் தொடங்கியது.

ஆக, எட்டாம் நூற்றாண்டின் தொடக்கத்திலேயே இந்தியாவில் கால்பதித்துவிட்ட இஸ்லாமிய அரசர்கள் இப்பகுதியைத் தங்களுடைய கட்டுப்பாட்டின்கீழ் கொண்டுவருவதற்குக் கிட்டத்தட்ட ஐந்நூறாண்டுகள் ஆகியிருக்கின்றன. உலகின் மற்ற பகுதிகளில் அவர்களுடைய ஆதிக்கத்தை வைத்துப் பார்க்கும்போது, இது ஒரு மிகப்பெரிய இடைவெளிதான்.

சிந்துவை வென்றபின் இஸ்லாமியர்களுடைய ஆதிக்கம் இந்தியாவில் விரைவாகப் பரவாததற்கு என்ன காரணம் என்று யோசித்தால், பல சிறிய ஆட்சியாளர்களுடைய பெயர்கள் வெளிச்சத்துக்கு வருகின்றன. இவர்களெல்லாம் தங்களுடைய வீரம், படைபலத்தின்மூலமாகவும் கூர்ந்த அறிவினாலும் விரைவான வெளிநாட்டு ஊடுருவலைத் தடுத்துநிறுத்தியிருக்கிறார்கள், அதன்மூலம் இந்தியாவில் இஸ்லாமிய ஆட்சி அமைவதைத் தாமதப்படுத்தியிருக்கிறார்கள்.

அவ்வாறு வட இந்தியாவை ஆட்சி செய்த, அன்னியர் ஆதிக்கத்திலிருந்து அப்பகுதியைப் பல்லாண்டுகள் காத்த ஓர் அரச மரபினர், 'பிரதிகாரர்கள்' என்று அழைக்கப்படும் 'கூர்ஜரப் பிரதிகாரர்கள்' *(Gurjara-Pratiharas)*. கி.பி. ஆறாம் நூற்றாண்டில் அரிச்சந்திரா என்பவர் ஜோத்பூரிலிருந்து (தற்போது ராஜஸ்தானில் உள்ளது) இந்த மரபைத் தொடங்கிவைத்தார். அவருக்குப்பிறகு இந்த மரபில் வந்த முக்கிய அரசர்கள், நாகபட்டர், வத்சராஜர் மற்றும் மிகிரபோஜர். இவர்கள் ஆட்சி செய்த முக்கியமான நகரங்கள், உஜ்ஜைனி (தற்போது மத்தியப்பிரதேசத்தில் உள்ளது) மற்றும் கன்னௌஜி (தற்போது உத்தரப்பிரதேசத்தில் உள்ளது).

'பிரதிகாரர்' என்ற பெயர் எப்படி வந்தது என்பதற்கு வரலாற்றாளர்கள் பலவிதமான விளக்கங்களைச் சொல்கிறார்கள். எடுத்துக்காட்டாக, இந்தச் சொல்லுக்கு 'வாயில்காப்பாளர்' என்ற பொருள் உண்டு. ஆகவே, ராமருடைய வாயில்காப்பாளராகத் தொண்டாற்றிய அவருடைய தம்பி லட்சுமணருடைய மரபில் வந்தவர்கள் 'பிரதிகாரர்கள்' என்று அழைக்கப்பட்டதாகச் சிலர் நம்புகிறார்கள்.

இதே சொல்லுக்கு 'ராணுவ அமைச்சர்' என்ற பொருளும் உண்டு. பிரதிகாரர்களுடைய முன்னோர்களில் ஒருவர் இன்னோர் அரசருடைய அவையில் ராணுவ அமைச்சராகப் பணியாற்றியிருக்கலாம் என்கிறார்கள் சிலர்.

நாகபட்டர் காலத்தில் தொடங்கிப் பிரதிகாரர்களுடைய ஆட்சி மல்வா, ராஜபுத்னா, குஜராத் பகுதிகளில் நன்கு பரவியது. அதேசமயம், அந்தக் காலகட்டத்தில் கிட்டத்தட்ட இதே பகுதிகளில் சிறந்து விளங்கிய பாலர்கள், ராஷ்டிரகூடர்களுடன் இவர்களுக்குப் பல உரசல்களும் நேர்ந்தன.

இவ்வாறு உள்நாட்டு, வெளிநாட்டுப் பகைகளைச் சமாளித்து நன்முறையில் ஆட்சிசெய்த பிரதிகார அரசர்கள் சிறந்த கலைப்படைப்புகளையும் உருவாக்கினார்கள். அழகிய, நுணுக்கமுள்ள, சிறந்த சிற்பங்கள், ஆலயங்கள் பலவற்றை

உருவாக்கிய இவர்களுடைய கலைத்திறனுக்கு ஒரு சிறந்த எடுத்துக்காட்டு, தற்போது ராஜஸ்தானிலுள்ள படோலி ஆலயங்கள்.

பத்தாம் நூற்றாண்டில் தொடங்கி, இப்பகுதியில் பிரதிகாரர்களுடைய ஆதிக்கம் குறைந்தது. அவர்களுக்குக்கீழே ஆட்சிசெய்துவந்த பல சிற்றரசர்கள் தங்களை விடுதலை பெற்றவர்களாக அறிவித்துக்கொண்டு தனித்தனி அரச மரபுகளைத் தோற்றுவிக்கத் தொடங்கினார்கள். இதனால், பிரதிகாரர்களுடைய வலிமையும் தாக்கமும் வெகுவாகச் சுருங்கிப்போனது. 1018ல் முகமது கஜினியின் படையெடுப்புக்குப்பிறகு, பிரதிகார அரச மரபு முற்றிலுமாக அழிந்துவிட்டது.

எனினும், இந்திய வரலாற்றில் பிரதிகாரர்களுக்கு ஒரு முக்கியப் பங்கு உண்டு. அவர்களுடைய கலைப்படைப்புகள் இன்றும் அவர்கள் பெயரைச் சொல்லிக்கொண்டிருக்கின்றன.

53. அரசர், சர்வாதிகாரி, விவசாயி, நெசவாளி, பக்தர்...

வெளியூரிலிருக்கும் நண்பருக்கு ஒரு கடிதம் எழுதுகிறீர்கள். உறையின்மீது அவருடைய முகவரியை எப்படி எழுதுவீர்கள்?

முதலில், நண்பருடைய பெயரை எழுதவேண்டும், பிறகு, அவருடைய வீட்டுக் கதவு எண், தெருவின் பெயர், பகுதியின் பெயரைக் குறிப்பிடவேண்டும். பின்னர், ஊர், மாவட்டம், மாநிலம், தேவைப்பட்டால் நாட்டின் பெயர், அஞ்சல் குறியீட்டு எண், சில நேரங்களில் தொலைபேசி எண் என அனைத்தையும் குறிப்பிட்டால்தான் கடிதம் சரியானபடி சென்றுசேரும்.

ஆனால், அந்தக்காலத்தில் ஒரு தலைவருக்கு எழுதப்பட்ட பல கடிதங்கள், மிகவும் மாறுபட்ட, வழக்கத்துக்குப் பொருந்தாத முகவரிகளைக் கொண்டிருந்தன. எனினும், அஞ்சல்துறையினர் சரியாக அந்தக் கடிதங்களை அவரிடம் கொண்டுசென்றுசே ர்த்துவிட்டார்கள்.

நம்பமுடியவில்லையா? அந்தத் தலைவருடைய பெயரைக் கேட்டால் உடனே நம்புவீர்கள்: மகாத்மா காந்தி!

ஆம், உலகே அறிந்த தலைவருக்கு, உலகுக்கே சொந்தமான தலைவருக்கு எதற்கு முகவரி? மக்கள் தங்களுக்குத்

தெரிந்தவகையில் பலவிதமான முகவரிகளை எழுதிக் குவித்தார்கள். இந்தியர்கள்மட்டுமில்லை, வெளிநாட்டினர்கூட இப்படி மாறுபட்ட முகவரிகளை எழுதியிருந்தார்கள். அந்தச் சுவையான முகவரிகளை அகமதாபாதிலுள்ள சாபர்மதி ஆசிரமத்தில் அழகாகக் காட்சிப்படுத்தியிருக்கிறார்கள். அவற்றிலிருந்து சில எடுத்துக்காட்டுகள், இதோ:

★ 1939ல் வந்த ஒரு கடிதத்தில், எந்த முகவரியும் இல்லை. 'To' என்று எழுதிக் காந்தியின் படம் வரைந்திருக்கிறார்கள். அவ்வளவுதான்!

★ இன்னொரு கடிதமும் இதேபோல் காந்தியின் படத்துடன் வந்துள்ளது, அருகில் 'இந்தியா' என்றுமட்டும் குறிப்பிட்டிருக்கிறார்கள்

★ பல கடிதங்கள் 'காந்தி, புது தில்லி' என்றுமட்டும் எழுதப்பட்டு வந்துள்ளன, கதவு எண், தெருவின் பெயரெல்லாம் இல்லை

★ பூனே நகரிலுள்ள எரவாடா சிறைச்சாலையில் காந்தி அடைக்கப்பட்டிருந்தபோது அவருக்கு எழுதப்பட்ட ஒரு கடிதத்தின் முகவரி: இந்தியாவின் அரசர் மகாத்மா காந்தி, எரவாடா சிறைச்சாலை.

★ காந்தி மகாபலேஷ்வரில் தங்கியிருந்தபோது அவருக்கு எழுதப்பட்ட ஒரு கடிதத்தின் முகவரி: மகாத்மா காந்தி, மகாபலேஷ்வர், இந்தியா. (பம்பாயிலிருந்து சுமார் 70மைல் தொலைவில்)

★ இன்னொரு கடிதத்தின் முகவரியில் காந்தியின் பெயரே இல்லை, 'இந்தியாவின் மிகச்சிறந்த அகிம்சைத் தலைவர், வார்தா' என்றுமட்டும் எழுதி அனுப்பியிருக்கிறார்கள்

★ வேறொரு கடிதத்தின் முகவரியில், 'இந்திய தேசியக் காங்கிரஸின் உயர்தலைவர் மகாத்மா காந்தி' என்றுமட்டும் எழுதியுள்ளார்கள். இதேபோல் வேறு சில மாறுபட்ட முகவரிகள்: 'மகாத்மா காந்தி, இந்திய அரசின் சர்வாதிகாரி',

‘மகாத்மா காந்தி, விவசாயி மற்றும் நெசவாளி’, ‘மகாத்மா காந்தி, உலகப் புகழ்பெற்ற பக்தர்’.

★ ஃப்ரெஞ்சுக்காரர் ஒருவர் எழுதிய முகவரி: *‘A la excellence Monsieur le President Gandhi’* (மிகச்சிறந்த தலைவர் திரு. காந்தி)

★ இன்னொருவர் ஹிந்தியில் இப்படி முகவரி எழுதியிருக்கிறார்: ‘மகாத்மா காந்தி, வார்தாவில் அவர் எங்கு இருக்கிறாரோ அங்கே.’

காந்தியின் முகவரியில் இத்தனை குழப்பங்கள் ஏன்?

இந்தியர்கள் எல்லாருக்குமான தலைவர் காந்தி. அவரால் வழிநடத்தப்பட்ட பலருக்கு எழுதப்படிக்கவே தெரியாது, உலக அறிவு கிடையாது, காந்தி எங்கே இருக்கிறார், அவர் என்ன மொழி பேசுகிறவர், எப்படிப்பட்டவர் என்பதுகூட அவர்களுக்குத் தெரியாது. ஆனாலும் அவர்கள் காந்திக்குக் கடிதம் எழுத விரும்பியிருக்கிறார்கள்.

அதேபோல், காந்தியைப்பற்றிக் கேள்விப்பட்டு வியந்த வெளிநாட்டினர் பலரும் அவரைத் தொடர்புகொள்ள எண்ணியிருக்கிறார்கள். இவர்களிடமும் அவருடைய சரியான முகவரி இல்லை.

முக்கியமாக, காந்தி இந்தியாமுழுவதும் பயணம் செய்துகொண்டிருந்தவர். அவர் நெடுநாட்கள் ஒரே இடத்தில் தொடர்ந்து தங்குவது அபூர்வம் என்பதால், அவருடைய முகவரியும் தொடர்ந்து மாறிக்கொண்டேதான் இருந்தது.

இப்படிப் பல காரணங்களால், மக்கள் தங்களுக்குத் தெரிந்த அளவில் விதவிதமான முகவரிகளை எழுதியிருக்கிறார்கள். இத்தனை மாறுபட்ட, தெளிவற்ற, குழப்பமான, ஒழுங்கற்ற, முழுமையற்ற முகவரிகளையும் அன்றைய அஞ்சல்துறையினர் சரியாகப் புரிந்துகொண்டு, காந்தி எங்கெல்லாம் இருக்கிறாரோ அங்கெல்லாம் கடிதங்களைக் கொண்டுசென்று சேர்த்துள்ளார்கள். வியப்புதான்!

54. ஜமீன்தார்கள்

பழங்காலப் புத்தகங்களில், குறிப்பாகக் கிராமப்புறக்கதைகளில் ‘ஜமீன்தார்’ என்ற பெயரைப் பார்த்ததுண்டா?

அந்தக் கதைகளில் வரும் ஜமீன்தார்கள் கிராமத்தில் அரசரைப்போல் சுற்றிவருவார்கள். மற்ற மக்களெல்லாம் அவர்கள்முன்னால் கூனிக்குறுகி நிற்பார்கள். அவர்கள் என்ன சொன்னாலும் உடனே செய்வார்கள்.

இவையெல்லாம் கற்பனைக்கதைகள் இல்லை. உண்மையிலேயே அன்றைய ஜமீன்தார்கள் அந்தந்தப் பகுதிகளின் அரசர்களைப் போலதான் நடந்துகொண்டார்கள். மற்றவர்கள், அதாவது, விவசாயிகள் அவர்களுக்குக் கட்டுப்பட்டு நடக்கவேண்டியிருந்தது.

வரலாற்றின் வெவ்வேறு காலகட்டங்களில் பர்கானா, ராஜா, மகராஜா, ராணா, ராய், ராவ், ராவத், மர்ஜாபான், கலந்தரன், புஜுர்க், நவாப் உள்ளிட்ட பல பெயர்களால் அழைக்கப்பட்ட ஜமீன்தார்கள், அடிப்படையில் நில உரிமையாளர்கள். ‘ஜமீன்தாரி’ என்று அழைக்கப்பட்ட இந்த உரிமை, தந்தையிடமிருந்து மகனுக்கு, பேரனுக்கு என்று

பிறப்பின் அடிப்படையில் தலைமுறை தலைமுறையாகத் தொடர்ந்தது.

இந்த ஜமீன்தார்களிடமிருந்த நிலம் விவசாயிகளுக்கு வாடகைக்கு வழங்கப்பட்டது. அவர்கள் அதில் உழவுத்தொழிலில் ஈடுபட்டுப் பயிர்களை விளைவித்தார்கள். அதன்மூலம் கிடைக்கும் வருவாயின் ஒரு பகுதி ஜமீன்தார்களுக்குச் சென்றது.

இதனால், பல ஜமீன்தார்கள் பெரும் பணக்காரர்களாக இருந்தார்கள், ஆடம்பரமாக வாழ்ந்தார்கள், மற்றவர்கள் எல்லாரும் இவர்களுடைய தயவை எதிர்பார்த்து வாழவேண்டியிருந்தது.

சில ஜமீன்தார்கள் பாதுகாப்புக்காகக் கோட்டைகளைக் கட்டிக்கொண்டு அவற்றுள் வாழ்ந்தார்கள்; தங்களுக்கென்று சொந்தமாக ராணுவத்தை உருவாக்கி நடத்திய ஜமீன்தார்களும் உண்டு.

அதேசமயம், ஜமீன்தார்கள் ஒரு குறிப்பிட்ட பகுதியைமட்டுமே கட்டுப்படுத்திவந்தார்கள். அவர்களுக்குமேலாகப் பெரிய அரசர்கள் இருந்தார்கள். விவசாயிகளிடம் இவர்கள் திரட்டும் தொகையில் பெரும்பகுதி அந்த அரசர்களுக்குச் சென்றது. எடுத்துக்காட்டாக, பேரரசர் பாபர் எழுதியுள்ள இந்தக் குறிப்பைப் பாருங்கள்:

'தற்போது என் கட்டுப்பாட்டில் இருக்கும் பகுதிகளிலிருந்து கிடைக்கும் வருவாய், 52கோடிரூபாய். இதில் சுமார் 8அல்லது9கோடி பர்கானாக்களிலிருந்து வருகிறது.'

ஆங்கிலேயர் ஆட்சியின்போதும் ஜமீன்தார்களுடைய ஆதிக்கம் தொடர்ந்தது. முன்பு முகலாய அரசர்களுக்கு அடிபணிந்த இவர்கள், இப்போது ஆங்கிலேய அதிகாரிகள்முன்னால் வணக்கம்போட்டு நின்றார்கள், அவர்கள் சார்பாக விவசாயிகளிடம் வரி வசூலித்துக் கொடுத்தார்கள். ஆங்கிலேயர்களும் இவர்களைப் பயன்படுத்திக்கொண்டு ஏழை விவசாயிகளைக் கசக்கிப் பிழிந்தார்கள்.

ஜமீன்தார்களில் நல்லவர்கள், தங்களுக்குக்கீழே இருக்கும் விவசாயிகளை நன்றாக நடத்தியவர்களும் இருந்தார்கள்; கலை, இலக்கியத்தைச் செழிப்பாக வளர்த்தவர்களும் இருந்தார்கள்; எனினும், நிலமெல்லாம் ஒருசிலருடைய கட்டுப்பாட்டின்கீழ் இருப்பதும், விவசாயிகள் அவர்களை நம்பி வாழ்வதும் சமூகச் சமநிலைக்குப் பொருந்தாதல்லவா? இந்தியா விடுதலை பெற்றபிறகு, உயர்ந்தவர், தாழ்ந்தவர் என்கிற வேறுபாடுகளெல்லாம் தகர்ந்தன, காலப்போக்கில் ஜமீன்தார்கள் அழிந்துபோனார்கள், 1976ல் அறிமுகமான நில உச்சவரம்புச் சட்டத்தால், சில குடும்பங்களிடம்மட்டும் நிலம் குவிவது தடுக்கப்பட்டது, உழுபவர்களுக்கே நிலம் சொந்தம் என்கிற நிலை உண்டானது.

55. அன்பு வழியை உணர்த்திய குரு நானக்

‘எண்ணற்றோர் தங்களை வணங்குகிறார்கள்,
எண்ணற்றோர் தங்களைத் துதிக்கிறார்கள்,
எண்ணற்றோர் தங்களை வழிபடுகிறார்கள்,
எண்ணற்றோர் தங்களை எண்ணித்
தவம்புரிகிறார்கள்,
எண்ணற்றோர் புனித நூல்களை உரக்கப்
படிக்கிறார்கள்,
எண்ணற்றோர் உலகத் துன்பங்களை எண்ணி
வருந்துகிறார்கள்,
எண்ணற்ற ஞானிகள் நற்சிந்தனைகளில்
மூழ்கியுள்ளார்கள்,
எண்ணற்றோர் மனிதத்தன்மையுடனும்
இரக்கத்துடனும் உள்ளார்கள்,
எண்ணற்ற வீரர்கள் இரும்புபோன்ற வலிமையுடன்
உள்ளார்கள்,
எண்ணற்றோர் அமைதியாகச் சிந்திக்கிறார்கள்.
இவர்கள் மத்தியில்,
தங்களுடைய வலிமையைப் புகழும் திறன் எனக்கு
உண்டா?

தங்களைப் போற்றும் ஆற்றல் எனக்கு உண்டா?
தங்கள் விருப்பம் எதுவோ,
அதையே நான் ஏற்கிறேன்,
அதையே நான் செய்கிறேன்.
உருவமற்ற இறைவரே,
தங்கள் புகழ் ஓங்கட்டும்.'

'குரு கிரந்த சாஹிப்' என்ற சீக்கியர்களுடைய புனித நூலில் இடம்பெற்றுள்ள கவிதை இது. இக்கவிதையை எழுதியவர், சீக்கிய மதத்தைத் தோற்றுவித்தவரும் சீக்கியர்களுடைய முதல் குருநாதருமான குரு நானக்.

1469ம் ஆண்டு லாகூருக்கு அருகிலுள்ள ஒரு கிராமத்தில் பிறந்தவர் நானக். அப்போது அந்தக் கிராமத்தின் பெயர் ராய் போய் கி தல்வண்டி. ஆனால் இப்போது, அதை 'நன்கானா சாஹிப்' என்று அழைக்கிறார்கள். அதாவது, நானக் பிறந்த இடம் என்பதால், அவரைச் சிறப்பிக்கும்வகையில் அந்த ஊரின் பெயரையே மாற்றிவிட்டார்கள்.

பொதுவாக மக்களெல்லாம் தங்களுடைய சொந்த ஊரின் பெயரைத் தங்கள் பெயருக்குமுன்னால் சேர்த்துக்கொள்வார்கள். ஆனால் இங்கு, ஓர் ஊரின் பெயரே ஒரு மனிதருடைய பெயராக மாறியிருக்கிறது என்றால், அவர் எப்பேர்ப்பட்ட மனிதராக இருந்திருக்கவேண்டும்! உலகின் சிந்தனையில், செயல்பாட்டில் எப்படிப்பட்ட மாற்றங்களைக் கொண்டுவந்திருக்கவேண்டும்!

நானக் ஓர் இந்துக் குடும்பத்தில் பிறந்தவர். எல்லாரையும்போல் படித்தார், வேலைக்குச் சென்றார், திருமணம் செய்துகொண்டார், மற்றவர்கள் பார்வைக்கு அவர் ஓர் இயல்பான வாழ்க்கையைதான் வாழ்ந்தார்.

ஆனால் உண்மையில், நானக்கின் இதயம் உண்மையைத் தேடிக்கொண்டிருந்தது. அவர் தியானத்திலும் தங்கள் ஊர்ப்பக்கமாக வருகிற ஞானிகளிடம் உரையாடுவதிலும் நேரத்தைச் செலவிட்டார். ஒருகட்டத்தில், தான் விரும்பும்

உண்மையைக் கண்டறிவதற்காக ஊரைவிட்டுக் கிளம்பிவிட்டார், பல திசைகளிலும் நெடுந்தூரம் நடந்தே பயணம்செய்யத் தொடங்கினார்.

இந்தப் பயணங்களின்போது நானக் தனியாக இல்லை. அவருடைய முதல் சீடரான மர்தானா என்பவரும் நானக்குடன் பயணம் செய்தார். அவர்கள் இருவரும் பல ஊர்களுக்குச் சென்றார்கள், நானக் தன்னுடைய சிந்தனைகளையும் இறைவரைப்பற்றிய போற்றுதல்களையும் கவிதைகளாக எழுத, மர்தானா அவற்றுக்கு இசைவழங்கிப் பாடினார். இதைப் பார்க்கிற மக்களும் அவர்களோடு சேர்ந்துகொண்டார்கள்.

அவர்கள் வாழ்ந்த பஞ்சாப் மாநிலத்தில் (இப்போது இந்தியாவிலும் பாகிஸ்தானிலும் தனித்தனி மாநிலங்களாக உள்ளது) இந்துக்களும் இஸ்லாமியர்களும் நிறைந்திருந்தார்கள். ஆனால் நானக்கோ, 'இந்து என்று எவருமில்லை; இஸ்லாமியர் என்று எவருமில்லை' என்றார். பொருளற்ற வழிபாட்டுமுறைகளின் அபத்தங்களைச் சுட்டிக்காட்டினார். இந்த இரு மதங்களுக்கும் பொதுவாக உள்ள பக்தி, அன்பு வழியை உணர்த்தினார்.

இதனால், இந்த இரு மதங்களைச் சேர்ந்தவர்களில் பலர் நானக்கின் சீடர்களானார்கள். அவருடைய பாடல்களைப் பாடினார்கள், அவர் சுட்டிக்காட்டிய வழியில் நடந்தார்கள்.

இந்தியாவிலும் சுற்றியுள்ள நாடுகளிலும் பல முதன்மையான புனிதத்தலங்களைச் சென்று பார்த்துத் தன்னுடைய செய்தியைப் பரப்பிய நானக், நிறைவாகக் கர்தார்பூர் என்ற இடத்தில் (தற்போது பாகிஸ்தானில் உள்ளது) தங்கினார். அதன்பிறகு, அவருடைய பயணங்கள் குறைந்துவிட்டன, எனினும், நல்ல செய்திகளை, உண்மைகளை மக்கள்மத்தியில் உரைப்பது தொடர்ந்தது.

இதனால், நானக்கின் சீடர்கள் பெருகினார்கள். தனக்குப்பின் அந்தச் சீடர்களை வழிநடத்தப்போகிறவராகக் குரு அங்கத் என்பவரைத் தேர்ந்தெடுத்தார் நானக்.

*1539*ம் ஆண்டு, குரு நானக் மறைந்தார். அதேசமயம், அவருடைய போதனைகளின் அடிப்படையில் சீக்கிய மதம் வளர்ந்தது. பல குருநாதர்கள் சீக்கியர்களை வழிநடத்தினார்கள். அவர்களுடைய பாடல்களின் தொகுப்பாகிய 'குரு கிரந்த சாஹிப்' இன்றைக்கும் சீக்கியர்களுடைய நிரந்தரக் குருநாதராகப் போற்றப்படுகிறது.

56. தோள்சீலைக் கலகம்

ஒருவர் தன்னுடைய உடலை மறைப்பதற்கு ஆடை அணிவதற்கு இன்னொருவரிடம் அனுமதி வாங்கவேண்டுமா?

ஆம், அப்படியொரு காலமும் இருந்தது. எங்கோ தொலை தூரத்தில் இல்லை, கூப்பிடுதூரத்தில் இருக்கும் கேரளத்தில்.

அப்போது (19ம் நூற்றாண்டின் முற்பகுதி) கேரளம் என்ற மாநிலம் உருவாகியிருக்கவில்லை. திருவிதாங்கூர் சமஸ்தானத்தின் ஆட்சி அங்கு நடைபெற்றுக்கொண்டிருந்தது. சமூகத்தில் சாதி அடிப்படையில் பலவிதமான ஏற்றத்தாழ்வுகள் நிலவின.

எடுத்துக்காட்டாக, சில குறிப்பிட்ட சாதிகளைச் சேர்ந்தோர் தாழ்த்தப்பட்டவர்களாகக் கருதப்பட்டார்கள், மற்ற (அதாவது, உயர்த்தப்பட்ட) சாதிகளைச் சேர்ந்தோர் முன்னால் அவர்கள் வரவே கூடாது, ஊர்ச்சாலைகள், ஆலயங்கள் போன்ற பொது இடங்களில் நடமாடக்கூடாது, பொதுக்கிணற்றில் தண்ணீர் எடுக்கக்கூடாது என்றெல்லாம் கட்டுப்பாடுகள் விதிக்கப்பட்டன.

எல்லா மனிதர்களும் சமம்தான் என்கிற இயற்கை உண்மைக்குமுன்னால், பிறப்பின் அடிப்படையில் இதுபோன்ற கட்டுப்பாடுகளை விதித்துக் கொடுமைப்படுத்தும் பழக்கம்

பல தலைமுறைகளாகத் தொடர்ந்தது. மக்களும் இதைக் கேள்விகேட்காமல் பின்பற்றிவந்தார்கள்.

இந்தக் கட்டுப்பாடுகளில் ஒன்றாக, சில குறிப்பிட்ட சாதிகளைச் சேர்ந்த பெண்கள் மேலாடை அணியக்கூடாது என்று தடைவிதிக்கப்பட்டது. காரணம், மேல்சாதியைச் சேர்ந்தவர்கள்முன்னால் இவர்கள் மேலாடையோடு சென்றால், அது மரியாதை ஆகாதாம்.

அடிப்படை மனித உரிமைக்கு எதிரான இந்தத் தடையை மீறி ஒரு சமூக இயக்கம் தொடங்கியது. 'மாறுமறைக்கல் சமரம்', 'சாந்நார் லஹள', 'தோள்சீலைக் கலகம்' என்றெல்லாம் அழைக்கப்பட்ட இந்தப் போராட்டத்தில் பங்கேற்ற பெண்கள், மேலாடை அணிந்து பொதுவில் நடமாடினார்கள். 'எங்களுக்கும் மேலாடை அணியும் உரிமை உண்டு' என்று உரக்கச் சொன்னார்கள்.

உடனே, அவர்கள்மீது வன்முறை பாய்ந்தது; அவர்களுடைய ஆடைகள் கிழித்தெறியப்பட்டன. இதனால், திருவிதாங்கூர் சமஸ்தானத்தில் ஆங்காங்கே கலவரங்கள் மூண்டன.

இதனால், திருவிதாங்கூர் அரசு இந்தப் பிரச்னையில் தலையிட்டது, பெண்களுடைய மேலாடை அணியும் உரிமையை உறுதிப்படுத்தி ஆணை வெளியிட்டது.

ஆனால், அரசாங்கத்திலும் சமூகத்திலும் முக்கியப் பதவிகளை வகித்த மேல்சாதியினர் இதை ஏற்றுக்கொள்ளவில்லை. இதனால், அரசு உத்தரவிட்டும்கூட, பெண்களுக்கு மேலாடை அணியும் உரிமை கிடைக்கவில்லை.

அப்போதும், பெண்கள் தங்களுடைய துணிச்சலை விட்டுக்கொடுக்கவில்லை. அடுத்த பல ஆண்டுகளுக்கு அவர்கள் தொடர்ந்து போராடிவந்தார்கள். எத்தனையோ வன்முறைகள் நிகழ்ந்தபோதும், பல பெண்கள் தொடர்ந்து தாக்கப்பட்டபோதும், அடுத்தடுத்துப் பலர் போராட்டக்களத்துக்கு வந்துகொண்டே இருந்தார்கள்.

இன்னொருபக்கம், சமூகத்தலைவர்கள் பரப்புரையின்மூலமும் நீதிமன்றத்தை, அரசாங்கத்தை அணுகுவதன்மூலமும் இந்தப் பிரச்னைக்குத் தீர்வுகாண முயன்றார்கள். அவர்களுடைய முயற்சிகளை எதிர்த்துக் கலவரங்களும் நடைபெற்றுக்கொண்டுதானிருந்தன.

நிறைவாக, 1859 ஜூலையில், இதுபற்றி ஓர் உறுதியான ஆணையை வெளியிட்டார் திருவிதாங்கூர் அரசர் ஆயில்யம் திருநாள். இதன்படி, எல்லாப் பெண்களும் தாங்கள் விரும்பும் வகையில் மேலாடை அணியலாம், தாங்கள் விரும்பியபடி நகைகளை அணியலாம் என்கிற உரிமை உறுதிசெய்யப்பட்டது. இதற்காகப் பன்னெடுங்காலமாகப் போராடிய பெண்கள், ஆண்களுடைய தியாகத்தால், அடுத்தடுத்த தலைமுறைப் பெண்கள் கண்ணியத்துடனும் மதிப்புடனும் நடமாட இயன்றது.

57. அன்பென்னும் ஆயுதத்தை ஏந்திய எல்லைக்காந்தி

அடிதடிக்குப் பெயர்போன ஒரு கூட்டம்; எதற்கெடுத்தாலும் தடியைத் தூக்கிவிடுவார்கள்; இவர் அவரை அடிப்பார், பதிலுக்கு அவர் இவரை அடிப்பார், பழிக்குப் பழி, கண்ணுக்குக் கண், பல்லுக்குப் பல் என்று வன்முறைதான் இவர்களுடைய பொதுவிதி.

அப்படிப்பட்ட கூட்டத்திற்குத் தலைவராக ஒருவர் வருகிறார், அவர்களால் 'மன்னாதி மன்னர்' என்று பாராட்டப்படுகிறார், அவர் சொன்னால் அந்த இனக்குழுவைச் சேர்ந்த எல்லாரும் மதித்துக் கேட்கிறார்கள், அப்படியே பின்பற்றி நடக்கிறார்கள்.

இதைப் படித்ததும் உங்கள் மனத்தில் அந்தத் தலைவரைப்பற்றி உண்டாகிற தோற்றம் என்ன? உண்மையைச் சொல்லுங்கள்!

அடிதடிப் பேர்வழிகளுக்குத் தலைவராக ஒருவர் வருகிறார் என்றால், அவர் இவர்களையெல்லாம்விடப் பெரிய முரடராக இருக்கவேண்டும், எல்லாரையும் அடித்து, உதைத்து மேலுக்கு வந்திருக்கவேண்டும் என்றுதானே ஊகிக்கிறீர்கள்?

ம்ஹூம், உங்கள் ஊகம் முற்றிலும் தவறானது. அந்தத் தலைவர் காந்திவழியில் வந்தவர். அனைவர்மீதும் அன்பைமட்டுமே கொட்டியவர். வன்முறை என்ற சொல்லே அவருடைய அகராதியில் கிடையாது. இப்படிப்பட்ட அன்பான ஒருவர் முரட்டுக் குழுவொன்றின் மன்னாதி மன்னராகியிருக்கிறார் என்றால், அது எப்பேர்ப்பட்ட சாதனையாக இருக்கவேண்டும்!

அந்தச் சாதனையாளருடைய பெயர், அப்துல் கஃபார் கான். இந்த உண்மைப்பெயரைக்காட்டிலும் 'எல்லைக்காந்தி' என்ற அவருடைய செல்லப்பெயரைத்தான் எல்லாரும் அறிவார்கள்.

எல்லைக்காந்தியின் வாழ்க்கையைத் தெரிந்துகொள்வதற்கு முன்னால், அவர் வாழ்ந்த பகுதியைப்பற்றித் தெரிந்துகொள்ள வேண்டும். அந்தப் புவியியல் புரிந்தால்தான் நமக்கு அவருடைய வரலாறு புரியும்.

பிரிட்டிஷ் இந்தியாவின் வடமேற்கு எல்லையில், ஆஃப்கானிஸ்தானை ஒட்டியிருந்த பகுதியை 'வடமேற்கு எல்லைப்புற மாகாணம்' என்று அழைத்தார்கள். அங்கு பெரும்பான்மையாக வசித்தவர்களைப் பதான்கள், பஷ்தூன்கள் அல்லது பக்தூன்கள் என்றார்கள்.

அன்றைய இந்தியாவில் பதான்களுக்குப் பெரிய மரியாதை இல்லை. அவர்கள் நாகரிகமற்ற முரடர்களாகவே பார்க்கப்பட்டார்கள். அந்த எண்ணத்தை உண்மையாக்குவதுபோல்தான் அவர்களுடைய நடவடிக்கைகளும் அமைந்திருந்தன.

ஆனால், இந்த விஷயத்தில் மொத்தப் பழியையும் பதான்கள்மேல் போடுவது சிறிதும் நியாயமில்லை. அவர்களை அப்படி முரடர்களாக்கியது யார் என்று சிந்திக்கவேண்டும்.

பதான்கள் பார்ப்பதற்கு நன்கு உயரமாகவும் வாட்ட சாட்டமாகவும் இருப்பார்கள்; இயல்பாகவே நன்கு சண்டையிடக்கூடியவர்கள், வீரம் நிறைந்தவர்கள். இதனால், ராணுவத்தில் அவர்களுக்கு நல்ல தேவை இருந்தது.

அதேசமயம், இப்படி எப்போதும் சண்டையிட்டுக்கொண்டே இருப்பது ஒரு சமூகத்துக்கு நல்லதுதானா? அவர்களும் கல்வி கற்று முன்னேறவேண்டாமா?

கொடுமையான விஷயம், எல்லைப்புற மாகாணங்களை ஆண்ட எந்த அரசும் பதான்களுடைய முன்னேற்றத்தைப்பற்றிக் கவலைப்படவில்லை. சொல்லப்போனால், பதான்களைச் சண்டைக்காரச் சமூகமாகவே வைத்திருப்பது அவர்களுக்கு வசதியாகக்கூட இருந்தது.

எல்லைப்புற மாகாணத்தை ஒட்டியதுபோல்தான் அன்றைய (ஒன்றுபட்ட) பஞ்சாப் மாகாணம் அமைந்திருந்தது. இரண்டிலும் அப்பொது பிரிட்டிஷ் ஆட்சிதான். ஆனால், பஞ்சாபில் இருந்த கல்வி வசதிகளில் சிறிதளவுகூட எல்லைப்புற மாகாணத்தில் இல்லை. இதனால், அங்கு வாழ்ந்த குழந்தைகள் நல்லபடியாகப் படித்து முன்னேறுவதற்கு வாய்ப்புகள் அமையவில்லை.

ஏற்கெனவே நாகரிகத்தில் பின்தங்கியிருக்கிற ஒரு சமூகத்திற்கு இந்தக் கல்வி வாய்ப்புகூட அமையாவிட்டால், அவர்கள் தொடர்ந்து முரடர்களாகத்தானே இருப்பார்கள்? அவர்கள் முன்னேறுவதற்கான வழிவகைகளை அமைத்துத்தராதது யாருடைய தவறு?

இதைத்தான் அப்துல் கஃபார் கான் கேள்வி கேட்டார். தன்னுடைய சக பதான்களைப் பார்த்து, 'நண்பர்களே, நீங்கள் வீரம் செறிந்தவர்கள், அதில் ஐயமில்லை. ஆனால், அந்த வீரத்தைச் சுட்டிக்காட்டிச் சுட்டிக்காட்டி உங்களை எல்லாரும் தவறாகப் பயன்படுத்திக்கொள்கிறார்கள். வீரத்தோடு அறிவையும் நீங்கள் பெருக்கிக்கொள்ளவேண்டும். அதற்கு ஒரே வழி, அகிம்சைதான்' என்றார்.

அன்றைய சூழ்நிலையில் அவருடைய பேச்சுக்கு எப்படிப்பட்ட எதிர்ப்பு கிளம்பியிருக்கும் என்பதைக் கற்பனைசெய்தால் பகீரென்கிறது. சண்டைக்காரக் கும்பல் என்று பெயர் வாங்கிய மக்கள் மத்தியில் நின்றுகொண்டு, 'வாருங்கள், எல்லாரும்

படிக்கலாம், உலகத்தைத் தெரிந்துகொள்ளலாம், முன்னேறலாம், ஆயுதங்களைக் கீழே போடுங்கள்' என்று சொல்வதற்கு எப்பேர்ப்பட்ட துணிவு வேண்டும்!

அந்தத் துணிவை அகிம்சைக்காகப் பயன்படுத்தியதுதான் அப்துல் கஃபார் கானை 'எல்லைக்காந்தி'யாக்கியது. வன்முறையற்ற வழியில் பதான்களை அழைத்துவந்து முன்னேற்றிய தொலைநோக்கு மிகுந்த தலைவர் அவர். அதனால்தான், பதான்கள் அவரை 'பாட்ஷா கான்' என்று மதிப்போடு அழைத்தார்கள்.

1890ம் ஆண்டு உட்மன்ஜய் என்ற இடத்தில் பிறந்தவர் அப்துல் கஃபார் கான். அவருடைய தந்தை பெஹ்ராம் கான் செல்வந்தர், கிராமத்தில் அனைவராலும் மதிக்கப்பட்ட தலைவர், அன்பானவர், எல்லாரையும் அரவணைத்துச்செல்கிறவர்.

பெஹ்ராம் கானுக்குத் தன்னுடைய பிள்ளைகளைப் படிக்கவைக்கவேண்டும் என்ற தொலைநோக்கு இருந்தது. அன்றைய எல்லைப்புற மாகாணத்தில் பள்ளிகளே மிகக்குறைவு, தலைமுறை தலைமுறையாகப் பெரும்பாலான பிள்ளைகள் படிப்பறிவற்றவர்களாகத்தான் இருந்தார்கள் என்ற பின்னணியில் பார்க்கும்போது, இது ஒரு பெரிய முற்போக்குச்சிந்தனைதான்.

அப்துல் கஃபார் கான் பள்ளியில் நன்றாகப் படித்தார். அதேசமயம், அவருக்கு ராணுவத்தில் சேரவேண்டும் என்ற ஆசையும் உண்டானது. பெற்றோருக்குத் தெரியாமல் பிரிட்டிஷ் ராணுவத்துக்கு விண்ணப்பம் போட்டார்.

அவர் பத்தாம் வகுப்புத் தேர்வுகளை எழுதிக்கொண்டிருந்தபோது, ராணுவத்திலிருந்து தகவல் வந்தது, 'நீங்கள் ராணுவத்துக்குத் தேர்ந்தெடுக்கப்பட்டுள்ளீர்கள். உடனடியாக வந்து சேர்ந்துகொள்ளுங்கள்!'

இதைக் கேள்விப்பட்ட பெஹ்ராம் கான் மிகவும் மகிழ்ந்தார். தன்னுடைய மகனுக்கு ராணுவத்தில் ஒரு நல்ல எதிர்காலம் இருக்கும் என்று அவர் நினைத்தார்.

விரைவில், அப்துல் கஃபார் கான் ராணுவத்தில் சேர்ந்தார். ஆர்வத்துடன் பயிற்சிகளில் ஈடுபட்டார்.

சில நாள் கழித்து, அவர் ஒரு நண்பரைச் சந்திப்பதற்காகப் பெஷாவர் சென்றிருந்தார். அவர்கள் இருவரும் மகிழ்ச்சியாகப் பேசிக்கொண்டிருந்த நேரத்தில், பிரிட்டிஷ் ராணுவ அதிகாரி ஒருவர் அங்கு வந்தார். அப்துல் கஃபார் கானுடைய நண்பரை அவமானப்படுத்துவதுபோல் பேசினார்.

இதைக்கேட்ட அப்துல் கஃபார் கானுக்குச் சினம் மூண்டது. ஆனால், அவமானப்படுத்தப்பட்ட அந்த நண்பரோ சும்மா நின்றிருந்தார். பெரிய அதிகாரி என்ன சொன்னாலும் கேட்டுக்கொள்ளவேண்டியதுதான் என்பதுபோல் அவருடைய நடவடிக்கை அமைந்திருந்தது.

ஆனால், அப்துல் கஃபார் கானால் இதைப் பொறுத்துக்கொள்ள இயலவில்லை. உடனடியாக ராணுவத்திலிருந்து விலகிவிட்டார்.

அதன்பிறகு, அவருடைய கவனம் மக்கள்மீது திரும்பியது. தன்னுடைய சமூகத்தின் அன்றைய நிலையைக் கூர்ந்து கவனித்தார், அதை மாற்றுவதற்கான வழிகளைச் சிந்தித்தார், கிராமம் கிராமமாகச் சென்று மக்களிடம் பேசினார், பொறுமையாக அவர்களை வழிக்குக் கொண்டுவந்தார்.

இந்தக் காலகட்டத்தில் அப்துல் கஃபார் கானுடைய முக்கியமான நடவடிக்கைகள், பதான்களுக்காகப் பள்ளிகளை அமைத்தது, குறிப்பாக அதில் பெண்கள் கல்விபெறச் செய்தது. பல தலைமுறைகளாகப் பதான்களுக்கு மறுக்கப்பட்டிருந்த கல்வியறிவுதான் அவர்கள் முன்னேறுவதற்கான வழி என்கிற தெளிவு அவருக்கிருந்தது.

கிட்டத்தட்ட இதே சமயத்தில், இந்தியாவில் காந்தியின் ஆளுமை பரவிவந்தது. காந்தி முன்வைத்த அகிம்சைத் தத்துவத்தால் கவரப்பட்ட அப்துல் கஃபார் கான், 'குதாய் கித்மத்கர்' (கடவுளின் பணியாளர்கள்) என்ற வன்முறையற்ற இயக்கத்தைத் தொடங்கினார், அதன்வழியாக மக்களிடையே விழிப்புணர்வை

உண்டாக்கினார். உள்நாட்டில் காந்தி செய்யும் பணிகளை இவர் எல்லைப்புறத்தில் செய்துவருவதால், 'எல்லைக்காந்தி' என்ற சிறப்புப்பெயரையும் பெற்றார்.

அதேசமயம், அவருடைய பேச்சும் நடவடிக்கைகளும் ஆள்வோருக்கு எரிச்சலை உண்டாக்கின. அவர்கள் அவரையும் அவருடைய சக ஊழியர்களையும் திரும்பத்திரும்பச் சிறைக்கு அனுப்பினார்கள். எப்படியாவது அவரையும் இந்த இயக்கத்தையும் முடக்கிவிடவேண்டும் என்று முனைந்தார்கள்.

பாட்ஷா கான் எந்த அளவுக்குச் சிறைவாசத்தைச் சந்தித்தார் என்பதைப் புரிந்துகொள்வதற்கு ஒரு சிறிய கணக்கு: அவருக்கு 77வயதாகியிருந்தபோது, அதில் 37ஆண்டுகளைச் சிறையில் கழித்திருந்தார் அவர். எனினும், அவருடைய கொள்கையில் சிறிய தடுமாற்றமும் இல்லை. அதே அகிம்சைதான், அதே அன்புதான், அதே பதான்கள் நலன்தான், வேறெதற்கும் அவருடைய மனத்தில் இல்லை.

மற்ற விடுதலைப் போராட்ட வீரர்களெல்லாம் 1947க்குப்பிறகு, அதாவது, பிரிட்டிஷ் ஆட்சியிலிருந்து நாம் விடுபட்டபிறகு, நிம்மதியாக வாழ இயன்றது. ஆனால், பாட்ஷா கான் அதன்பிறகும் போராட்டங்களில் ஈடுபடவேண்டியிருந்தது.

காரணம், எல்லைப்புற மாகாணம் இப்போது பாகிஸ்தானில் இருந்தது. அதன் ஆட்சியாளர்களுக்கு எல்லைக்காந்தியுடைய கொள்கைகளைப் பிடிக்கவில்லை.

உண்மையில், இந்தியா, பாகிஸ்தான் பிரிவினையையே பாட்ஷா கான் ஆதரிக்கவில்லை. ஆனாலும், அரசியல் சூழ்நிலைகளால் அவர் அதை மனமின்றி ஏற்றுக்கொள்ளவேண்டியிருந்தது. அதன்பிறகு, சுதந்திர பாகிஸ்தானை ஆண்ட அரசுகளுடைய தவறான செயல்பாடுகளை பாட்ஷா கான் சுட்டிக்காட்டினார், கண்டித்தார், மக்களுக்காகப் பேசினார், இதனால், அவர்மீது அடக்குமுறை பாய்ந்தது. முன்பு பிரிட்டிஷார் அவருக்குச் செய்ததை இப்போது அவருடைய சொந்த நாட்டவர்கள் திரும்பச் செய்தார்கள்.

எனினும், பாட்ஷா கான் தன்னுடைய சிந்தனையில் உறுதியாக இருந்தார், தொடர்ந்து மக்களுக்காகப் பாடுபட்டார். வயதாகித் தளர்ந்தபோதும் போராடும் குணத்தைக் கைவிடவில்லை. இதனால், அவர் உலகம்முழுவதும் பெருமதிப்புடன் கொண்டாடப்பட்டார்.

பாட்ஷா கான் இப்போது பாகிஸ்தான் பிரஜையாக இருப்பினும், அவருடைய தியாகங்களை இந்தியர்கள் மறந்திருக்கவில்லை. 1967ல் ஜவகர்லால் நேரு விருதையும் பின்னர் 1987ல் இந்தியாவின் மிகப்பெரிய விருதாகிய ‘பாரதரத்னா’வையும் எல்லைக்காந்திக்கு வழங்கிப் பெருமிதப்பட்டது இந்தியா.

1988 ஜனவரி 20ம்தேதி, 97வயது அப்துல் கஃபார் கான் பெஷாவரில் மறைந்தார். வாழ்நாள்முழுக்க அமைதிக்காகப் பாடுபட்ட துணிவுமிக்க அந்தப் பதான் வீரரை உலகம் இன்றும் கொண்டாடுகிறது. சொல்லப்போனால், வன்முறையெண்ணம் பெரிய அளவில் வளர்ந்துவருகின்ற இந்த நாட்களில்தான், அவரைப்போன்றோர் இன்னும் தேவைப்படுகிறார்கள்!

58. பண்டமாற்று முறை

இப்போது நமக்கு ஒரு பொருள் தேவைப்படுகிறது என்றால், அந்தப் பொருள் கிடைக்கிற கடைக்குச் செல்கிறோம்; அதை வாங்கிக்கொள்கிறோம். அந்தப் பொருளின் மதிப்புக்கு ஏற்ற தொகையைக் கடைக்காரருக்கு வழங்குகிறோம்.

இந்தத் தொகையை நாம் ரூபாய் நோட்டாக, நாணயங்களாகத் தரலாம். அல்லது கடனட்டையைத் தேய்க்கலாம். அல்லது, மின்பணப்பை (*eWallet*)யைப் பயன்படுத்தி நம் கணக்கிலிருந்து அவருடைய கணக்குக்குப் பணத்தை அனுப்பலாம்.

இப்படி வழி எதுவானாலும் சரி, பணம்தான் கைமாறுகிறது. கடைக்காரர் பணத்தைப் பெற்றுக்கொண்டு பொருளைத் தருகிறார்.

பல நூற்றாண்டுகளுக்குமுன்னால், அதாவது, பணம் என்கிற கருத்தாக்கமெல்லாம் அறிமுகமாவதற்குமுன்னால் இதுபோன்ற வணிகப் பரிமாற்றங்கள் எப்படி நிகழ்ந்திருக்கும்?

எடுத்துக்காட்டாக, ஒருவரிடம் நிறைய அரிசி இருக்கிறது; இன்னொருவருக்கு அந்த அரிசி தேவைப்படுகிறது; இவர்

எப்படி அவரிடம் அந்த அரிசியைப் பெற்றுக்கொள்வார்? பதிலுக்கு அவருக்கு என்ன தருவார்?

அரிசி தேவைப்படுகிறவர் அரிசி வைத்திருப்பவரிடம் செல்வார், 'ஐயா, எனக்கு இவ்வளவு அரிசி தேவைப்படுகிறது, தருவீர்களா?' என்று கேட்பார். 'பதிலுக்கு நான் உங்களுக்குப் பருப்பு தருகிறேன், அல்லது பழங்கள் தருகிறேன்' என்பார். அரிசி வைத்திருப்பவர் தனக்கு என்ன வேண்டுமோ அதைப் பெற்றுக்கொண்டு அவருக்கு அரிசியைத் தருவார்.

ஆக, அவரிடம் இருக்கும் அரிசி இவரிடம் செல்கிறது; இவரிடம் இருக்கும் பருப்பு அவரிடம் செல்கிறது; பண்டங்கள் கைமாறிவிட்டன; இதைப் 'பண்டமாற்று முறை' *(Bartering)* என்பார்கள்.

பண்டமாற்றில் பொருட்கள்மட்டுமில்லை, சேவைகளும் பரிமாறப்பட்டன. எடுத்துக்காட்டாக, இவருடைய வயலில் அவர் நீர் இறைக்கிறார்; பதிலுக்கு, அவருடைய வயலில் இவர் களையெடுக்கிறார். அதாவது, உழைப்புக்குக் கூலியாக உழைப்பையே தருகிறார்.

ஆனால், பண்டமாற்றில் ஒரு பொருளுக்கு அல்லது சேவைக்கு இணையாக இன்னொரு பொருளையோ சேவையையோ எந்த அளவுக்குத் தரவேண்டும் என்பதை யார் தீர்மானிப்பார்கள்? எடுத்துக்காட்டாக, ஒருகிலோ அரிசிக்கு இணையாக எவ்வளவு பருப்பு வழங்கப்படும்? அரைக்கிலோவா? ஒருகிலோவா? இரண்டுகிலோவா?

முதலில், அந்தக்காலத்தில் கிலோகிராம் என்ற கணக்கே இருந்திருக்காது. அது 18ம் நூற்றாண்டின் பிற்பகுதியில்தான் அறிமுகமானது.

பழங்கால அளவைமுறைகள் இன்றைய அளவைமுறைகளிலிருந்து பெருமளவு வேறுபட்டிருந்தன. எடுத்துக்காட்டாக, அரிசியை இன்று நிறுத்துப்பார்த்து எடைபோடுகிறோம்; ஆனால், அன்றைய மக்கள் முகந்துபார்த்து அளந்தார்கள். அதாவது, படி,

உழக்கு போன்ற பாத்திரங்களில் அரிசியையோ பருப்பையோ நிரப்பி அளந்தார்கள்.

ஆக, கேள்வியை இப்படி மாற்றிக் கேட்போம்: ஒருபடி அரிசிக்கு இணையாக எத்தனைப்படி பருப்பு வழங்கப்படும்? அதைத் தீர்மானிப்பது யார்?

பண்டமாற்றைப் பொறுத்தவரை, அதில் ஈடுபடுகிற இருவரும்தான் அனைத்தையும் தீர்மானிப்பார்கள். இன்னொரு மூன்றாவது மனிதர் உள்ளே நுழைவது கிடையாது.

அதாவது, அந்தக் காலகட்டத்தில் அரிசிக்கும் பருப்புக்கும் எவ்வளவு தேவை உள்ளது, மற்றவர்கள் அவற்றை எப்படி மாற்றிக்கொள்கிறார்கள் என்பதையெல்லாம் பொறுத்து இந்த விகிதத்தை அவர்களே தீர்மானிப்பார்கள். அதேசமயம், இவ்வளவு அரிசிக்கு இவ்வளவு பருப்பு கொடுத்தால்தான் ஆச்சு என்று பிடிவாதம் பிடிக்கமாட்டார்கள், கொஞ்சம் முன்னே, பின்னே இருந்தாலும் தங்களுக்குள் சரிசெய்துகொள்வார்கள், அல்லது, குறைவதைப் பின்னால் கொடுத்துச் சரிசெய்துவிடுவார்கள்.

இதனால், பண்டமாற்றுமுறை பேராசையாலன்றி அன்பால் கட்டமைக்கப்பட்ட வணிகமுறையாக இருந்தது. ஓர் ஊரில் வசிப்பவர்கள் தங்களிடம் உள்ளவற்றைப் பகிர்ந்துகொண்டு இன்னும் நெருக்கமாகவும் சிறப்பாகவும் வாழ இயன்றது.

இன்றைக்கு நாம் பெரும்பாலும் பணம்கொடுத்துதான் பொருட்களை வாங்குகிறோம். எனினும், பள்ளியில் மாணவர்கள் தங்களுடைய பொருட்களைப் பரிமாறிக்கொள்வது, தொழிற்சாலையிலோ அலுவலகத்திலோ ஒன்றாக வேலைசெய்கிறவர்கள் மதிய உணவைப் பரிமாறிக்கொள்வது, ஒருவர் மற்றவருடைய குடும்பவிழாக்களில் ஓடியாடி வேலைசெய்வது என்று பலவிதங்களில் பண்டமாற்றும் நடைபெற்றுக்கொண்டுதானிருக்கிறது. இந்தப் பல நூற்றாண்டு அன்புப் பழக்கத்தை மனிதர்கள் இன்னும் தொடர்கிறார்கள்!

59. காணிக்கடன்

அரசாங்கம் நம்மை ஆள்கிறது; நாட்டைப் பாதுகாப்பதற்காகவும் ஒழுங்காகக் கவனித்துக்கொள்வதற்காகவும் ராணுவம், காவல்துறை போன்றவற்றை இயக்குகிறது; போக்குவரத்துக்காகச் சாலைகள், ரயில்பாதைகள், துறைமுகங்கள் உள்ளிட்டவற்றை அமைத்து நடத்துகிறது, கல்விக்கூடங்களை உருவாக்குகிறது, இப்படி இன்னும் பலப்பல வசதிகளை நமக்காக வழங்குகிறது.

ஆனால், இத்தனையையும் நடத்துவதற்குப் பணம் வேண்டுமே. அதற்காகதான் அரசாங்கம் நம்மிடம் பலவிதமான வரிகளை வசூலிக்கிறது. பொருட்கள், சேவைகளை வாங்கும்போது, ஒரு நிறுவனத்தில் பணிபுரிந்து அதற்குச் சம்பளம் பெறும்போது, ஒரு சொத்தைப் பதிவுசெய்யும்போது, ஒரு தொழிலைத் தொடங்கி நடத்தும்போது எனப் பலவிதங்களில் நாம் அரசுக்கு வரி செலுத்துகிறோம்.

அன்றைய தமிழகத்தை ஆண்ட அரசர்களும் இதேபோல் மக்களுக்குப் பலவிதமான வரிகளை விதித்திருந்தார்கள். அவற்றுள் முக்கியமான ஒன்று, சோழப் பேரரசில் வசூலிக்கப்பட்ட 'காணிக்கடன்.'

'காணி' என்பது, அன்றைய தமிழர்கள் நிலத்தை அளப்பதற்குப் பயன்படுத்திய ஓர் அளவையாகும். இப்போது 'ஒரு ஏக்கர் நிலம், ஐந்து ஹெக்டர் நிலம்' என்றெல்லாம் சொல்கிறோமல்லவா, அதுபோல, அன்றைக்கு நிலத்தைக் 'காணி'யில் அளந்தார்கள்.

இத்துடன், நிலத்தையே 'காணி' என்று அழைக்கும் பொதுவான பழக்கமும் இருந்தது. 'அவர்களிடம் வயல் காணி உண்டு' என்றால், அவர்கள் விவசாய நிலம் வைத்திருந்தார்கள் என்று பொருள்.

'கடன்' என்ற சொல், 'கடமை' என்ற பொருளில் பயன்படுகிறது. 'காணிக்கடன்' என்றால், நிலம் வைத்திருப்பவர்கள் அரசாங்கத்துக்குச் செலுத்தவேண்டிய வரி. அந்த வரியைச் செலுத்தவேண்டியது காணி உரிமையாளர்களுடைய கடமை, ஆகவே அது 'காணிக்கடன்' எனப்பட்டது.

நிலத்தின் அளவைப்பொறுத்துக் காணிக்கடன் கணக்கிடப்பட்டது. அதாவது, அதிக நிலம் வைத்திருப்பவர்கள் அதிக வரி செலுத்தினார்கள், சிறு மற்றும் குறு விவசாயிகள் குறைந்த வரி செலுத்தினார்கள். இந்த வரி பொன்னாகவோ விளைச்சலில் ஒரு பங்காகவோ வசூலிக்கப்பட்டது.

எடுத்துக்காட்டாக, ஒருவர் தன்னுடைய வயலில் நெற்பயிர்களை விளைவிக்கிறார்; அதன்மூலம் 120 மூட்டை நெல்லைப் பெறுகிறார்; அவருடைய நாட்டில் காணிக்கடன் ஆறில் ஒரு பங்கு என்றால், அவர் 20 மூட்டை நெல்லை அரசாங்கத்துக்குச் செலுத்திவிடவேண்டும்.

இவ்வாறு மக்கள் செலுத்தும் காணிக்கடன்முழுவதும் நாட்டின் நலனுக்காகச் செலவிடப்பட்டது. ஆகவே, மக்கள் முறையாகக் காணிக்கடனைச் செலுத்திவந்தார்கள் என்று கல்வெட்டுகள் தெரிவிக்கின்றன.

அதேசமயம், காணிக்கடனை ஒழுங்காகச் செலுத்தாத சிலரும் இருந்தார்கள். அவர்களிடம் அரசாங்கம் கண்டிப்பாக நடந்துகொண்டது; அதாவது, அவர்கள் செலுத்தாத

காணிக்கடனை நினைவுபடுத்திப் பணத்தை வசூலித்தார்கள். அதையும் மீறிக் காணிக்கடனைச் செலுத்தாதவர்களுடைய நிலமும் விளைச்சலும் பறிமுதல் செய்யப்பட்டன.

சில ஆண்டுகளில், பஞ்சம், வெள்ளம்போன்ற இயற்கைப் பேரழிவுகள் ஏற்படலாம். அப்போதெல்லாம், அரசாங்கம் காணிக்கடனைக் குறைத்துக்கொண்டது. அதன்மூலம் மக்களுக்கு அதிகச் சுமையில்லாமல் பார்த்துக்கொண்டது.

பின்னாட்களில் ஆங்கிலேயர்கள் நம்மை ஆண்டபோது, இதே நிலவரி ஒரு பெரிய பிரச்னையானது. காரணம், விளைச்சலே இல்லாத நேரங்களிலும் பெரிய அளவு வரியைச் செலுத்தியாகவேண்டும் என்று ஆங்கிலேயர்கள் வற்புறுத்தினார்கள். இதனால், ஏற்கெனவே வறுமையைச் சந்தித்துக்கொண்டிருந்த இந்திய விவசாயிகள் இன்னும் பெரிய அழுத்தத்தைச் சந்தித்தார்கள், இந்தக் கொடுமையை எதிர்த்துப் போராட்டக்களத்துக்கு வந்தார்கள்.

இத்துடன் ஒப்பிடும்போது, பண்டைத் தமிழகத்தில் பின்பற்றப்பட்ட காணிக்கடன் முறை மக்கள் நலனை மனத்தில் கொண்டது, அனைவரையும் மனிதத்தன்மையுடனும் பரிவோடும் அணுகியது.

60. இந்தியாவின் முதல் ரயில்

சாகிப், சிந்த், சுல்தான்.

இவர்களெல்லாம் பெரிய வரலாற்றுத் தலைவர்களா என்று யோசிக்கிறீர்களா? கிட்டத்தட்ட அப்படித்தான்!

இந்தியாவின் முதல் பயணிகள் ரயில் 1853ல் இயக்கப்பட்டது. அந்த ரயிலை இழுத்துச்சென்ற மூன்று எஞ்சின்களுக்கும்தான் இந்தப் பெயர்களைச் சூட்டியிருந்தார்கள்.

வரலாற்றுச் சிறப்புமிக்க இந்த ரயில், மும்பையிலுள்ள (அப்போது அதன் பெயர் பம்பாய்) Bori Bunder என்ற இடத்திலிருந்து புறப்பட்டுத் தானே-க்குச் (அப்போது அதன் பெயர் தானா) சென்றது. பதினான்கு புத்தம்புது ரயில் பெட்டிகளை சாகிபும் சிந்தும் சுல்தானும் இழுத்துச்சென்றன.

1853 ஏப்ரல் 16ம்தேதி மாலை 3:55க்கு 21 குண்டுகள் முழங்க இந்த ரயில் இயக்கப்பட்டது. சுமார் 20 மைல் தூரத்துக்குச் சென்ற இந்த முதல் ரயிலில் 400 பேர் பயணம்செய்தார்கள். சுமார் 75 நிமிடங்களில் ரயில் தானே-க்குச் சென்றுசேர்ந்தது.

ரயில் கட்டணமெல்லாம் எப்படி?

பம்பாயிலிருந்து தானேக்குச் செல்வதற்கான முதல்வகுப்புக் கட்டணம் 2 ரூபாய் 10 அணா. அன்றைய ரூபாயின் மதிப்பைக் கணக்கில்கொண்டு பார்க்கும்போது, உண்மையிலேயே விலையுயர்ந்த பயணம்தான்!

அத்துடன் ஒப்பிடும்போது, இரண்டாம் வகுப்புக் கட்டணம் ஓரளவு பரவாயில்லை (1 ரூபாய் 1 அணா), மூன்றாம்வகுப்புக் கட்டணம் இவற்றையெல்லாம்விட மிகக்குறைவு (5 அணா 3 பைசா).

ஆனால், அந்த முதல் ரயிலில் சென்றவர்கள் யாரும் பணம்கொடுத்துப் பயணச்சீட்டு வாங்கியிருக்கமாட்டார்கள் என்கிறார் ஆய்வாளர் பிபேக் டெப்ரோய். அவர்கள் எல்லாரும் இதற்காகவே சிறப்பாக அழைக்கப்பட்டிருந்த முக்கியப் பிரமுகர்கள். ஆகவே, அவர்கள் இலவசமாகவே பயணம் செய்திருக்கவேண்டும்.

அதன்பிறகு, ரயில்கள் இந்தியாவின் பிற பகுதிகளுக்கும் பரவத்தொடங்கின. இந்திய மக்கள் இயல்பாக அவற்றைப் பயன்படுத்தலானார்கள்.

1953ல் இந்திய ரயில்வே தன்னுடைய நூற்றாண்டு விழாவைக் கொண்டாடியது. ஆகவே, எல்லா வரலாற்றுப் புத்தகங்களிலும் இந்திய ரயில்வே 1853ல் தொடங்கப்பட்டது என்றுதான் எழுதுகிறார்கள்.

ஆனால், அதற்குப் பல ஆண்டுகள் முன்பாகவே இந்தியாவில் ரயில் ஓடியிருக்கிறது என்கிறார் பிபேக். அதுவும், நம் தமிழ்நாட்டில்!

1836ல் சென்னையிலுள்ள ரெட்ஹில்ஸ் பகுதியிலிருந்து லிட்டில் மவுண்ட் பகுதிக்கு ஒரு ரயில் பாதை அமைக்கப்பட்டுள்ளது. பின்னர் இந்தப் பாதையில் இயங்கிய ரயில் பெரும்பாலும் கற்களை ஏற்றிச்செல்வதற்காகத்தான் பயன்பட்டிருக்கிறது, ஆனால், இதில் பயணிகளும் ஏறிச்சென்றிருக்கிறார்கள்.

இந்த ரயிலை விலங்குகளைக்கொண்டு இழுத்துச்செல்வதாகத் திட்டமிடப்பட்டிருந்தது. ஆனால், சென்னையிலேயே கட்டப்பட்ட நீராவி எஞ்சின்களும் இதற்காகப் பயன்பட்டுள்ளன.

'ரெட்ஹில் ரயில்வே' என்ற பெயரில் இயங்கிய இந்த ரயில் பாதை 1845ல் மூடப்பட்டது. அதன்பிறகு எட்டாண்டுகள் கழித்துதான் பம்பாயில் முதல் பயணிகள் ரயில் இயக்கப்பட்டது.

61. பீம்பேட்கா பாறை வாழிடங்கள்

1956ம் ஆண்டு. போபாலிலிருந்து இடராசிக்குப் புகைவண்டியில் சென்றுகொண்டிருந்தார் டாக்டர் விஷ்ணு ஸ்ரீதர் வாகண்கர்.

சிறிதுநேரத்துக்குப்பிறகு, புகைவண்டியின் சன்னல்வழியாகப் பல மலைகள் தோன்றத்தொடங்கின. வாகண்கர் அவற்றை ஆர்வத்துடன் பார்த்தார்.

நமக்கெல்லாம் மலைகளைப் பார்த்தால் இயற்கை அழகுதான் தெரியும்; ஆனால், வாகண்கருக்கு அங்கு வரலாறு தெரிந்தது.

'இந்த மலைகளுக்குள் பல வரலாற்றுக்கதைகள் ஒளிந்திருக்கின்றன' என்று நினைத்தார் வாகண்கர். அவற்றை ஆராயவேண்டும் என்ற ஆர்வம் அவருக்கு உண்டானது.

அதன்பிறகு, அவரால் சிறிதும் பொறுத்திருக்க இயலவில்லை. அடுத்த ரயில்நிலையத்தில் இறங்கிக்கொண்டார். தொலைவில் தெரிந்த மலைகளை நோக்கி நடக்கத்தொடங்கினார்.

கடினமான ஒரு பயணத்துக்குப்பிறகு, அவர் அந்த மலைகளை நெருங்கினார், ஒரு குகைக்குள் நுழைந்தார். அங்கிருந்த பழங்கால ஓவியங்களைக் கண்டு வியந்து நின்றார்.

அவர் நினைத்ததுபோலவே, அந்த மலைகளுக்குள் பல அரிய வரலாற்று உண்மைகள் ஒளிந்திருந்தன. அதுவரை யாரும் கண்டிராத அந்தப் பகுதிகளையெல்லாம் நுணுக்கமாக ஆராய்ந்து வெளிக்கொண்டுவரத்தொடங்கினார் வாகண்கர்.

மத்தியப்பிரதேசத்திலுள்ள நீமச் என்ற ஊரில் பிறந்த வாகண்கர் படித்ததும் பட்டம்பெற்றதும் கலைத்துறையில். ஆனால், தனிப்பட்ட ஆர்வத்தினால் தொல்லியல்துறையில் பணியாற்றத்தொடங்கினார், அத்துறைக்கு மிகச்சிறந்த பங்களிப்பை வழங்கினார்.

வாகண்கர் முதுகலைப்பட்டம் பெற்றுவிட்டு வேலை தேடிக்கொண்டிருந்த நேரம். அவருக்கு எங்கும் வேலை கிடைக்கவில்லை. ஆகவே, உஜ்ஜைனில் ஒரு கலை மையத்தைத் தொடங்கி நடத்தினார்.

சில ஆண்டுகளுக்குப்பிறகு, அவருக்கு மும்பையில் ஓர் அருங்காட்சியகத்தில் வேலை கிடைத்தது. ஆனால், அங்கு செல்லவேண்டுமென்றால், அவர் தன்னுடைய கலைத்துறை மாணவர்களையெல்லாம் விட்டுவிட்டு மும்பைக்குக் குடிபெயரவேண்டும். அதை விரும்பாத வாகண்கர் ஒரு கல்லூரியில் வேலைக்குச் சேர்ந்தார், தன்னுடைய ஆர்வங்கள், ஆராய்ச்சிகளைத் தொடர்ந்தார்.

இந்த நேரத்தில்தான், போபாலுக்கு அருகில் வாகண்கர் கண்டறிந்த மலைக்குகை ஓவியங்கள் அவருடைய வாழ்க்கையிலும் இந்தியத் தொல்லியல்துறையிலும் ஒரு மிகப்பெரிய மாற்றத்தைக் கொண்டுவந்தன. 'பீம்பேட்கா' எனப்படும் இந்தப் பகுதியில் ஏராளமான பாறை வாழ்விடங்களைக் கண்டறிந்தார் வாகண்கர், அவருடைய கடுமையான உழைப்பு, விடாமுயற்சியினால் பல அரிய ஓவியங்கள், பொருட்கள் வெளிச்சத்துக்கு வந்தன, அவற்றைத் தானே படங்களாக வரைந்து, நுணுக்கமான தகவல்களுடன் பதிவுசெய்தார் வாகண்கர்.

'பீம்பேட்கா மிகவும் பழைமையான இடம். இங்கு 500,000 ஆண்டுகளுக்குமுற்பட்ட பொருட்கள் உள்ளன' என்று கே. எல். காமத் என்ற அறிவியலாளருக்கு அளித்த பேட்டியொன்றில் குறிப்பிட்டுள்ளார் வாகண்கர். 'இந்தியாவுக்குமட்டுமில்லை, ஒட்டுமொத்த மனிதகுலத்துடைய வரலாற்றுக்கும் இது ஒரு முதன்மையான இடம்!'

மத்தியப்பிரதேச மாநிலத்திலிருக்கும் பீம்பேட்கா, வாகண்கருடைய தொடர்முயற்சியால் உலகப்புகழ் பெற்றது. இத்துறையில் வாகண்கருடைய சிறந்த பல பங்களிப்புகளுக்காக 1975ல் அவருக்கு பத்மஸ்ரீ விருது வழங்கப்பட்டது. அதன்பிறகும் அவர் பீம்பேட்கா மலைகளைத் தொடர்ந்து ஆராய்ந்துகொண்டுதானிருந்தார்!

இன்று, பழைமையான இந்த மலைப்பகுதியையும் குகைகளையும் பாறை ஓவியங்களையும் காண்பதற்காகப் பல நாடுகளைச் சேர்ந்த வல்லுனர்களும் பொதுமக்களும் பீம்பேட்கா வருகிறார்கள். இப்பகுதியை உலகப் பாரம்பரியக் களங்களில் ஒன்றாக அங்கீகரித்துள்ளது UNESCO அமைப்பு.

62. ஹைதராபாத் சௌமஹல்லா அரண்மனை

இந்தியா சுதந்திரம் பெறுவதற்குமுன்னால் ஹைதராபாத் சமஸ்தானத்தை ஆண்ட நிஜாம்களின் உலகம் எப்படி இருந்தது என்று கொஞ்சம் எட்டிப்பார்க்க ஆசையா? இன்றைய ஹைதராபாதிலிருக்கும் 'சௌமஹல்லா அரண்மனை'யைச் சென்று பார்த்தாலே போதும்!

தெலங்கானாவின் தலைநகரமான ஹைதராபாதைப் பழைய நகரம், புதிய நகரம் என இருபிரிவாகப் பிரிக்கலாம். புதிய ஹைதராபாதில் மைக்ரோசாஃப்ட், கூகுள், அமேசான், இன்ஃபோசிஸ் உள்ளிட்ட பெருநிறுவனங்கள் மிகப்பெரிய அலுவலகங்களை அமைத்திருக்கின்றன, அதற்கேற்ப நவீனக் கட்டுமானம் அசத்துகிறது. அங்கிருந்து ஒரு பேருந்தையோ மெட்ரோ ரயிலையோ பிடித்துச் சுமார் அரைமணிநேரம் பயணம் செய்தால், குறுகலான தெருக்களில் மக்கள் நெருங்கி வாழும் பழைய ஹைதராபாத், சட்டென்று ஓரிரு நூற்றாண்டுகள் பின்னோக்கிச் சென்றுவிட்டதுபோல் உணரலாம், பழைய கட்டுமானத்தின் அழகைப் பார்க்கலாம்.

'சௌ' என்ற சொல் நான்கு என்ற எண்ணைக் குறிக்கிறது, 'மஹல்லா' என்றால் மாளிகைகள். இந்த வளாகத்துக்குள்

அஃப்ஜல் மஹல், மஹ்தாப் மஹல், தஹ்னியாத் மஹல், அஃப்தப் மஹல் என்று நான்கு மாளிகைகள் அமைந்திருப்பதால் இதைச் 'சௌமஹல்லா அரண்மனை' என்கிறார்கள்.

பல தலைமுறை நிஜாம்கள் வாழ்ந்த, அவர்களுடைய அவையினர் கூடிய இந்த மாளிகைகள் இப்போதும் மிகச்சிறப்பாகவும் தூய்மையாகவும் பராமரிக்கப்படுகின்றன. புல்வெளிகள், நீரூற்றுகள், மரங்கள் என அழகான சூழலில் ஒவ்வொரு மாளிகையாகப் பார்த்து வியக்கலாம்.

குறிப்பாக, இந்த வளாகத்தின் இதயம் என்று பாராட்டப்படும் 'கில்வத் முபாரக்'குக்குள் நுழைகிறவர்கள் சில விநாடிகளுக்குப் பேச்சற்றுப்போவது நிச்சயம். அந்த அளவுக்கு ஒவ்வொரு தூணிலும், நுழைவாயிலிலும், கதவுகளிலும், அலங்கார விளக்குகளிலும், உயரக் கூரைகளிலும், சாளரங்களிலும், தரையிலும், அறைகள் ஒவ்வொன்றிலும் கலை அழகு மிளிர்கிறது.

நிஜாம்களுடைய முடிசூட்டுவிழா, முக்கியமான விருந்தினர்களைச் சந்தித்தல் போன்றவையெல்லாம் இந்தக் கட்டடத்தில்தான் நிகழ்ந்திருக்கின்றன. அதை நினைவுபடுத்துவதுபோல, நிஜாம் அமர்ந்த மேடையையும், அதற்குமுன்னால் அவையினர் அமர்ந்த இடங்களையும் அப்படியே காலியாக விட்டுவைத்திருக்கிறார்கள், மக்கள் அதைச் சுற்றிவந்து ரசிக்கிறார்கள்.

கில்வத் முபாரக்கில் இன்னொரு வியப்பு, பொதுவாக அரண்மனைகளில் அரசர்களுடைய ஓவியங்களைத்தான் பார்ப்போம்; ஆனால் இங்கு, நிஜாம்கள், அவர்களுடைய குடும்பத்தினருடைய கறுப்புவெள்ளைப் புகைப்படங்கள் நிறைந்திருக்கின்றன. காரணம், அந்தக்காலத்திலேயே நிஜாம்கள் ஒரு புகைப்படக்காரரை வேலைக்கு அமர்த்தி ஏராளமான படங்களை எடுக்கச்செய்திருக்கிறார்கள். இதன்மூலம், நிஜாம்கள், அவர்களுடைய மனைவியர், மற்ற பெண்கள், குழந்தைகள், விருந்தினர்கள், விழாக்கள் என்று அன்றைய காட்சிகள் பலவற்றையும் நேருக்கு நேராகப் பார்க்க இயலுகிறது, அந்தக்கால வாழ்க்கைமுறையைப் புரிந்துகொள்ளவும் இயலுகிறது.

அதேபோல், நிஜாம்கள் பயன்படுத்திய ஆடைகள், அணிகலன்கள், மரச்சாமான்கள், பாத்திரங்கள், கோப்பைகள், இருக்கைகள், வண்டிகள், ஆயுதங்கள் என்று அனைத்தையும் தனித்தனியாக நன்கு காட்சிப்படுத்தியிருக்கிறார்கள். அன்றைய வரைபடங்கள், நாணயங்கள், முத்திரைகள் போன்றவையும் சிறப்பாகத் தொகுக்கப்பட்டுள்ளன.

இன்னோர் அறையில் நிஜாம்கள் திரட்டிவைத்திருந்த விதவிதமான குர்-ஆன் வாசகங்கள் நிறைந்திருக்கின்றன. துணியில், தாளில், பாத்திரங்களில் என விதவிதமான பொருட்களில் மிகுந்த கலையழகுடன் உருவாக்கப்பட்ட படைப்புகள் அவை. ஒரு மேசைமுழுக்கப் பரந்து விரிந்திருக்கிற குர்-ஆனும் இங்குண்டு, ஓர் அங்குல அளவேயுள்ள குர்-ஆனும் இங்குண்டு.

அந்த அறைக்கு எதிரில் ஒரு மணிக்கூண்டு இருக்கிறது. நூறாண்டுகளுக்கும்மேலாக அந்தக் கடிகாரம் துல்லியமாக இயங்கிக்கொண்டிருக்கிறதாம்!

1750ல் சலாபத் ஜங் என்ற நிஜாம் இந்த மாளிகைகளின் கட்டுமானத்தைத் தொடங்கிவைத்திருக்கிறார். அதன்பிறகு படிப்படியாகப் பல நிஜாம்கள் இதற்கு அழகுசேர்த்திருக்கிறார்கள். 2005ல் இந்த மாளிகைகளை மீட்டு அருங்காட்சியகமாக்கி யிருக்கிறார்கள். கலையழகுக்காகவும் வரலாற்றுச் சிறப்புக்காகவும் அனைவரும் கண்டிப்பாகப் பார்க்கவேண்டிய ஓர் இடம் இது!

63. பாரக்பூர் கலகம்

1857 சிப்பாய்க்கலகத்தை எல்லாரும் அறிவார்கள். 'இந்தியாவின் முதல் விடுதலைப்போர்' என்ற பெருமதிப்பும் அந்நிகழ்வுக்கு வழங்கப்பட்டிருக்கிறது.

ஆனால் அதற்காக, 1857க்குமுன்னால் இந்தியாவில் யாரும் பிரிட்டிஷ் ஆதிக்கத்தை எதிர்த்துக் குரல்கொடுக்கவில்லை, கொடி உயர்த்தவில்லை என்று எண்ணிவிடக்கூடாது. சிப்பாய்க்கலகம் அளவுக்குப் பரவலாக நடைபெறாவிட்டாலும், சிறியதும் நடுத்தரமானதுமாக இப்படிப் பல போராட்டங்கள் அதற்குமுன் நிகழ்ந்துள்ளன. அந்த வீரர்களையும் நாம் நன்றியோடு நினைக்கவேண்டும்.

இதற்கு எடுத்துக்காட்டாக, இப்போது மேற்கு வங்காளத்தில் உள்ள பாரக்பூர் என்ற இடத்தில் 1824ல் நடைபெற்ற கலகத்தைக் குறிப்பிடலாம். ஆங்கிலேயர்கள் இந்திய வீரர்களை மனிதத்தன்மையில்லாமல் நடத்தியதாலும், அவர்களுடைய மனத்தைப் புரிந்துகொள்ளாததாலும், நியாயமான கோரிக்கைகளுக்குக்கூடச் செவிகொடுக்காமல் அடாவடியாக நடந்துகொண்டதாலும் நடைபெற்ற கலகம் இது.

அப்போது பர்மாவில் முதல் ஆங்கிலோ-பர்மியப் போர் நடைபெற்றுக்கொண்டிருந்தது. அதில் பங்கேற்பதற்காகப் பல வீரர்கள் மதுராவிலிருந்து பாரக்பூருக்கு அழைத்துவரப்பட்டார்கள். அதன்பிறகும் அவர்கள் நெடுந்தூரம் நடக்கவேண்டியிருந்தது.

பொதுவாக இப்படி நெடுந்தொலைவுக்கு நடந்துசெல்லும் போர்வீரர்கள் தங்களுடைய ஆயுதங்கள், படுக்கை, சமையல் பொருட்கள் போன்றவற்றையும் சுமந்துசெல்லவேண்டியிருக்கும். இந்தச் சிரமத்தைக் குறைப்பதற்காக, மாட்டு வண்டிகளுக்கு ஏற்பாடு செய்வது வழக்கம்.

ஆனால், இந்தப் பயணத்தின்போது தேவையான அளவுக்கு மாட்டு வண்டிகள் கிடைக்கவில்லை; அப்படிக் கிடைத்தவையும் நல்ல தரமானவையாக இல்லை. ஆகவே, போர்வீரர்கள் தங்கள் பொருட்களையும் சுமந்துகொண்டு நடக்கவேண்டும், அல்லது அதிகப் பணம் செலவழித்து வண்டிகளுக்கு ஏற்பாடு செய்யவேண்டும்.

ஆகவே, ராணுவமே தங்களுக்கு வண்டிகளை வழங்கவேண்டும் அல்லது தங்களுடைய செலவுகளுக்காக வழங்கப்படும் தொகையை மிகுதியாக்கவேண்டும் என்று போர்வீரர்கள் கோரிக்கை விடுத்தார்கள். இதை பிரிட்டிஷ் அலுவலர்கள் ஏற்க மறுத்துவிட்டார்கள்.

இன்னொரு பிரச்னை, போர்வீரர்களைக் கப்பல்மூலம் பர்மாவுக்கு அழைத்துச்செல்ல ஏற்பாடாகியிருந்தது. பலர் இதை விரும்பவில்லை, 'நாங்கள் நடந்தே பர்மாவுக்கு வருகிறோம்' என்றார்கள்.

காரணம், அன்றைய சமூகத்தில் கடல்கடந்து செல்வது ஒரு பெரிய குற்றமாகக் கருதப்பட்டது. அப்படிச் சென்றவர்கள் அவர்களுடைய சாதியிலிருந்து விலக்கிவைக்கப்படுவது வழக்கம். இதனால், பல போர்வீரர்கள் கப்பலில் பர்மாவுக்குச் செல்லத் தயங்கினார்கள். அவர்களுடைய உணர்வுகளையும் பிரிட்டிஷ் அலுவலர்கள் பொருட்படுத்தவில்லை.

இதனால், 1824 நவம்பர் 1ம் தேதி, நவம்பர் போர்வீரர்கள் தங்களுடைய அலுவலர்களை எதிர்த்துக் கலகம் செய்தார்கள். 'நாங்கள் பர்மாவுக்கு வரமாட்டோம்' என்று போர்க்கொடி உயர்த்தினார்கள்.

தொடக்கத்தில் அவர்களுடைய கை ஓங்கியிருந்தாலும், பிரிட்டிஷ் ராணுவ பலத்துக்குமுன்னால் இந்தப் போர்வீரர்களால் எதுவும் செய்ய இயலவில்லை. விரைவில் அவர்கள் அனைவரும் கொல்லப்பட்டுவிட்டார்கள், அல்லது, கைதுசெய்யப்பட்டுத் தூக்கிலிடப்பட்டார்கள்.

இந்த விஷயத்தில் சிறிதும் மனிதத்தன்மையில்லாமல் நடந்துகொண்ட பிரிட்டிஷ் அலுவலர்களுக்குக் கண்டனங்கள் எழுந்தன. ஆனால், அவர்கள் அதைப் பொருட்படுத்தவில்லை. காரணம், இதுபோன்ற நடவடிக்கைகளின்மூலம்தான் இந்தியாவில் தங்களுடைய ஆட்சியை உறுதிப்படுத்த இயலும் என்று அவர்கள் நம்பியதுதான்.

பாரக்பூர் கலகம் நடைபெற்றுக் கிட்டத்தட்ட நூறாண்டுகளுக்குப்பிறகு ஜாலியன் வாலாபாகிலும் அவர்கள் இதேபோன்ற மனிதத்தன்மையற்ற நடவடிக்கைகளில்தான் ஈடுபட்டார்கள். பிரிட்டிஷார் நம்மைத் தங்களுக்குச் சமமாக ஒருபோதும் எண்ணாததால், 1947ல் நாம் விடுதலை பெறும்வரை மிகக்கொடுமையான அடக்குமுறையைச் சந்திக்கவேண்டியிருந்தது.

64. அன்றைய கல்வி, இன்றைய கல்வி

இன்றைய மாணவர்கள் கல்விகற்பதற்காகப் பள்ளிகள், கல்லூரிகளுக்குச் செல்கிறார்கள், மாலையானதும் வீட்டுக்கோ விடுதிக்கோ திரும்பிவிடுகிறார்கள், மறுநாள் மீண்டும் அதே கல்வி நிறுவனத்துக்குச் செல்கிறார்கள், இதுதான் உலகெங்கும் ஏற்றுக்கொள்ளப்பட்டிருக்கின்ற கல்விமுறை.

பழங்காலத்தில் இதற்கு மாறான கல்விமுறையொன்று வழக்கத்தில் இருந்தது. அதன் பெயர், குருகுலம்.

'குரு' என்றால், பாடம் கற்றுத்தரும் ஆசிரியர், 'குலம்' என்றால், குடும்பம், வீடு. ஆக, 'குருகுலம்' என்ற சொல்லின் பொருள், மாணவர்கள் ஆசிரியருடன் ஒரே குடும்பமாகத் தங்கியிருந்து கற்றல்.

அதாவது, குருகுலத்தில் படிக்கும் மாணவர்கள் நாள்தோறும் அங்கு வந்து திரும்பமாட்டார்கள், தங்கள் வீட்டிலிருந்து கிளம்பி குருகுலத்திலேயே வந்து தங்கிவிடுவார்கள், தூங்குவது, சாப்பிடுவது, படிப்பது என எல்லாமே குருகுலத்தில்தான், பல மாதங்கள் அல்லது ஆண்டுகளுக்குப்பிறகு, அதாவது, கற்கவேண்டிய அனைத்தையும் முறையாகக் கற்றுத் தேர்ச்சிபெற்றபிறகுதான் தங்கள் வீட்டுக்குத் திரும்புவார்கள்.

இதன் பொருள், மாணவர்களுடைய கல்விக்குமட்டுமின்றி, ஒட்டுமொத்த வளர்ச்சிக்கும் ஒழுக்கத்துக்கும் பண்புகளுக்கும்கூட ஆசிரியர் பொறுப்பேற்கிறார். அவர்களை எந்நேரமும் கூர்ந்து கவனிக்கிறார், குறைகளைச் சுட்டிக்காட்டித் திருத்துகிறார், முழுமையான குடிமக்களாக்குகிறார்.

குருகுலங்களில் வேதங்கள், இதிகாசங்கள், புராணங்கள், இலக்கணம், நீதிநெறிகள், போர்முறைகள் போன்றவற்றை ஆசிரியர்கள் மாணவர்களுக்குக் கற்றுத்தந்தார்கள். இந்தப் பாடங்கள் வாய்மொழியாகவே நடத்தப்பட்டன; அதாவது, மாணவர்கள் புத்தகங்களைப் பார்த்துப் படிக்காமல், ஆசிரியர் சொல்கிறவற்றை நேரடியாகக் கேட்டு நினைவில் பதித்துக்கொள்வார்கள், பலமுறை சொல்லிப்பார்த்து மனப்பாடம் செய்வார்கள்.

அன்றைய மாணவர்கள் தங்களுடைய ஆசிரியர்களை மிகவும் மதித்தார்கள். 'எழுத்தறிவித்தவன் இறைவன் ஆகும்', 'மாதா, பிதா, குரு, தெய்வம்' என்பதுபோன்ற சொற்றொடர்கள் சமூகத்தில் ஆசிரியர்களுக்கு இருந்த நன்மதிப்பைச் சுட்டிக்காட்டுகின்றன.

இதனால், ஆசிரியர்கள் சொல்கிற பாடங்களை மாணவர்கள் ஊன்றிப் படித்தார்கள், அவர்கள் வழங்கும் வேலைகளை உடனே செய்துமுடித்தார்கள், ஓய்வு நேரத்தில் அவர்களுக்குப் பணிவிடைகள் செய்தார்கள், குருநாதர் மனம் கனிந்து ஆசி வழங்கினால் தங்களுடைய கல்வி சிறப்பாக அமையும் என்கிற நம்பிக்கை அவர்களுக்கு இருந்தது.

ஆனால், அந்தக் கல்வி கண்மூடித்தனமானதாக இல்லை, மாணவர்களுடைய சொந்தச் சிந்தனைக்கும் இடமளிக்கப்பட்டது. அதாவது, ஆசிரியர் சொல்கிறவற்றைப் பணிவோடு கேட்டுக்கொள்கிற அதே நேரத்தில், அதில் ஏற்படும் ஐயங்களைக் கேட்டுத் தெளிவுபடுத்திக்கொள்வதற்கும், மாற்றுக்கருத்துகளை முன்வைப்பதற்கும் மாணவர்களுக்கு உரிமை இருந்தது. ஆசிரியர்களும் அவர்களுடைய கேள்விகள், கருத்துகளை மதித்துக் கேட்டு விளக்கமளித்தார்கள். ஆசிரியர்,

மாணவர் பிணைப்பு காரணமாக, ஒட்டுமொத்தக் கற்றலும் இயந்திரத்தனமாக அமையாமல் உயிரோட்டத்துடன் இருந்தது.

அன்றைய கல்விமுறையில் இப்படிப் பல நன்மைகள் இருந்தபோதும், கல்வி எல்லாருக்கும் சென்றுசேரவில்லை. சில குறிப்பிட்ட சமூகத்தைச் சேர்ந்தவர்கள், அதிலும் குறிப்பாக ஆண்களுக்குதான் கல்வி எளிதில் கிடைத்தது, மற்றவர்கள் அறியாமையிலேயே வாடவேண்டியிருந்தது. அந்த இடைவெளியைத்தான் நவீனக் கல்விமுறை நிரப்பியது, கற்றலைப் பரவலாக்கியது.

2011 மக்கள்தொகைக் கணக்கெடுப்பின்படி, இந்தியாவில் 74% பேர் எழுதப்படிக்கத் தெரிந்தவர்கள். இந்த எண்ணிக்கையை மேலும் உயர்த்தி, எல்லாருக்கும் கல்வியைக் கொண்டுசேர்ப்பதற்காக அரசாங்கமும் தனியார் அமைப்புகளும் உழைத்துக்கொண்டிருக்கின்றன, இதற்காக, எல்லா இடங்களிலும் பள்ளிக்கூடங்கள், இலவசக்கல்வி, மாணவர்களுக்கு மதிய உணவு, சீருடை, மிதிவண்டி, மடிக்கணினி, உயர்நிலைக் கற்றல், பணிவாய்ப்புக்கான ஆலோசனைகள் என்று பலப்பல பயனுள்ள திட்டங்கள் நடந்துவருகின்றன.

கற்றவர்கள் மிகுதியாக உள்ள சமூகம் விரைவாக முன்னேறும், பிறரையும் முன்னேற்றும், குறிப்பாக, அதிலுள்ளவர்கள் மகிழ்ச்சியோடும் மனநிறைவோடும் இருப்பார்கள். ஆகவே, அனைவரையும் கற்றோராக்குவதுதான் நம் இலக்காக இருக்கவேண்டும்.

65. சிவாஜியின் அஷ்டபிரதான்

வரலாற்றில் அரசர்களைப்பற்றி நிறையப் படிக்கிறோம்; அவர்களுடைய ஆட்சிக்காலத்தில் நடைபெற்ற நல்ல மாற்றங்கள், அதனால் மக்கள் பெற்ற பலன்கள், சமூகத்தின் மேம்பாட்டில் அவர்கள் உண்டாக்கிய தாக்கங்களைத் தெரிந்துகொள்கிறோம்.

ஆனால், அரசர்கள் தாங்களே ஒட்டுமொத்த நாட்டையும் ஆள்வது சாத்தியமில்லை. பல்வேறு துறைகளில் திறமைவாய்ந்த அமைச்சர்களுடன் அதிகாரத்தைப் பகிர்ந்துகொள்வதன் மூலம்தான் அவர்கள் தங்களுடைய நாட்டை ஆண்டார்கள். அவ்விதத்தில் அரசர்களுக்கு இணையாக அமைச்சர்களும் புகழப்படவேண்டியவர்கள்தாம்.

மராத்திய அரசர் சிவாஜியின் ஆட்சியில் எட்டு முக்கிய அமைச்சர்கள் பங்களித்தார்கள். இவர்களை 'அஷ்டபிரதான்' என்று அழைத்தார்கள்.

'அஷ்ட' என்ற வடமொழிச்சொல் எட்டைக் குறிக்கிறது, 'பிரதான்' என்றால் முதன்மை. ஆக, 'அஷ்டபிரதான்' என்பது எட்டு முதன்மையான அமைச்சர்களுடைய குழுவாகும்.

சிவாஜியின் அஷ்டபிரதானில் இடம்பெற்றிருந்த அந்த எட்டு அமைச்சர்களுடைய பெயர்கள், பொறுப்புகளை இங்கு சுருக்கமாகக் காண்போம்:

1. பேஷ்வா/முக்கிய பிரதான்: நாட்டின் தலைமை அமைச்சர், பொது நிர்வாகத்தைக் கவனித்துக்கொள்கிறவர். சிவாஜி காலத்தில் பேஷ்வா அவருடைய முக்கிய ஆலோசகராகமட்டுமே இருந்தார், ஆனால், பின்னாட்களில் பேஷ்வாக்களுடைய அரசியல் முக்கியத்துவம் அதிகரித்தது, அவர்கள் வெவ்வேறு பகுதிகளை முழு அதிகாரத்துடன் ஆளத்தொடங்கினார்கள்.

2. மஜூம்தார்/அமத்தியா: இவர் நாட்டின் நிதி விவகாரங்களைக் கவனித்துக்கொள்வார். வரி விதிப்பது, அதை மக்களிடமிருந்து வசூலிப்பது, வெவ்வேறு திட்டங்களுக்கு நிதி ஒதுக்குவது, செலவுகளைக் கையாள்வது போன்றவை இவருடைய பணிகள்.

3. சமந்த்/டாபிர்: நாட்டின் வெளியுறவு முழுவதும் இவருடைய கட்டுப்பாட்டில் இருந்தது. அதாவது, மற்ற நாடுகளுடன் மராட்டிய அரசு எப்படிப்பட்ட உறவைப் பராமரிக்கவேண்டும் என்பதை இவர் பார்த்துக்கொண்டார், இதுதொடர்பான விஷயங்களில் அரசருக்கு ஆலோசனைகளை வழங்கினார்.

4. சேனாபதி/சர்-இ-நௌபத்: இவர் மராட்டியப் படைகளுக்குத் தலைமைத் தளபதியாவார்; நாட்டின் பாதுகாப்பு, போர் தொடர்பான விஷயங்கள் இவருடைய கட்டுப்பாட்டில் இருந்தன.

5. நியாயதீஷ்: இவர்தான் நாட்டின் தலைமை நீதிபதி. குடிமையியல் மற்றும் குற்றவியல் வழக்குகளைத் தீர்ப்பதற்கான நீதிக் கட்டுமானத்தை உருவாக்கி நிர்வகிப்பவர், குற்றவாளிகளுக்கு உரிய தண்டனை கிடைப்பதையும் பாதிக்கப்பட்டவர்களுக்கு நீதி கிடைப்பதையும் உறுதிசெய்கிறவர்.

6. வாக்கிய-நாவிஸ்: இவர் அரசவையின் அன்றாட நடவடிக்கைகள், அரசருடைய செயல்பாடுகளைப் பதிவு செய்வார். அரசருடைய பாதுகாப்பை உறுதிசெய்வதும் இவருடைய பொறுப்புதான் என்பதால், வாக்கிய-நாவிஸுடைய ஒப்புதல் இல்லாமல் யாரும் அரசரைச் சந்திக்கமுடியாது, அரசருக்குப் பரிமாறப்படும் உணவைக்கூட இவர்தான் கவனித்து உறுதிசெய்யவேண்டும் என்கிறார் ஆய்வாளர் ஜஸ்வந்த் லால் மேத்தா.

7. சச்சீவ்/சுரு-நாவிஸ்: இவர் அரசருடைய தகவல்தொடர்புப் பணிகளைக் கவனித்துக்கொண்டார். அரசர் வெளியிடுகிற அறிவிப்புகள், ஆணைகள், அவருடைய அதிகாரபூர்வமான கடிதங்கள் போன்றவை இவருடைய பொறுப்பு

8. பண்டிட்: இவர் மதம்சார்ந்த விஷயங்களில் அரசருக்கு ஆலோசனை வழங்கினார். வழிபாட்டுத்தலங்களைப் பராமரிப்பது, விழாக்கள், மதம், சாதிப் பிரச்னைகளைக் கட்டுப்படுத்துவது போன்றவை இவருடைய பணிகள்.

66. ஆங்கிலேயர்களுக்கு இந்தியாவைக் கற்றுத்தந்த 'ஃபோர்ட் வில்லியம் கல்லூரி'

பதினெட்டாம் நூற்றாண்டின் பிற்பகுதி, ஆங்கிலேயர்கள் இந்தியாவில் நன்றாகக் காலூன்றிக்கொண்டிருந்த நேரம். நாட்டின் பல பகுதிகளுடைய நிர்வாகப்பொறுப்புகள் அவர்களிடம் வந்திருந்தன. இதுசார்ந்த பணிகளை நிறைவேற்றுவதற்காக ஏராளமான ஊழியர்கள் தேர்ந்தெடுக்கப்பட்டார்கள், இன்னும் பலர் தேவைப்பட்டார்கள்.

1798ம் ஆண்டு, பிரிட்டிஷ் இந்தியாவின் கவர்னர் ஜெனரலாகப் பொறுப்பேற்றுக்கொண்டார் வெல்லெஸ்லி பிரபு. அன்றைய இந்தியாவை நிர்வகித்துக்கொண்டிருந்த இளம் பிரிட்டிஷ் குடிமைப்பணியாளர்களுக்காக ஒரு கல்லூரியைத் தொடங்கவேண்டும் என்று நினைத்தார் அவர்.

மற்ற கல்லூரிகளுக்கும் இந்தக் கல்லூரிக்கும் ஒரு முக்கியமான வேறுபாடு, பிரிட்டிஷ் அலுவலர்களுக்கு இந்தியப் பண்பாட்டையும் இலக்கியத்தையும், சமூகப் பழக்கவழக்கங்களையும் கற்பிக்கிறவகையில் இதன் பாடத்திட்டங்கள் அமைக்கப்பட்டன. காரணம், எங்கிருந்தோ

வந்த அந்நியர்களாக இயங்குகிற அலுவலர்களைவிட, இந்தியர்களைப் புரிந்துகொண்டு செயல்படுகிற அலுவலர்களால்தான் இந்நாட்டை இன்னும் செயல்திறனோடு நிர்வகிக்கமுடியும் என்று வெல்லெஸ்லி பிரபு நினைத்தார்.

இதற்காக, 1800ம் ஆண்டு கல்கத்தாவில் 'ஃபோர்ட் வில்லியம் கல்லூரி' தொடங்கப்பட்டது. அனைத்துத் துறைகளுக்கும் ஆங்கிலேயப் பேராசிரியர்கள் தலைமைதாங்கினார்கள்; இந்திய மொழிகளைக் கற்பிப்பதற்காக உள்ளூர் ஆசிரியர்களும் சேர்க்கப்பட்டார்கள்; வகுப்பறைகள், அறிவியல் ஆய்வகம், உணவுக்கூடம், பேராசிரியர்கள், நிர்வாக ஊழியர்களுக்கான அறைகள், மிகப்பெரிய தேர்வுக்கூடம் ஆகியவை அமைக்கப்பட்டன.

இந்தக் கல்லூரியின் இரண்டாம் தளத்தில் ஒரு சிறந்த நூலகம் இருந்தது. அதில் 11,355 நூல்களும் சுவடிகளும் இடம்பெற்றிருந்தன. அன்றைய காலகட்டத்தில் உலக அளவில் மிகச்சிறந்த நூல் திரட்டுகளில் ஒன்றாக இந்த நூலகம் கருதப்பட்டது.

நூல்களைத் திரட்டித்தருவதுடன் நிற்காமல், நூற்றுக்கும் மேற்பட்ட அரிய நூல்களைப் பதிப்பிக்கிற பணியையும் இக்கல்லூரி மேற்கொண்டது. இந்நூல்கள் பல்வேறு மொழிகளில் அமைந்தன: இந்துஸ்தானியில் 37, சமஸ்கிருதத்தில் 24, அரபு மொழியில் 20, வங்காள மொழியில் 18, தெலுங்கு, கன்னடம், பஞ்சாபி மொழிகளில் தலா ஒன்று, அவ்வளவு ஏன், சீன மொழியில்கூட இரண்டு நூல்களைப் பிரசுரித்தார்கள்.

அதேசமயம், இந்தக் கல்லூரிக்கு பிரிட்டிஷ் வட்டாரங்களில், அதாவது, அப்போது இந்தியாவை ஆண்டுவந்த பிரிட்டிஷ் கிழக்கிந்தியக் கம்பெனியின் உயர் அலுவலர்களிடையே அவ்வளவாக வரவேற்பு இல்லை. 'இங்கிலாந்து ஊழியர்கள் இந்தியாவுக்குச் சென்று படிக்கவேண்டுமா?' என்று அவர்கள் நினைத்திருக்கவேண்டும்.

இதனால், 1806ம் ஆண்டு, லண்டனுக்கு அருகிலுள்ள ஹைலி என்ற இடத்தில் '*East India Company College*' என்ற கல்லூரி

தொடங்கப்பட்டது. கிழக்கிந்தியக் கம்பெனியின் ஊழியர்கள் இங்கு பயிற்சிபெற்றார்கள்.

இதையடுத்து, 'ஃபோர்ட் வில்லியம் கல்லூரி'க்கான முக்கியத்துவம் குறையத்தொடங்கியது. அதற்கான நிதி ஒதுக்கீடும் குறைந்துபோனது.

எனினும், அக்கல்லூரி ஐம்பதாண்டுகளுக்கும் மேலாகத் தொடர்ந்து நடைபெற்றது. 1854ம் ஆண்டு, டல்ஹௌசி பிரபுவின் காலத்தில் இந்தக் கல்லூரியைக் கலைப்பதாக அறிவித்தார்கள். அங்கிருந்த அரிய நூல்கள் கல்கத்தா பொது நூலகத்துக்கு வழங்கப்பட்டன.

67. கனிஷ்கர்

‘பழங்கால இந்தியாவில் அசோகருக்கு அடுத்தபடியாக நன்கு அறியப்பட்ட ஆளுமை இவராகத்தான் இருப்பார்’ என்று வரலாற்றாளர், பேராசிரியர் ரமேஷ் சந்திர மஜூம்தாரால் போற்றப்படும் அரசர், கனிஷ்கர்.

குசானக் குலத்தைச் சேர்ந்த விமா கட்பிசெஸ் என்ற அரசருடைய மகனான கனிஷ்கர் கிபி127லிருந்து 163 வரை இந்தியாவின் பல பகுதிகளை ஆண்டவர். இவருடைய அரசாங்கம் இன்றைய ஆஃப்கானிஸ்தான் பகுதியில் தொடங்கித் தெற்கே விந்திய மலைகள் வரையில் பரவியிருந்ததாக வரலாற்றாளர்கள் தெரிவிக்கிறார்கள். சீனாவிலும் சில பகுதிகளை இவர் கைப்பற்றி ஆண்டதாக நம்பப்படுகிறது.

கனிஷ்கருடைய தலைநகரம், காந்தாரத்திலிருந்த புருஷபுரம். தற்போது பாகிஸ்தானிலிருக்கும் பெஷாவர் நகரத்துடைய பழைய பெயர்தான் இது என்கிறார்கள்.

புத்தமதக் கருத்துகளில் மிகுந்த ஈடுபாடு கொண்ட கனிஷ்கர், புத்தருடைய கருத்துகளை எல்லாருக்கும் கொண்டுசெல்வதற்கான நடவடிக்கைகளுக்கு ஆதரவளித்தார். இவருடைய காலத்தில் பல புத்தர் சிலைகள், நாணயங்கள், இலக்கியங்கள் உருவாகின.

இதனால், பல புத்தமத நூல்களில் கனிஷ்கருடைய பெயர் முதன்மையாகப் பதிவுசெய்யப்பட்டுள்ளது. அதேசமயம், மற்ற மதங்கள், வழிபாட்டுமுறைகளும் அவருடைய ஆட்சியில்

காணப்பட்டன என்று சுட்டிக்காட்டும் வரலாற்றாளர் கிருஷ்ணாரெட்டி, கனிஷ்கருடைய மதச் சகிப்புத்தன்மைக்கு ஓர் எடுத்துக்காட்டாக இதைக் குறிப்பிடுகிறார்.

கனிஷ்கருடைய ஆட்சியில் கலைகளும் செழித்தன. அவருடைய காலத்தைச்சேர்ந்த முக்கியமான அறிஞர்களுள் சிலர்: அஷ்வகோஷா (புகழ்பெற்ற புத்தமத அறிஞர், கவிஞர்), சரகர் (சிறந்த மருத்துவ நூல்களை வழங்கியவர், ஆயுர்வேதத்தின் முதன்மைப் பங்களிப்பாளர்களில் ஒருவர்), நாகார்ஜுனர் (மகாயானப் புத்தமதத்தின் முக்கிய ஆளுமைகளில் ஒருவர்), வசுமித்திரர் (புத்தமத அறிஞர்).

இந்திய வரலாற்றில் முதன்மையான ஓரிடத்தைப் பெற்றிருக்கும் கனிஷ்கர், உலக இலக்கியத்திற்கும் ஒரு முக்கியமான பங்களிப்பை வழங்கியிருக்கிறார். இதைப்பற்றி ஆஸ்திரிய அறிஞர் மோரிஜ் வின்டர்னிட்ஜ் எழுதுகிறார்:

கனிஷ்கருடைய காலத்தில் *Matrceta* என்ற புகழ்பெற்ற அறிஞர் இருந்திருக்கிறார். அவர் தன்னுடைய அவையில் இருக்கவேண்டும் என்று விரும்பிய கனிஷ்கர், அவருக்கு அழைப்பு விடுத்திருக்கிறார்.

ஆனால், *Matrceta* அந்த அழைப்பை ஏற்கவில்லை. தன்னுடைய முதிய வயதைச் சுட்டிக்காட்டிக் கனிஷ்கருடைய அவைக்கு வர மறுத்துவிட்டார்.

அதேசமயம், அந்த மறுப்பை 85 பாடல்களாக எழுதியிருந்தார் *Matrceta*. 'மகாராஜா கனிக-லேகா' என்ற அந்தக் கடித இலக்கியம் நேபாள மொழியில் எழுதப்பட்டுள்ளது, 'புத்தர் வழியில் ஒழுக்கத்துடன் வாழுங்கள்; வன விலங்குகளைத் துன்புறுத்தாதீர்கள்; வேட்டையாடாதீர்கள்' என்று அரசருக்குப் பலவிதமான அறிவுரைகளைச் சொல்கிறது.

அரசருக்கே அறிவுரை சொல்லும் துணிவு அறிஞர்களுக்கு இருந்திருக்கிறது; அதை ஏற்றுக்கொள்ளும் பணிவு மன்னர்களுக்கு இருந்திருக்கிறது; வரலாறு நமக்குச் சொல்லும் பாடங்கள்தான் எத்தனை!

68. பட்டாபி சீதாராமய்யா

1896ம் ஆண்டு. காந்தியடிகள் சென்னைக்கு வந்திருந்தார்.

இன்றைக்கு நாம் காந்தியைத் தேசத்தந்தையாகக் கொண்டாடுகிறோம், நமக்கு விடுதலை வாங்கிக்கொடுத்தவர் என்று கூறுகிறோம். ஆனால் அன்றைக்கு, அவர் இந்திய விடுதலைப் போராட்டத்தில் ஈடுபட்டிருக்கவில்லை. சொல்லப்போனால், அவர் இந்தியாவிலேயே இல்லை, தென்னாப்பிரிக்காவில் வசித்துக்கொண்டிருந்தார். அங்கு வாழும் இந்தியர்களுக்கு எதிரான அடக்குமுறைகளை எதிர்த்துப் போராடிக்கொண்டிருந்தார். அந்தப் போராட்டத்துக்கு ஆதரவு தேடிதான் இந்தியாவுக்கு வந்திருந்தார்.

அப்போது காந்திக்கு வயது இருபத்தேழுதான். ஆனாலும், அவருடைய ஆளுமையை அப்போதே தமிழகம் புரிந்துகொண்டது. அவருக்கு மிகச் சிறந்த வரவேற்பை அளித்தது. '1896ல் முன்பின் தெரியாதவனாக, கதியற்றவர்கள் சார்பாக வாதாடுபவனாக நான் உங்கள்முன் வந்தேன். அந்தச் சமயத்தில் மாணவர்கள் எனக்கு எவ்வளவு சிறப்பான வரவேற்பை அளித்தார்கள் என்பது எனக்கு இன்னும் நினைவிருக்கிறது' என்று பின்னாட்களில் காந்தியே மகிழ்ச்சியுடன் குறிப்பிட்டார்.

அப்படிக் காந்திக்கு மிகச் சிறந்த வரவேற்பு அளித்த மாணவர் கூட்டத்தில் ஓர் ஆந்திர இளைஞரும் இருந்தார். பின்னாட்களில் நாடே போற்றுகின்ற விடுதலைப் போராட்ட வீரராக வளர்ந்து, காந்தியடிகளின் அணுக்கத் தொண்டராகவும் மாறி அவருடைய கொள்கைகளைப் பரப்பிப் புகழ் பெற்ற மருத்துவர் பட்டாபி சீதாராமய்யாதான் அவர்.

1880ம் ஆண்டு நவம்பர் 24ம் தேதி, மேற்குக் கோதாவரி மாவட்டத்திலுள்ள ஒரு சிறிய கிராமத்தில் பிறந்தவர் சீதாராமய்யா. சிறுவயதிலேயே வறுமை அவருடைய குடும்பத்தை வாட்டியது. அவருடைய தாய் எப்படியோ சிரமப்பட்டு அவரைப் படிக்கவைத்தார். அந்தக் கல்விதான் அவர்களுடைய குடும்பத்தைக் காப்பாற்றியது.

சீதாராமய்யா மிகச் சிறப்பாகப் படித்ததால், பலரும் அவருக்கு உதவ முன்வந்தார்கள். ஒவ்வொரு வகுப்பிலும் நல்ல மதிப்பெண்களைப் பெற்றுப் படிப்படியாக உயர்ந்தார். சென்னைக்குச் சென்று 'மெட்ராஸ் கிறித்துவக் கல்லூரி'யில் படித்தார். அதன்பிறகு, அவருக்கு மருத்துவம் படிக்கும் வாய்ப்பு கிடைத்தது.

இன்றைக்கு மக்கள் மருத்துவப் படிப்பை மிக உயர்வாகக் கருதுகிறார்கள். மிக நல்ல மதிப்பெண் எடுத்த மாணவர்களெல்லாம் அதை விரும்பித் தேர்ந்தெடுத்துச் சேர்கிறார்கள். ஆனால், அன்றைய சூழ்நிலையில் மருத்துவப் படிப்புக்குப் பெரிய மதிப்பு இல்லை. வழக்கறிஞராவதுதான் ஒருவருக்கு வருவாயையும் சமூக மதிப்பையும் பெற்றுத்தரும் என்று மக்கள் விரும்பினார்கள். ஆகவே, சீதாராமய்யா மருத்துவப் படிப்பில் சேர முனைந்தபோது பலரும் அதை எதிர்த்தார்கள்.

ஆனால், சீதாராமய்யா நன்கு சிந்தித்துதான் இந்தத் தீர்மானத்துக்கு வந்திருந்தார். அதனால், யார் என்ன சொன்னாலும் பரவாயில்லை என்று மருத்துவக் கல்லூரியில் சேர்ந்தார். அங்கும் மிக நன்றாகப் படித்துத் தேர்ச்சிபெற்றார்.

மசூலிப்பட்டனத்தில் மருத்துவராகச் சேவையாற்றத் தொடங்கினார்.

அதே நேரம், அவருடைய சமூக ஆர்வமும் தொடர்ந்தது. தன்னைச் சுற்றியுள்ள மக்களுடைய நிலையைத் தொடர்ந்து கவனித்தபடி இருந்தார். அந்நிய ஆட்சியின் விளைவுகளைப் புரிந்துகொண்டார். நம் நாட்டை நாமே ஆளவேண்டும் என்ற எண்ணத்துடன் விடுதலைப் போராட்டத்தில் தன்னை இணைத்துக்கோண்டார்.

கிட்டத்தட்ட இதே காலகட்டத்தில்தான் இந்தியாவில் காந்தியின் அரசியல் வழிநடத்தல் தொடங்கியது. அவருடைய கொள்கைகளால் கவரப்பட்ட சீதாராமய்யா பல சமூகப் போராட்டங்களில் கலந்துகொண்டார், காங்கிரஸ் தொண்டராகவும் தலைவராகவும் பணியாற்றினார்.

சீதாராமய்யா சிறந்த எழுத்தாளரும்கூட. 'ஜன்மபூமி' என்ற பெயரில் ஓர் ஆங்கில வார இதழை நடத்தியுள்ளார், காந்தியைப்பற்றியும் காங்கிரஸைப்பற்றியும் இந்திய விடுதலைப் போராட்டத்தைப்பற்றியும் பல நூல்களை எழுதியுள்ளார்.

சமூகப் போராளியாகவும் மக்களை வழிநடத்தும் சிறந்த தலைவராகவும் வாழ்ந்த பட்டாபி சீதாராமய்யா, 1959 டிசம்பர் 17ம் நாள் மறைந்தார்.

69. பிரிட்டிஷ் சிறையில் மலர்ந்த நூல்கள்

பிரிட்டிஷ் ஆட்சிக்காலத்தில் இந்தியர்கள் பல கொடுமைகளை அனுபவித்தார்கள். அதை எதிர்த்துப் போராடியவர்கள் தலைவர்களாக இருந்தாலும் சரி, தொண்டர்களாக இருந்தாலும் சரி, சிறைக்கு அனுப்பப்பட்டார்கள். அங்கு அவர்கள் இன்னும் பல கொடுமைகளைச் சந்திக்கவேண்டியிருந்தது.

அதே நேரம், சிறையிலிருப்பது இந்தத் தலைவர்களுக்கு ஓரளவு ஓய்வு நேரத்தையும் அளித்தது, நெடுநேரம் அமைதியாகச் சிந்திக்க இயன்றது, சக கைதிகளுடன் பலவிதமான விஷயங்களை உரையாடுவதற்கும் வாய்ப்புகள் அமைந்தன, இவையெல்லாம் சேர்ந்து, பல சிறந்த நூல்களை நமக்கு அளித்திருக்கின்றன.

ஆம், அன்றைய பிரிட்டிஷ் சிறைச்சாலைகளில் நம்முடைய தலைவர்கள் பலர் எழுத்தாளர்களாகவும் மாறினார்கள். சிறை அனுபவங்களைமட்டுமின்றி, இன்னும் பலவிதமான சிந்தனைகளையும் நூல்களாக்கி அளித்திருக்கிறார்கள். இதற்குச் சிறந்த எடுத்துக்காட்டாக அமையும் ஐந்து நூல்களை இங்கு காண்போம்:

1. The Story of my Deportation (லாலா லஜ்பத் ராய்)

இந்திய விடுதலைப் போராட்டத்தின் முன்னோடிகளில் ஒருவரான லாலா ஜல்பத் ராய் 1907ல் கைது செய்யப்பட்டு பர்மாவுக்கு (இப்போதைய 'மியான்மர்') நாடு கடத்தப்பட்டார். அப்போதைய அவருடைய சிறை அனுபவங்களின் தொகுப்புதான் இந்நூல்.

2. Gita Rahasya (பால கங்காதர திலகர்)

இந்த நூலும் பர்மாவில் எழுதப்பட்டதுதான். ஆனால், இது சிறைச்சாலை அனுபவங்களைப் பேசவில்லை, பகவத் கீதையை ஆராய்கிறது, விளக்குகிறது. 1910-11ம் ஆண்டுவாக்கில் திலகர் சிறையிலிருந்து எழுதிய இந்நூல் பின்னர் பல மொழிகளில் வெளியாகிப் புகழ் பெற்றது.

3. From Yervada Mandir (மகாத்மா காந்தி)

1930ம் ஆண்டு காந்தியடிகள் புணே-யிலுள்ள எரவாடா சிறைச்சாலையில் அடைக்கப்பட்டிருந்தார். அப்போது, அங்கிருந்தபடி வாரந்தோறும் தன்னுடைய சத்தியாக்கிரக ஆசிரமவாசிகளுக்குப் பல கடிதங்களை எழுதினார் அவர். அந்தக் கடிதங்கள், ஆசிரமத்தில் அனைவரும் பின்பற்றவேண்டிய உண்மை, அன்பு, திருடாமலிருத்தல், அச்சமின்மை, உழைப்பு போன்ற சிறந்த தத்துவங்களை விவரித்தன. இவை எல்லா மக்களுக்கும் பொருந்தக்கூடியவை, பயன்படக்கூடியவை என்பதால், பின்னர் ஒரு நூலாகத் தொகுத்து வெளியிடப்பட்டன.

4. Jail Notebok (பகத் சிங்)

பிரிட்டிஷ் அரசாங்கத்துக்கு எதிரான புரட்சிச் செயல்பாடுகளில் ஈடுபட்டதற்காக 1929லிருந்து 1931வரை சிறையில் அடைக்கப்பட்ட பகத் சிங் அங்கு நிறையச் சிந்தித்தார், அவற்றையெல்லாம் குறிப்புகளாக எழுதிவைத்தார். பின்னர் அவை அவருடைய கையெழுத்திலேயே நூலாக வெளியாகின, பல மொழிகளில் மொழிபெயர்க்கப்பட்டன, ஒரு புரட்சியாளருடைய

சிந்தனைகளின் நேரடிப் பதிவாக இன்றும் பரவலாக வாசிக்கப்படுகின்றன.

5. The Discovery of India (ஜவகர்லால் நேரு)

*1944*ம் ஆண்டு, அகமத்நகர் கோட்டைச் சிறைச்சாலையில் அடைக்கப்பட்டிருந்த ஜவகர்லால் நேரு, இந்தியாவைப்பற்றிய விரிவான இந்நூலை எழுதினார். அப்போது அவருடன் அதே சிறையில் அடைக்கப்பட்டிருந்த மற்ற கைதிகள் இந்நூலுக்கான விவாதங்களில் பங்கு பெற்றார்கள், நேரு எழுதியதைப் படித்துப் பார்த்து ஆலோசனை சொன்னார்கள். இப்போதும், இந்தியாவை ஆழமாக அறிய விரும்புகிற உள்நாட்டு, வெளிநாட்டு ஆர்வலர்களில் பலரும் முதலில் தேர்ந்தெடுப்பது இந்நூலைத்தான்.

70. ஜயீ ராஜ்குரு

ராஜகுரு என்றால், அரசருடைய ஆசிரியர், குருநாதர் என்று பொருள். அதாவது, அரசருக்கு ஆலோசனை கூறி வழிநடத்துகிற மதிப்புமிக்க பொறுப்பில் இருக்கிறவர்களை 'ராஜகுரு' என்று அழைப்பார்கள்.

மற்ற ஆசிரியர்களுக்கும் ராஜகுருவுக்கும் ஒரு முக்கியமான வேறுபாடு, இவர் அரசரை வழிநடத்துகிறவர் என்பதால் ஒட்டுமொத்த நாட்டின் வளர்ச்சிக்கும் முன்னேற்றத்துக்கும் பாதுகாப்புக்கும் பொறுப்பேற்கிறார். அரசருக்கு இவர் தெரிவிக்கும் ஆலோசனைகள் ஒவ்வொன்றிலும் அந்த நாட்டின் நன்மையைப்பற்றிய அக்கறையும் தொலைநோக்கும் இருக்கும். பல நேரங்களில் சுமாரான அரசர்களைக்கூட அவர்களுடைய ராஜகுருக்கள் நன்கு வழிநடத்தி மிகச்சிறந்த ஆட்சியாளர்களாக மாற்றிய கதைகளை வரலாற்றில் காண்கிறோம்.

1739ம் ஆண்டு அக்டோபர் 29ம் தேதி, பூரி நகரத்திலிருந்து சிறிது தொலைவிலிருக்கும் ஒரு சிறு கிராமத்தில் ஜய்க்ருஷ்ண மோஹாபாத்ரா என்பவர் பிறந்தார். வரலாறு அவருடைய பெயரை 'ஜயீ ராஜ்குரு' (*Jayee Rajguru*) என்று பதிவுசெய்துவைத்திருக்கிறது.

ஆம், அவர் பிறந்த குர்தா (*Khurda*, இப்போதைய ஒடிசா மாநிலத்தின் ஒரு பகுதி) என்ற நாட்டின் அரசருக்கு ராஜகுருவாகச் செயல்பட்டு வழிநடத்தியவர்தான் இந்த ஜயீ. அவருடைய முன்னோரும் இந்த அரசருடைய முன்னோருக்கு இதேபோல் ஆலோசனைகளை வழங்கிவந்திருக்கிறார்கள். ஆகவே, ஜயீ ராஜ்குருவும் குர்தா நாட்டின் நலனை மிகவும் முக்கியமாகக் கருதிய, நாட்டுப்பற்று மிக்க ஒருவராக இருந்தார்.

அன்றைய இந்தியாவில் இதைப்போல் பல சிறிய, பெரிய நாடுகள் இருந்தன. இவை தங்களுக்குள் மோதிக்கொள்வதும், ஒருவர் இன்னொருவருடைய நாட்டைப் பிடித்துக்கொள்வதும் வழக்கம்தான். ஏதேனும் ஒரு நாட்டில் சற்றே வலுக்குறைவான ஓர் அரசர் இருக்கிறார் என்று தெரிந்தால், அந்த அரசருடைய சொந்தக் குடும்பத்தினரில் தொடங்கி அக்கம்பக்கத்து அரசர்கள்வரை எல்லாரும் அந்த நாட்டின்மீது ஆசைப்படுவார்கள், அதற்காகப் பல சூழ்ச்சிகளைச் செய்வார்கள்.

இவர் ராஜகுருவாக இருந்த காலகட்டத்தில், குர்தா நாடும் இப்படிப் பல சலசலப்புகளைச் சந்தித்தது. ஆனால், இவருடைய அறிவாற்றல் மிக்க ஆலோசனைகளாலும் செயல்பாடுகளாலும் வழிநடத்தலாலும் எந்தப் பிரச்னைகளும் இல்லாமல் அந்த நாடு வளமாகவும் நலமாகவும் இருந்தது.

கிட்டத்தட்ட இதே காலகட்டத்தில், ஆங்கிலேயர்கள் இந்தியாவில் வலுவாகக் காலூன்றிக்கொண்டிருந்தார்கள். தங்களுடைய எல்லையை விரிவாக்குவதற்காக அவர்கள் பல வழிகளில் முயன்றுவந்தார்கள். அந்த வகையில், அவர்களுடைய பார்வை குர்தா-வின்மீது விழுந்தது. புவியியல் முக்கியத்துவம் வாய்ந்த அந்தப் பகுதியை எப்படியாவது தங்களுக்குச் சொந்தமாக்கிக்கொள்ளவேண்டும் என்று நினைத்தார்கள். அதற்காக, அந்த நாட்டின் அரசரிடம் பேச முயன்றார்கள்.

ஆனால், ஜயீ ராஜ்குரு இதை ஏற்றுக்கொள்ளவில்லை. ஆங்கிலேயர்கள் இப்படிக் கொஞ்சம்கொஞ்சமாக மூக்கை

நுழைத்து மொத்த நாட்டையும் பிடித்துவிடுவார்கள் என்பதை அவர் முன்கூட்டியே கணித்திருந்தார். ஆகவே, இந்த ஒப்பந்தம் நிறைவேறாதபடி தடுப்பதற்காகத் தன்னால் இயன்ற அனைத்தையும் செய்தார்.

ஆங்கிலேயர்கள் விடவில்லை. ஏதேதோ வழிகளில் குர்தா-வைப் பிடித்துவிட முயன்றார்கள். அவை அனைத்துக்கும் ஜயீ ராஜ்குரு தடையாக இருந்ததால், அவரை நீக்கிவிடவேண்டும் என்று தீர்மானித்தார்கள்.

அதே நேரம், ஜயீ ராஜ்குருவும் இதை எதிர்நோக்கியிருந்தார். ஆங்கிலேயர்களை எதிர்ப்பதற்காகப் படை திரட்டிக் கொண்டிருந்தார், இதற்காக, அக்கம்பக்கத்து நாடுகளின் அரசர்களுடைய ஆதரவைப் பெற முயன்றார். இந்த விஷயம் ஆங்கிலேயர்களுக்குத் தெரிந்தபின், அவர்கள் சிறிதும் நேரம் தாழ்த்தவில்லை, குர்தாவின்மீது படையெடுத்து வந்துவிட்டார்கள்.

என்னதான் ஜயீ ராஜ்குரு நாட்டுப்பற்றோடு இருந்தாலும், அவருடைய சிறிய, அனுபவமில்லாத, பழைய ஆயுதங்களைப் பயன்படுத்துகிற படையால் ஆங்கிலேயர்களை எதிர்த்து நிற்க இயலுமா? ஜயீ ராஜ்குரு பிடிபட்டார். சும்மா பேச்சுக்கு ஒரு வழக்கு, விசாரணை நடத்திவிட்டு ஆங்கிலேயர்கள் அவருக்கு மரண தண்டனை விதித்தார்கள். 1806ம் ஆண்டு டிசம்பர் 6ம் தேதி அவர் கொல்லப்பட்டார்.

ஆம், முதல் விடுதலைப் போர் என்று விவரிக்கப்படும் 1857 சிப்பாய்க் கலகத்துக்கு அரை நூற்றாண்டு காலத்துக்கு முன்பாகவே ஆங்கிலேயர்களுக்கு எதிராகத் துணிவுடன் போர் தொடுத்தவர் ஜயீ ராஜ்குரு. அந்தப் போரில் அவர் வெல்லவில்லை, அதே நேரம், அவருடைய விடுதலை உணர்வு மக்களைத் தூண்டியது, இன்றைக்கும் ஒடிசா மக்கள் அவருடைய வீரத்தை எண்ணிப் போற்றுகிறார்கள்.

71. யார்மீதும் வெறுப்பில்லை!

இந்திய விடுதலைப் போராட்ட வரலாற்றைப் படிக்கிற எவரும் 'ரௌலட் சட்ட'த்தைப்பற்றிக் கேள்விப்பட்டிருப்பார்கள். இந்தியர்களுடைய விடுதலையுணர்வை நசுக்கிவிடவேண்டும் என்கிற எண்ணத்துடன் உருவாக்கப்பட்ட அந்தக் கொடுமையான சட்டத்துக்கு எதிராக ஒட்டுமொத்த நாடும் சேர்ந்து போராடியது, ஆங்கிலேயர்களுக்கு எதிராக இந்தியர்களை ஒன்றுதிரண்டதற்கு அந்தச் சட்டமும் ஒரு முக்கியக் காரணம்.

அது சரி, யார் அந்த ரௌலட்?

அவர் ஒரு நீதிபதி, முழுப்பெயர் சிட்னி ஆர்தர் டெய்லர் ரௌலட். இவருடைய தலைமையில் அமைந்த ஒரு குழு, பிரிட்டிஷ் இந்திய அரசுக்கு எதிரான சதிச்செயல்களை ஆராய்ந்தது, அவற்றைக் கட்டுப்படுத்துவதற்கான வழிகளைப் பரிந்துரைத்தது, அதுதான் பின்னர் 'ரௌலட் சட்ட'மானது.

இந்தச் சட்டம் செயலுக்கு வந்து ஒரு நூற்றாண்டாகிவிட்டது, நடுவில் இந்தியாவுக்கு விடுதலையும் கிடைத்துவிட்டது, ஆனால் ரௌலட் சட்டத்தையும், அதனால் நிகழ்த்தப்பட்ட கொடுமைகளையும் இந்தியர்கள் இன்னும் மறக்கவில்லை.

இப்படியொரு சூழ்நிலையில், அந்தச் சிட்னி ரௌலட்டின் கொள்ளுப்பேரனான (பேரனின் மகன்) ஜஸ்டின் ரௌலட்டுக்கு இந்தியாவில் வேலை கிடைத்தது. இதழாளரான அவர் BBCயின் தெற்காசியச் செய்தியாளராகப் பொறுப்பேற்றார், மனைவி,

குழந்தைகளுடன் புது தில்லியில் குடியேறினார்.

இந்தியாவுக்கு வருவதற்குமுன்னால், ஜஸ்டின் ரெளலட்டுக்கு ஒரே தயக்கம், ’பல ஆண்டுகளுக்கு முன்பாக, ஒட்டுமொத்த நாட்டையும் கொதிக்கச்செய்த ஒரு கொடுமையான சட்டத்தை என்னுடைய கொள்ளுத்தாத்தா கொண்டுவந்திருக்கிறார், இப்போது, அதே பெயரில் நான் அங்கு போய் நின்றால் இந்திய மக்கள் என்மீது சினம் கொள்ளமாட்டார்களா?'

'ஆனால், வியப்பான விஷயம், இந்தியாவில் யாரும் என்மீது சினம் கொள்ளவில்லை, என்னுடைய கொள்ளுத்தாத்தாவைப்பற்றித் தெரிந்தபிறகும் என்னை மதிப்புடன்தான் நடத்தினார்கள்' என்கிறார் ஜஸ்டின் ரெளலட்.

இதைப்பற்றிச் சிந்தித்தால் நமக்கும் வியப்புதான் வருகிறது. அந்தக் காலத்தில் இந்தியாவை பிரிட்டன் எப்படியெல்லாம் வாட்டி வதைத்தது என்கிற விஷயத்தை பிரிட்டிஷ்காரர்களே விரிவாக எழுதிவைத்திருக்கிறார்கள். ஆனாலும் நமக்கு அந்த நாட்டின்மீது வெறுப்போ சினமோ வரவில்லை, தொடர்ந்து பிரிட்டனுடன் நல்லுறவைப் பேணிக்கொண்டிருக்கிறோம். இதற்கு என்ன காரணம்?

ஜஸ்டினும் இதே கோணத்தில் சிந்தித்தார். 'இந்தியர்களுக்கு என்மீது ஏன் வெறுப்பு வரவில்லை?' என்று பலரைக் கேட்டார். எழுத்தாளரும் அரசியல்வாதியுமான சசி தாரூர் இந்தக் கேள்விக்குப் பதிலாக ஒரு சுவையான வரலாற்றுத் துணுக்கைச் சொல்லியிருக்கிறார்:

ஒருமுறை, வின்ஸ்டன் சர்ச்சிலும் நேருவும் சந்தித்தார்களாம், 'பிரிட்டிஷ்காரர்கள் உங்களைப் பல ஆண்டுகள் சிறையில் தள்ளித் துன்பப்படுத்தியிருக்கிறார்கள், ஆனால், உங்களிடம் அதுபற்றிய கசப்பு இருப்பதாகத் தெரியவில்லையே, அது ஏன்?' என்று சர்ச்சில் நேருவைக் கேட்டாராம்.

'அதற்குக் காரணம், மகாத்மா காந்தியிடம் நான் கற்றுக்கொண்ட இரண்டு பாடங்கள்தான்' என்றாராம் நேரு, 'அந்த இரண்டு பாடங்கள்: எப்போதும் அஞ்சாதே, யாரையும் வெறுக்காதே.'

72. சிறுமைக்குப் பணியாதே!

1908-09ம் ஆண்டுவாக்கில், பம்பாயைச் சேர்ந்த மாணவர் சங்கம் அந்நகரில் ஒரு பொதுக்கூட்டத்துக்கு ஏற்பாடு செய்திருந்தது, அந்தக் கூட்டத்துக்குத் தலைமை தாங்கக் கோபால கிருஷ்ண கோகலே அவர்களை அழைத்திருந்தது, அவரும் மகிழ்ச்சியுடன் அதற்கு ஒப்புக்கொண்டிருந்தார்.

இத்தனை பெரிய தலைவர் வருகிறார் என்றால், அதற்கு ஏற்றபடி ஒரு பெரிய, நல்ல அரங்கம் வேண்டாமா? மாணவர் சங்கத்தினர் வில்சன் கல்லூரியின் முதல்வரைச் சந்தித்தார்கள், அங்குள்ள அரங்கத்தில் இந்தக் கூட்டத்தை நடத்துவதற்கு அனுமதி பெற்றார்கள், அதன்படி விழா ஏற்பாடுகளைத் தொடங்கினார்கள்.

ஆனால், கூட்டத்துக்கு முந்தைய நாள், மாணவர் சங்கச் செயலாளரை அழைத்தார் வில்சன் கல்லூரியின் முதல்வர், 'என்னதான் இருந்தாலும் கோகலே ஓர் அரசியல் தலைவர், அவர் என்னுடைய கல்லூரியில் வந்து அரசியல் பேசுவதை நான் அனுமதிக்க இயலாது' என்றார்.

'ஐயா, இது அரசியல் கூட்டம் இல்லை, சமூகக் கூட்டம்'

என்றார் மாணவர் சங்கச் செயலாளர், 'கோகலே அவர்கள் நிச்சயம் இங்கு அரசியல் பேசமாட்டார்.'

'அதை நாம் எப்படி உறுதியாகச் சொல்லமுடியும்?' என்று கேட்டார் கல்லூரி முதல்வர், 'நீங்கள் ஒரு வேலை செய்யுங்கள், கோகலேவைச் சந்தித்து இதுபற்றிப் பேசுங்கள், இந்தக் கூட்டத்தில் அரசியல் பேசமாட்டேன் என்று அவர் உறுதியளித்தால், நீங்கள் எங்களுடைய கல்லூரியில் கூட்டத்தை நடத்தலாம், இல்லாவிட்டால், வேறு இடம் பார்த்துக்கொள்ளுங்கள்.'

மாணவர் சங்கச் செயலாளர் நடுங்கிப்போனார். இதை எப்படிக் கோகலேவிடம் சொல்வது?

ஆனால், சொல்லாமல் இருக்கவும் முடியாது. விழா பக்கத்தில் வந்துவிட்டது, ஏராளமான மாணவர்கள் கோகலேயின் பேச்சைக் கேட்க ஆவலுடன் காத்திருக்கிறார்கள். இதற்குமேல் விழாவை வேறு இடத்துக்கு மாற்றுவது கடினம்.

ஆகவே, அவர் தயக்கத்துடன் கோகலேவிடம் சென்றார், விஷயத்தைச் சொன்னார்.

அவர் எதிர்பார்த்ததுபோலவே, கோகலே சினம் கொண்டார், 'இது என்னை அவமானப்படுத்தும் செயல்' என்றார், 'நான் இந்தக் கூட்டத்துக்கு வரப்போவதில்லை.'

இதைக் கேட்டதும் மாணவர் சங்கச் செயலாளருக்கு அழுகையே வந்துவிட்டது, 'ஐயா, நீங்கள் வராவிட்டால் நாங்கள் செய்த ஏற்பாடுகள் எல்லாம் பொய்யாகிவிடும்' என்று கெஞ்சினார்.

இதனால், கோகலேயின் மனம் இரங்கியது. அதே நேரம், அவர் சிறுமைக்குப் பணிந்துபோக விரும்பவில்லை, தன்னுடைய நிலையை அந்த மாணவருக்கு விளக்கிச் சொன்னார், 'நம்முடைய மக்கள் அநியாயத்தைக் கண்டு பொங்குவதில்லை, ஒரு வரிகூட எதிர்த்துப் பேசாமல் சரணடைந்துவிடுகிறார்கள், எப்பேர்ப்பட்ட அவமானத்தையும் பொறுத்துக்கொண்டுவிடுகிறார்கள், இது சரியில்லை' என்றார். 'நான் உங்களுடைய கூட்டத்துக்கு

வருகிறேன், ஆனால், நான் இதைத்தான் பேசவேண்டும், இதைப் பேசக்கூடாது என்று கூறுகிற உரிமை அந்தக் கல்லூரி முதல்வருக்கு இல்லை, இதை நீ அவரிடம் சென்று சொல்லவேண்டும்.'

ஆகவே, மாணவர் சங்கச் செயலாளர் மீண்டும் வில்சன் கல்லூரி முதல்வரிடம் சென்றார். கோகலே கூறிய விஷயத்தைத் தயங்கித் தயங்கிச் சொன்னார்.

வியப்பான விஷயம், கல்லூரி முதல்வர் அதற்குமேல் பிடிவாதம் பிடிக்கவில்லை. கோகலே விருப்பப்படி கூட்டம் நடக்கட்டும் என்று அனுமதித்துவிட்டார். அதன்படி கூட்டம் மிகச் சிறப்பாக நடைபெற்றது.

முறையற்ற செயல்களைப் பார்க்கும்போது, அவற்றைப் பேசாமல் ஏற்றுக்கொள்வதோ, நமக்கு என்ன வந்தது என்று விலகிச்செல்வதோ சரியாகாது, 'இது முறையில்லை' என்று துணிந்து சொல்லவேண்டும், பிரச்னையைச் சரிசெய்வதற்கான வழிகளை நாடவேண்டும், நம்முடைய தன்மானத்தை, உரிமைகளை ஒருபோதும் விட்டுக்கொடுக்கக்கூடாது... இந்தப் பாடங்கள் அனைத்தையும் தன்னுடைய ஓர் எளிய மறுப்பின்மூலம் கற்றுத்தந்துவிட்டார் கோகலே.

73. தடைகளைத் தாண்டி வென்ற தாவரவியல் முன்னோடி

அமெரிக்காவில் தாவரவியல் துறையில் முனைவர் பட்டம் பெற்ற முதல் பெண் அறிவியலாளர் யார் என்று தெரியுமா?

அவர் பெயர் ஜானகி அம்மாள்!

ஆம், இந்தியாவைச் சேர்ந்தவர்தான். இங்கிருந்து அமெரிக்காவுக்குச் சென்று அவர் இந்தச் சாதனையை நிகழ்த்தியது, 1931ல், கிட்டத்தட்ட ஒரு நூற்றாண்டு முன்பாக.

அன்றைய இந்தியாவில் பெண்களின் நிலை எப்படி இருந்தது என்கிற பின்னணியோடு சிந்தித்தால், ஜானகி அம்மாளின் சாதனை எவ்வளவு பிரமாண்டமானது என்பது புரியும். பெண்கள் படிப்பதே அரிதாக இருந்த சூழல், அவர்கள் அறிவியல் படிப்பது அதைவிட அரிதாக இருந்த சூழல், இந்நிலையில் இந்தியாவின் தென்கோடியில் கேரளத்தைச் சேர்ந்த ஒரு பெண் அமெரிக்காவில் சென்று ஆராய்ச்சி செய்து முனைவர் பட்டம் பெறுகிறார், அந்த நாட்டுப் பெண்களுக்கெல்லாம் முன்பாக இந்தச் சாதனையை நிகழ்த்துகிறார் என்றால் அதற்கு எப்படியொரு முனைப்பும் உழைப்பும் இருந்திருக்கவேண்டும்!

அந்த முனைவர் பட்டம் மட்டுமில்லை, ஜானகியின் வாழ்க்கை முழுவதுமே ஒரு சாதனைதான். அறிவியலுக்காகவே வாழ்ந்து, ஐம்பதாண்டுகளுக்குமேலாக அந்தத் துறைக்காகவும் இந்நாட்டுக்காகவும் பல அரிய பங்களிப்புகளை வழங்கிய வியப்பூட்டும் ஆளுமை அவர்.

1897ல், இப்போதைய கேரளத்திலுள்ள தலச்சேரியில் பிறந்தவர் ஜானகி. தாவரவியல் படித்துப் பட்டம் பெற்றார், பின்னர், வெளிநாட்டுக்குச் சென்று அதே துறையில் முதுநிலைப் பட்டம் பெற்றுத் திரும்பினார். சென்னையிலுள்ள கல்லூரியொன்றில் பேராசிரியராகப் பணியாற்றினார். அதே நேரம், அவருக்குள் ஆராய்ச்சி மனநிலைதான் வேரூன்றியிருந்தது. அதற்குச் சரியான வாய்ப்புக் கிடைத்தபோது, சட்டென்று அங்கே தாவிவிட்டார்.

ஆனால், அந்தப் பயணம் எளிதாக இருக்கவில்லை. அன்றைய அறிவியல் துறை ஆணாதிக்கத்தால் நிரம்பியிருந்தது. ஒரு பெண், அதுவும் இந்தியாவைச் சேர்ந்தவர் அவர்களுக்கு இணையாகச் சிந்திக்கிறார், சாதிக்கிறார் என்பதைப் பலரால் பொறுத்துக்கொள்ள இயலவில்லை. அவர்கள் ஜானகி அம்மாளின் முன்னேற்றத்துக்கு முட்டுக்கட்டை போட்டார்கள், அவருடைய பணிகளைக் குறைத்து மதிப்பிட்டார்கள்.

அங்கும் சரி, பின்னர் இந்தியாவிலும் சரி, ஜானகி அம்மாள் சந்தித்த தடைகள் ஏராளம். அதே நேரம், அவற்றால் அவருடைய மன உறுதியைக் குலைக்க இயலவில்லை. அறிவையே துணையாகக் கொண்டு எல்லாத் தடைகளையும் எதிர்கொண்டார், நூல்கள், ஆராய்ச்சிக் கட்டுரைகளின்மூலம் உலக அறிவியல் அரங்கில் தனக்கென்று வலுவான ஓர் இடத்தை நிறுவிக்கொண்டார்.

இந்தியாவுக்கு விடுதலை கிடைத்தபிறகு, நேரு அரசாங்கம் ஜானகி அம்மாளைப்போன்ற திறமையாளர்களைப் பயன்படுத்திக்கொண்டு நம் நாட்டை முன்னேற்றத் திட்டமிட்டது. அப்போது தாவரவியல் துறையில் பல முக்கியமான பங்களிப்புகளை வழங்கினார், பல அரசாங்க

அமைப்புகளுக்குத் தலைவராகவும் ஆலோசகராகவும் செயல்பட்டார். இந்தியத் தாவரவியல் துறையின் வளர்ச்சிக்கு அவருடைய பங்களிப்பு மிக முக்கியமானது.

தாவரங்களை நேசிக்கிற ஒருவர் சுற்றுச்சூழலிலும் ஆர்வத்துடன் இருப்பது இயல்புதானே. அந்தத் துறையிலும் ஜானகி அம்மாள் சிறப்பாகச் செயல்பட்டார். எடுத்துக்காட்டாக, எழுபதுகளில் கேரளத்தில் திட்டமிடப்பட்ட ஓர் அணைக்கட்டால் *'Silent Valley'* பகுதிக்குப் பெரும் சுற்றுச்சூழல் பாதிப்புகள் வரவிருந்தன, அவற்றை அரசுக்கு எடுத்துரைத்துப் போராடி அந்தத் தீர்மானத்தை மாற்றியவர்களுள் அவரும் ஒருவர்.

முதிய வயதிலும் அறிவியலின்மீது தாகம் குறையாமல் தொடர்ந்து உழைத்துக்கொண்டிருந்தவர் ஜானகி அம்மாள், 1984ல் பணியில் இருக்கும்போதே மறைந்தார். அப்போது அவருக்கு வயது 86.

இன்றைக்கு அறிவியல் துறையில் பல பெண்கள் ஆர்வத்துடன் நுழைந்து முன்னேறிக்கொண்டிருக்கிறார்கள், பல தடைகளை உடைத்து வளர்கிறார்கள், அவர்களுக்கெல்லாம் ஊக்கமளித்து வழிகாட்டக்கூடிய முன்னோடியாக ஜானகி அம்மாள் திகழ்கிறார்.

74. பறவைகளைப் பாதுகாக்கும் கிராமம்

ஒரு கிராமம், அதற்கருகில் ஒரு நீர்நிலை, அங்கு ஆங்காங்கே சில மரங்கள், அந்த மரங்களில் பல பறவைகள் வந்து தங்குகின்றன, கூடு கட்டி வாழ்கின்றன. இந்தச் சூழ்நிலையில், அந்தக் கிராமத்தைச் சேர்ந்த மக்களுக்கும் அந்தப் பறவைகளுக்கும் என்னமாதிரியான உறவு இருக்கும்?

பொதுவாக நாம் வரலாற்றை ஆராயும்போது, மனிதர்கள் அல்லது குழுக்களுக்கிடையிலான உறவைத்தான் கவனிக்கிறோம். உண்மையில், எல்லா உயிர்களுக்கிடையிலும் பலவிதமான உறவுகள் இருக்கின்றன, அவை அந்த உயிர்களின் வாழ்க்கையையும் வரலாற்றையும் செழுமைப்படுத்துகின்றன.

அந்தக் கிராம மக்கள் பறவைகளை நேசித்தார்கள். இதற்கு முதல் காரணம், இயற்கையாகவே அவர்களுக்குப் பல்லுயிர்கள்மீது இருந்த அன்பு, இன்னொரு காரணம், அவற்றின்மூலம் அவர்களுடைய ஊருக்குக் கிடைத்த நன்மை, அதாவது, பறவை எச்சங்களால் அவர்களுடைய நீர்வளமும் மண்வளமும் மேம்பட்டது.

இப்படி மக்கள் பறவைகளை நேசிக்கும்போது, பறவைகளும் அந்த அன்பைத் திருப்பி அளித்தன. மேலும் கூடுதல் எண்ணிக்கையில் அங்கு வந்து தங்கின, அந்தச் சூழலே மிக இனிமையாகிவிட்டது.

இந்த நேரத்தில், அக்கம்பக்கத்திலிருந்த சிலர் இந்தப் பறவைகளைக் கண்டார்கள், பொழுதுபோக்குக்காக அவற்றை வேட்டையாட வந்தார்கள். கிராமத்து மக்கள் அவர்களைத் தடுத்து நிறுத்த முயன்றார்கள், பறவைகளைக் காப்பதற்கு அரசாங்க உதவியை நாடினார்கள்.

18ம் நூற்றாண்டின் நிறைவுப்பகுதியில், கிழக்கிந்தியக் கம்பெனியால் நியமிக்கப்பட்ட செங்கல்பட்டு ஆட்சித்தலைவர் இந்தக் கிராமப் பகுதியில் ஒரு 'Cowle'ஐ, அதாவது, பாதுகாப்பு ஆணையை இட்டார். இதன்படி, இங்கு கூடு கட்டி வாழ்கிற பறவைகளை யாரும் வேட்டையாடக்கூடாது என்று தடை செய்யப்பட்டது.

சுமார் அரை நூற்றாண்டுக்குப்பிறகு, 1858ல் இந்தக் கிராம மக்கள் மீண்டும் ஒருமுறை அந்தக் 'Cowle'ஐப் புதுப்பித்தார்கள், அதன்மூலம், தங்களிடையே வாழ வந்த பறவைகளைப் பாதுகாத்தார்கள்.

இதுபோன்ற ஆணைகள் பொதுவாக எல்லா இடங்களுக்கும் வழங்கப்பட்டுவிடுவதில்லை, நெடுங்காலமாக உண்மையிலேயே பறவைகளைப் பாதுகாத்துவந்திருக்கும் சமூகங்கள் அந்தப் பழக்கத்தை நிரூபித்துக்காட்டினால்தான் இப்படியொரு பாதுகாப்பு ஆணையைப் பெற இயலும் என்கிறார் இயற்கை ஆய்வாளரும் எழுத்தாளருமான M. கிருஷ்ணன். இதனால், குறைந்தது 200 ஆண்டுகளாகவேனும் இந்தக் கிராமம் நீர்ப்பறவைகளுக்கான வசிப்பிடமாக இருந்துவந்திருக்கவேண்டும் என்பது அவருடைய கருத்து.

இப்படி முதலில் கிராமவாசிகளும், பின்னர் அரசாங்கமும் அந்தப் பறவைகளை அன்போடு காத்ததால், மேலும் கூடுதலான

பறவைகள் அங்கு வரத்தொடங்கின. 1936ல் அந்தக் கிராமம் பறவைகள் சரணாலயமாக மாறியது. இன்றைக்கும் ஏராளமான பறவைகளையும் அவற்றைப் பார்க்க வருகிற மக்களையும் வரவேற்றுக்கொண்டிருக்கும் 'வேடந்தாங்கலின்' கதைதான் இது.

நம்முடைய உலகம் மனிதர்களுக்குமட்டும் சொந்தமானதில்லை, எல்லா உயிர்களும் சேர்ந்து வாழ்கிற, ஒருவரையொருவர் சார்ந்து வாழ்கிற உயிரியல் சங்கிலிதான் இது என்கிறது அறிவியல், அந்த உயிரியல் சங்கிலியை வலுவாக்குவது அந்த உயிர்களுக்கிடையிலான அன்புச் சங்கிலிதான் என்கிறது வேடந்தாங்கலின் வரலாறு.

75. ஏறு! முன்னேறு!

'எவரெஸ்ட் மெட்டீரியல்!'

தன்னைப்பற்றி NIM (நேரு மலையேற்றக் கல்விக்கழகத்) துணை முதல்வர் மேஜர் பிரேம் சந்த் எழுதியிருந்த அந்தச் சொற்களை நம்ப இயலாமல் பார்த்தார் பச்சேந்திரி, 'எவரெஸ்ட் மெட்டீரியலா? நானா?'

பச்சேந்திரியின் வியப்புக்குக் காரணம், மலையேற்றத்தில் அவர் ஒரு கத்துக்குட்டி, அதுவரை அவர் எந்தப் பெரிய மலையிலும் ஏறிச் சாதனை படைத்திருக்கவில்லை, இந்நிலையில் ஒரு பெரிய மலையேற்ற வல்லுனர் அவரை 'வருங்காலத்தில் எவரெஸ்ட் சிகரத்தில் ஏறத் தகுதியானவர்' என்று எழுதினால் யார் நம்புவார்கள்?

ஆனால், மேஜர் பிரேம் சந்த் சும்மா யாரையும் பாராட்டுகிறவர் இல்லை. உண்மையிலேயே பச்சேந்திரியின் திறமையையும் அறிவாற்றலையும் வேகத்தையும் வலிமையையும் பார்த்துதான் அவர் அவ்வாறு எழுதியிருந்தார்.

மேஜர் பிரேம் சந்தின் பாராட்டுச் சொற்கள் மிக விரைவில் உண்மையாகின, எவரெஸ்ட் சிகரத்தில் ஏறுவதற்கான

நபர்களைத் தேர்ந்தெடுக்கிற வடிகட்டல் முகாமுக்குப் பச்சேந்திரியைத் தேர்வுசெய்தது *IMF* (இந்திய மலையேற்ற அறக்கட்டளை).

ஆனால், *IMF*இடமிருந்து வந்த கடிதத்தையும் பச்சேந்திரி நம்ப இயலாமல்தான் பார்த்தார். 'இப்படியொரு முக்கியமான பணிக்கு நான் தகுதியானவள் இல்லை' என்று நினைத்தார் அவர். ஆகவே, அந்தக் கடிதத்துக்குப் பதில் எழுதாமலே விட்டுவிட்டார்.

அதே நேரம், அவர் மலையேறுவதை நிறுத்திவிடவில்லை. தொடர்ந்து கடுமையாகப் பயிற்சியெடுத்துத் தன்னை மலையேற்றத்துக்குத் தயார்செய்துகொண்டார், பல நுட்பங்களைக் கற்றுக்கொண்டார்.

சில மாதங்களுக்குப்பிறகு, *IMF*இடமிருந்து அவருக்கு இன்னொரு கடிதம் வந்தது, 'எவரெஸ்ட் வடிகட்டல் முகாமில் கலந்துகொள்ள உங்களுக்கு விருப்பமா? இல்லையா? உடனே தெரிவியுங்கள்.'

இந்தமுறை, பச்சேந்திரியின் பயிற்சியாளர்கள் அவரை விடவில்லை. 'இந்த நல்ல வாய்ப்பை நீ விட்டுவிடக்கூடாது' என்று அவருக்குப் புரியவைத்தார்கள், ஆகவே, பச்சேந்திரி எவரெஸ்ட் மலையேற்றத்துக்கான வடிகட்டல் முகாமில் சேர்ந்தார்.

அந்த நேரத்தில், உலகெங்கிலுமிருந்து சுமார் 170 பேர் எவரெஸ்ட் சிகரத்தில் ஏறியிருந்தார்கள். அவர்களில் நான்கே பேர்தான் பெண்கள், அதிலும் இந்தியப் பெண் ஒருவர்கூட இல்லை.

ஆகவே, 1984ம் ஆண்டுக்கான இந்திய எவரெஸ்ட் மலையேற்றக் குழுவில் ஏழு பெண்கள் தேர்ந்தெடுக்கப்பட்டார்கள், அந்தப் பட்டியலில் பச்சேந்திரியும் இடம்பெற்றிருந்தார்.

அதே நேரம், அந்தக் குழுவிலிருந்த மற்ற ஆறு பெண்களும் நல்ல அனுபவம் மிக்கவர்கள். அவர்களோடு ஒப்பிடும்போது பச்சேந்திரியின் மலையேற்ற அனுபவம் மிகவும் குறைவு.

எனினும், பச்சேந்திரி நம்பிக்கை இழக்கவில்லை. தொடர்ந்து நன்கு பயிற்சி எடுத்தார், எவரெஸ்டில் ஏறிச் சாதனை படைக்கவேண்டும் என்ற கனவுடன் உழைத்தார்.

1984 மார்ச், இந்தியாவின் நான்காவது எவரெஸ்ட் மலையேற்றப் பயணம் தொடங்கியது, கர்னல் குல்லர் தலைமையிலான குழுவினர் நம்பிக்கையுடன் முன்னேறினார்கள், பல தடைகளைக் கடந்து சிகரத்தை நோக்கி நடந்தார்கள்.

மே 15ம் தேதி இரவு, இந்தக் குழு ஒரு பெரிய விபத்தைச் சந்தித்தது. அதில் பலர் காயமடைந்தார்கள், மலையேற்ற முயற்சியைக் கைவிட்டுக் கீழிறங்கினார்கள்.

இந்த விபத்தில் பச்சேந்திரியும் காயமடைந்திருந்தார், கர்னல் குல்லர் அதைக் கவனித்தார், பச்சேந்திரியிடம் வந்தார், 'அச்சமாக இருக்கிறதா?' என்றார்.

'ஆமாம்' என்றார் பச்சேந்திரி.

'அப்படியானால், நீயும் இவர்களோடு கீழே சென்றுவிடுகிறாயா?'

'மாட்டேன்' என்று தயங்காமல் பதிலளித்தார் பச்சேந்திரி, 'நான் தொடர்ந்து மலையேறத்தான் விரும்புகிறேன்.'

இதையடுத்து, அவர்களுடைய குழுவில் மீதமிருந்தவர்கள் எவரெஸ்ட் சிகரத்தை நோக்கி நடந்தார்கள். மேலே செல்லச் செல்ல அவர்கள் இன்னும் கடுமையான சவால்களைச் சந்தித்தார்கள், நம்பிக்கை, பயிற்சி, திறமையுடன் அவற்றைச் சமாளித்து முன்னேறினார்கள்.

மே 24, பச்சேந்திரியின் பிறந்த நாள். அதற்கு ஒரு நாள் முன்பாக, அதாவது, 1984 மே 23ம் நாள் அவர் எவரெஸ்ட் சிகரத்தை எட்டினார். இந்தச் சாதனையை நிகழ்த்திய முதல் இந்தியப் பெண் அவர்தான்!

பச்சேந்திரியின் இந்தச் சாதனையைத் தொடர்ந்து, பல விருதுகள், கௌரவங்கள் அவரைத் தேடி வந்தன. இந்திய அரசு அவருக்கு

'பத்ம ஸ்ரீ', 'பத்ம பூஷண்' விருதுகளை அளித்துக் கௌரவித்தது. அதையெல்லாம்விடப் பெரிய விருது, பச்சேந்திரியைப் பார்த்து ஊக்கம் பெற்றுப் பல பெண்கள் மலையேற்றத்துக்கு வந்தார்கள், இன்றைக்கு, 'எவரெஸ்டில் ஏறியவர்கள்' பட்டியலில் பல இந்தியப் பெண்கள் இடம்பெற்றுள்ளார்கள்!

76. நானும் கொஞ்சம் படிக்கட்டுமா?

'காதம்பரி'யைப் படித்துக்கொண்டிருந்தார் கங்காதர் சாஸ்திரி.

பாணபட்டர் எழுதிய அந்தப் புதினம் கங்காதர் சாஸ்திரிக்கு மிகவும் பிடித்தமானது. அதில் பயன்படுத்தப்பட்டிருக்கும் கடினமான சொற்சேர்க்கைகளைக் கூர்ந்து கவனித்து ரசிப்பார், சிரமப்பட்டுப் புரிந்துகொண்டு மகிழ்வார்.

கங்காதர் சாஸ்திரி புத்தகத்தில் மூழ்கியிருந்த நேரம், அவருடைய மகன் பக்கத்தில் விளையாடிக்கொண்டிருந்தான். சிறிது நேரத்துக்குப்பிறகு, அவனுக்கு அந்த விளையாட்டு போரடித்துவிட்டது, தந்தையிடம் வந்து, 'அப்பா, இது என்ன புத்தகம்?' என்று கேட்டான்.

'இதுவா? பாணபட்டர் எழுதிய காதம்பரி' என்றார் கங்காதர் சாஸ்திரி.

'இந்தப் புத்தகத்தை எனக்குக் கொடுங்களேன், நானும் கொஞ்சம் படிச்சுப் பார்க்கறேன்' என்றான் அவருடைய மகன்.

அவன் அப்படிக் கேட்டதும், கங்காதர் சாஸ்திரிக்கு ஒருபக்கம் சிரிப்பு, இன்னொருபக்கம் திகைப்பு.

காரணம், 'காதம்பரி' யார் வேண்டுமானாலும் படிக்கக்கூடிய எளிய நூல் இல்லை. பெரிய பண்டிதர்கள்கூட அதைச் சரியாகப் புரிந்துகொள்ள இயலாமல் சிரமப்படுவதுண்டு. இந்நிலையில் ஒரு சிறுவன் அதை எப்படிப் படிக்கமுடியும்?

இத்தனைக்கும், கங்காதர் சாஸ்திரியின் மகன் நல்ல அறிவாளி, அந்த வயதிலேயே பல அரிய நூல்களைப் படித்திருந்தான். ஆனாலும் அவனுக்குக் காதம்பரி புரியாது என்று அவனுடைய தந்தை கருதினார்.

அதே நேரம், 'உனக்கு இந்தப் புத்தகத்தைத் தரமாட்டேன்' என்று நேரடியாகச் சொன்னால் மகனுடைய மனம் வருந்தும் என்றும் கங்காதர் சாஸ்திரிக்குத் தோன்றியது. ஆகவே, ஒரு தந்திரம் செய்தார், 'நான் உனக்கு ஒரு கணக்கு தர்றேன், நீ அந்தக் கணக்கைச் சரியாப் போட்டுட்டேன்னா நீ இந்தப் புத்தகத்தைப் படிக்கலாம், சரியா?'

இப்படிச் சொன்ன கங்காதர் சாஸ்திரி, தன்னுடைய மகனுக்கு ஒரு கடினமான கணக்கைத் தந்தார். அவனால் கண்டிப்பாக அந்தக் கணக்கைப் போட இயலாது, ஆகவே, 'காதம்பரி'யை அவனுக்குப் படிக்கத் தரவேண்டியதில்லை என்பது அவருடைய திட்டம்.

அவர் நினைத்ததுபோலவே, அந்தக் கணக்கைப் போட இயலாமல் அவருடைய மகன் தடுமாறினான். அதே நேரம், அவன் நம்பிக்கை இழக்கவில்லை, தொடர்ந்து இரண்டு மணி நேரம் வெவ்வேறுவிதமாக முயன்று பார்த்து அந்தக் கணக்குக்குத் தீர்வு கண்டறிந்துவிட்டான்.

வெற்றிமுகத்துடன் தன்முன்னே வந்து நின்ற மகனுடைய விடாமுயற்சியையும் திறமையையும் கங்காதர் சாஸ்திரி வியப்புடன் பார்த்தார். வாக்களித்தபடி அவனுக்குக் 'காதம்பரி'யைப் படிக்கத் தந்தார்.

நம்பிக்கையுடன் போராடினால் வெற்றி கண்டிப்பாகக் கிடைக்கும் என்று சிறுவயதிலேயே புரிந்துகொண்ட அந்தச் சிறுவர், பின்னாட்களில் மிகச் சிறந்த தேசத்தலைவராக வளர்ந்தார், இந்திய விடுதலைப் போராட்டத்தை வழிநடத்திய முன்னோடிகளில் ஒருவரானார்.

அந்தத் தலைவர், பால கங்காதர திலகர்!

77. சிறையும் சிந்தனையும்

உங்களுக்கு சுபாஷ் சந்திர போஸ் தெரிந்திருக்கும். ஆனால், சரத் சந்திர போஸ் தெரியுமா?

நீங்கள் நினைப்பது சரிதான். அவர்கள் இருவரும் சகோதரர்கள். நேதாஜி சுபாஷின் சொந்த அண்ணன்தான் சரத். இவரும் மிகப் பெரிய விடுதலைப் போராட்ட வீரர், அதே நேரம், மெத்தப் படித்த அறிவாளியும்கூட.

'ஒரே மனிதர் பெரிய அரசியல்வாதியாகவும் நன்கு சிந்திக்கிறவராகவும் இருப்பது அதிசயம்தான்' என்கிறார் காந்தியவாதி தலேயர்கான். 'சரத் சந்திர போஸிடம் இவை இரண்டும் சரியாகக் கலந்திருந்தன.'

அதே நேரம், தான் நிறையப் படித்திருப்பதைச் சரத் சந்திர போஸ் வெளிப்படையாகச் சொல்லிக்கொள்வதோ, பெருமையடித்துக்கொள்வதோ இல்லை. 'ஏதோ கொஞ்சம் படித்திருக்கிறேன்' என்பார், 'அதுவும், பல ஆண்டுகள் சிறையில் இருந்த காரணத்தால்தான்.'

சிறையில் இருப்பதற்கும் படிப்புக்கும் என்ன தொடர்பு?

பொதுவாகச் சிறையில் இருக்கிறவர்கள் நாள்தோறும் நெடுநேரம் 'சும்மா' இருக்கவேண்டியிருக்கும். சிலர் அந்த நேரத்தை வீணடிக்கவேண்டாமே என்று நூல்களைப் படிப்பார்கள், எழுதுவார்கள், ஏதாவது ஒரு புதிய விஷயத்தைக் கற்றுக்கொள்வார்கள்.

பிரிட்டிஷ் ஆட்சிக்கு எதிராகப் போராடிச் சிறை சென்ற சரத் சந்திர போஸ் அங்கு நிறையப் படித்தார், அதன்மூலம் தன்னுடைய அறிவை வளர்த்துக்கொண்டார்.

அதே நேரம், சிறையில் அவர் விரும்பிய நூல்களெல்லாம் அவருக்குப் படிக்கக் கிடைக்காது. பிரிட்டிஷ் அரசாங்கமாகப் பார்த்து எந்த நூல்களைத் தருகிறதோ அவற்றைத்தான் படிக்கவேண்டும்.

அப்போதைய பிரிட்டிஷ் அலுவலர்கள் எப்படியாவது சரத் சந்திர போஸைத் தங்கள் பக்கம் ஈர்த்துவிடவேண்டும் என்று நினைத்தார்களோ என்னவோ, அவர்களுடைய ஆட்சியைப்பற்றி நல்லவிதமாகச் சொல்கிற நூல்கள், கட்டுரைகளைமட்டுமே அவருக்குப் படிக்கத் தந்தார்கள், இதையெல்லாம் படித்துப் படித்து அவர் மனம் மாறிவிடுவார், தங்களுடைய தரப்புக்கு வந்துவிடுவார் என்று அவர்கள் எதிர்பார்த்திருக்கவேண்டும்.

ஆனால், சிந்திக்கக்கூடிய ஒரு மனிதரை அப்படியெல்லாம் எளிதில் ஏமாற்றிவிட இயலுமா என்ன? பிரிட்டிஷ்காரர்கள் எவ்வளவோ முயன்றும் அவர்களால் சரத் சந்திர போஸின் மனத்தை மாற்ற இயலவில்லை.

பொறுத்துப் பொறுத்துப் பார்த்த சரத் சந்திர போஸ், அந்த அலுவலர்களுக்கு ஒரு கடிதம் எழுதினார், 'எனக்கு அறுபது வயது தாண்டிவிட்டது, இத்தனை ஆண்டுகளில் நான் எந்த அரசியல் கருத்தையும் உருவாக்கிக்கொள்ளவில்லை என்றால், இனிமேல் நான் எந்தக் கருத்தையும் உருவாக்கிக்கொள்ளப்போவதில்லை என்று பொருள். ஒருவேளை, ஏற்கெனவே ஓர் அரசியல் கருத்தை உருவாக்கிக்கொண்டுவிட்டேன் என்றால், இனிமேல் அதை

மாற்றிக்கொள்ளப்போவதில்லை என்று பொருள்.'

இதைப் படித்ததும் பிரிட்டிஷ் அலுவலர்கள் முகத்தில் அசடு வழிந்திருக்கும். 'இதற்குமேல் இந்த மனிதரை மாற்ற இயலாது' என்று புரிந்திருக்கும்!

இன்றைக்கு நாம் பல செய்தி ஊடகங்களைப் படிக்கிறோம், பார்க்கிறோம், அந்த ஊடகங்களின் உரிமையாளர்கள் நினைத்தால், நமக்குச் சில குறிப்பிட்ட வகைச் செய்திகளைமட்டுமே கொடுத்து நம்முடைய மனத்தை அவர்கள் விரும்புவதுபோல் மாற்ற இயலும். அப்படி நாம் அவர்களிடம் ஏமாந்துவிடக்கூடாது என்றால், சரத் சந்திர போஸைப்போல் சிந்திக்கும் மனிதர்களாகவேண்டும், எல்லாவிதமான செய்திகளையும் படித்து, எடைபோட்டு, சிந்தித்துப்பார்த்துக் கருத்துகளை உருவாக்கிக்கொள்ளவேண்டும். அதன்பிறகு, ஒரேவிதமான செய்திகளால் நம்மை வளைக்கப்பார்க்கிறவர்களுடைய தந்திரம் நம்மிடம் பலிக்காது!

78. சுபாஷ் எங்கே?

நேதாஜியைக் காணவில்லை.

ஒட்டுமொத்த இந்தியாவையும், சொல்லப்போனால், உலக நாடுகள் பலவற்றையும் அந்தச் செய்தி அதிரவைத்தது. 'நேதாஜி சுபாஷ் சந்திர போஸ் எங்கே போனார்? இப்போது அவர் என்ன செய்துகொண்டிருக்கிறார்? அவருக்கு என்ன ஆனது?' என்று பலரும் திகைத்துப்போய் நின்றார்கள்.

உண்மையில் என்ன நடந்தது? நேதாஜி எப்படிக் காணாமல் போனார்?

பிரிட்டிஷ் ஆட்சிக்கு எதிராகப் போராடியதற்காக ஆங்கிலேயர்கள் அவரைக் கைது செய்திருந்தார்கள். பின்னர், அவருடைய வீட்டிலேயே சிறை வைத்திருந்தார்கள்.

1941ம் ஆண்டு ஜனவரி மாதத்தில், அந்த வீட்டிலிருந்து நேதாஜி காணாமல்போய்விட்டார். அவர் எங்கே போனார், என்ன ஆனார் என்று யாருக்கும் தெரியவில்லை, மிகுந்த பலத்துடன் இந்தியாவை ஆண்டுகொண்டிருந்த பிரிட்டிஷ்காரர்களுக்குக்கூட.

யோசித்துப்பாருங்கள், காவல்துறை, ராணுவம், துப்பறிவாளர்கள் என்று நாடுமுழுக்க, சொல்லப்போனால், உலகம்முழுக்கத் தன்னுடைய கரங்களை விரித்திருக்கும் பிரிட்டன், தன்னுடைய

பாதுகாப்பில் இருந்த ஒருவர் எங்கே போனார் என்று தெரியாமல் திகைக்கிறது என்றால் அது எப்பேர்ப்பட்ட அதிசயம். அதைத்தான் சுபாஷ் நடத்திக்காட்டினார்.

நேதாஜி எங்கே சென்றார், என்ன செய்கிறார் என்று யாருக்கும் தெரியாததால், அவரைப்பற்றிப் பலவிதமான வதந்திகள் பரவின. இவற்றையெல்லாம் நேதாஜியின் உறவினரான சிசிர் குமார் போஸ் சுவையாக விவரித்திருக்கிறார்.

முதலில், நேதாஜி இந்த உலக வாழ்க்கையைத் துறந்துவிட்டார், எங்கோ சென்று முனிவராகத் தவம் செய்துகொண்டிருக்கிறார் என்று சிலர் நம்பினார்கள்.

நேதாஜியைப் போன்ற ஒரு போராளியை முனிவராகக் கற்பனை செய்வது கடினம்தான். ஆனால், அவர் இளவயதில் ஆன்மிக நாட்டத்துடன் வீட்டைவிட்டு ஓடியது உண்மை. ஒருவேளை, இந்த வயதில் அவருக்கு அதே நாட்டம் மீண்டும் வந்திருக்குமோ?

இன்னும் சிலர், நேதாஜி இந்தியாவுக்குள்தான் எங்கேயோ ஒளிந்திருக்கிறார் என்று நினைத்தார்கள். அதே நேரம், நாடறிந்த தலைவராகிய நேதாஜியால் அப்படி உள்நாட்டில் ஒளிந்து வாழ இயலுமா? மக்கள் அவரைச் சட்டென்று கண்டுபிடித்துவிடமாட்டார்களா? உண்மையிலேயே அவர் இந்தியாவில்தான் இருக்கிறார் என்றால், அவருடைய அடுத்த திட்டம் என்ன? இந்தக் கேள்விகளுக்கு யாரிடமும் விடை இல்லை.

சிலர், நேதாஜி வாழ்க்கையை வெறுத்துத் தற்கொலை செய்துகொண்டிருப்பாரோ என்று நினைத்தார்கள். ‘அதெல்லாம் இல்லை, அவர் ஒரு நீர்மூழ்கிக் கப்பலில் ஏறி வெளிநாட்டுக்குத் தப்பிச்சென்றுவிட்டார்’ என்று சிலர் அடித்துப்பேசினார்கள்.

இப்படி ஒருபக்கம் வதந்திகள் பரவிக்கொண்டிருக்க, இன்னொருபக்கம் பிரிட்டிஷ் அரசாங்கம் நேதாஜியைத் தேடி அலைந்து திண்டாடியது.

இதனிடையே, நேதாஜி ஆஃப்கானிஸ்தான், ரஷ்யா வழியாக ஐரோப்பாவுக்குள் சென்றிருந்தார். அங்கிருந்துதான் அவருடைய அடுத்த தாக்குதல் வியூகங்கள் தொடங்கின.

பரபரப்பான நேதாஜியின் வாழ்க்கையில் இந்தத் தப்பித்தல் ஒரு சுவையான பகுதி என்றால், அவருக்கு என்ன ஆகியிருக்கும் என்று மக்கள் விதவிதமாகக் கட்டிவிட்ட கதைகள் ஒரு நகைச்சுவையான பகுதிதான்!

79. எளிய மனிதர்களைப் பதிவுசெய்த அரிய எழுத்தாளர்

'பேசாமல் இந்த நாவலை ஆற்றில் தூக்கிப் போட்டுவிடலாம்.'

நாராயணசுவாமி இப்படிச் சொன்னதும் கிட்டு பூர்ணா அதிர்ந்துபோனார். ஓர் எழுத்தாளருக்கு எவ்வளவு மன வருத்தம் இருந்தால் தன்னுடைய நாவலை ஆற்றில் தூக்கிப் போட்டுவிடலாம் என்று சொல்வார்!

இத்தனைக்கும், அது நாராயணசுவாமியின் முதல் நாவல். மிகுந்த அக்கறையோடு நல்ல நடையில், சிறப்பான முறையில் அந்தக் கதையை எழுதியிருந்தார் அவர்.

ஆனால் ஏனோ, பதிப்பாளர்களுக்கு அந்த நாவலைப் பிடிக்கவில்லை. வரிசையாக எல்லாரும் அதை நிராகரித்துக் கொண்டிருந்தார்கள். ஆகவே, நாராயணசுவாமி மிகவும் சோர்ந்துபோயிருந்தார்.

கிட்டு பூர்ணாவுக்கு அந்த நாவல்மீது நம்பிக்கை இருந்தது. எப்படியாவது இதைப் பதிப்பித்துவிட்டால் போதும், அதன்பிறகு வாசகர்கள் இந்தக் கதையை ரசித்துப் படிப்பார்கள், கொண்டாடி மகிழ்வார்கள் என்று அவர் உறுதியாக நம்பினார்.

இதுபற்றித் தொடர்ந்து சிந்தித்தபோது, அவருக்குக் கிரஹாம் கிரீனின் நினைவு வந்தது.

கிரஹாம் கிரீன், புகழ் பெற்ற எழுத்தாளர், நல்ல வாசகர் வட்டத்தைக் கொண்டவர், பதிப்பாளர்கள் மத்தியிலும் செல்வாக்குள்ள மனிதர், அவருக்கு நாராயணசுவாமியின் நாவல் பிடித்துவிட்டால், அவரே அதைப் பதிப்பிப்பதற்கு ஒரு வழியைக் கண்டுபிடித்துவிடுவார்.

உடனே, கிரஹாம் கிரீனைச் சந்தித்தார் கிட்டு பூர்ணா, தன்னிடமிருந்த நாவல் பிரதியை அவரிடம் கொடுத்தார்.

கிரஹாம் கிரீனுக்கு நாராயணசுவாமியைத் தெரியாது, அவருடைய நாவலைப்பற்றித் தெரியாது, அது பல பதிப்பாளர்களால் நிராகரிக்கப்பட்ட விஷயமும் தெரியாது, கிட்டு பூர்ணாவுக்காக அந்தக் கதையைப் படிக்கத் தொடங்கினார், கொஞ்சங்கொஞ்சமாக, நாராயணசுவாமியின் எழுத்து அவரைக் கவர்ந்துவிட்டது, அந்நூல் வெளியாவதற்கு அவரே உதவினார்.

இதனால், பலமுறை நிராகரிக்கப்பட்ட நாராயணசுவாமியின் முதல் நாவல் 1935ல் வெளியானது. *'Swami and Friends'* என்ற அந்த நாவல், 'ஆர்.கே. நாராயண்' என்ற எழுத்தாளரை உலகுக்கு அறிமுகப்படுத்திவைத்தது.

1906 அக்டோபர் 10ல் பிறந்த இவருடைய முழுப்பெயர், ராசிபுரம் கிருஷ்ணசுவாமி நாராயணசுவாமி. இவ்வளவு நீளமான பெயர் ஆங்கில வாசகர்களுக்கு ஒத்துப்போகாது என்பதால், அதை 'ஆர்.கே. நாராயண்' என்று சுருக்கிக்கொண்டார்.

ஆர். கே. நாராயணுடைய முதல் நாவலான *'Swami and Friends'*, மால்குடி என்ற கற்பனையூரில் நடைபெற்றது. பின்னர் அதே ஊரில் இன்னும் பல கதைகளை உருவாக்கினார் ஆர். கே. நாராயண், மறக்கமுடியாத பலப்பல கதைமாந்தர்களையும் நிகழ்வுகளையும் எழுதிக் குவித்தார், குறிப்பாக, எளிய மனிதர்கள், குழந்தைகளைச் சிறப்பாகப் பதிவுசெய்தார், வாசகர்கள் அவற்றை

ஆர்வத்துடன் படித்து மகிழ்ந்தார்கள், 'இந்த மால்குடி எங்கே இருக்கிறது?' என்று இந்திய வரைபடத்தைத் தேடியவர்கள்கூட உண்டு.

இளவயதில் ஆசிரியராகப் பணியாற்றிய ஆர். கே. நாராயண், பின்னர் சிறுகதைகள், நாவல்களின்மூலம் உலகப் புகழ் பெற்றார். அவருடைய '*The Guide*' என்ற நாவலுக்கு சாகித்ய அகாதெமி விருது கிடைத்தது, இந்திய அரசு அவருக்கு பத்மபூஷண், பத்மவிபூஷண் விருதுகளை வழங்கிப் பெருமைப்படுத்தியது, 1986ல் இந்திய மாநிலங்களவை உறுப்பினராகவும் அவர் தேர்ந்தெடுக்கப்பட்டார்.

பிரிட்டிஷ் இந்தியாவையும் சுதந்திர இந்தியாவையும் தன்னுடைய எழுத்துகளின்மூலம் அழகாகப் படம் பிடித்த ஆர். கே. நாராயணின் மற்ற புகழ் பெற்ற நூல்கள் சில: *The English Teacher, Mr. Sampath, The Man-Eater of Malgudi* மற்றும் *Malgudi Days*. இவற்றுள் '*Malgudi Days*' தொலைக்காட்சித் தொடராகவும் வெளியாகிப் பெரிய அளவில் புகழ் பெற்றது.

ஆர். கே. நாராயணுடைய கதைகளைப்போலவே, அவற்றுக்கு வரையப்பட்ட அழகிய ஓவியங்களும் பெரும் புகழ் பெற்றவை. அவற்றை வரைந்தவர், ஆர். கே. நாராயணுடைய தம்பியும் மிகச் சிறந்த ஓவியர், கார்ட்டூனிஸ்டுமான ஆர். கே. லஷ்மண்.

2001 மே 13ல் ஆர். கே. நாராயண் மறைந்தார், பல தலைமுறை வாசகர்களால் விரும்பிப் படிக்கப்படுகிற மால்குடியில் அவர் நிரந்தரமாக வாழ்கிறார்!

80. இந்திய ஆட்சியாளர்களின் மாநிலங்கள்

இந்தியாவில் 28 மாநிலங்கள் உள்ளன. இதுவரை இந்நாட்டை ஆண்ட, இப்போது ஆளுகிற பிரதமர்கள், குடியரசுத்தலைவர்கள் இதில் எந்தெந்த மாநிலங்களிலிருந்து வந்திருக்கிறார்கள்?

முதல் பிரதமரான ஜவகர்லால் நேரு உத்தரப்பிரதேசத்தில் பிறந்தவர்; இரண்டாவது பிரதமரான லால் பகதூர் சாஸ்திரியும் அதே மாநிலத்தைச் சேர்ந்தவர்தான். இவர்கள் இருவருடைய மறைவுக்குப்பிறகு தாற்காலிகப் பிரதமராக இருந்த குல்சாரி லால் நந்தா பஞ்சாபிலுள்ள சியால்கோட்டில் பிறந்தவர், இப்போது அந்நகரம் பாகிஸ்தானில் உள்ளது.

இந்தியாவின் மூன்றாவது பிரதமர் இந்திரா காந்தி, இவரும் உத்தரப்பிரதேசத்தில் பிறந்தவர்தான். ஆக, சுதந்திர இந்தியாவின் முதல் 30 ஆண்டுகளுக்கு (1977வரை) நம் நாட்டை உத்தரப்பிரதேசத்தைச் சேர்ந்தவர்கள்தான் தொடர்ந்து ஆண்டுள்ளார்கள்!

நான்காவது பிரதமர் மொரார்ஜி தேசாய் குஜராத்தில் பிறந்தவர். அவருக்குப்பின், மீண்டும் உத்தரப்பிரதேசத்தைச் சேர்ந்த சரண் சிங் இந்தியப் பிரதமரானார்.

சரண் சிங்கைத் தொடர்ந்து இந்திரா காந்தி மீண்டும் இந்தியப் பிரதமரானார், பிறகு, அவருடைய மகன் ராஜீவ் காந்தி (மகாராஷ்டிரத்தில் பிறந்தவர்) பிரதமர் பொறுப்பை ஏற்றார்.

ராஜீவுக்குப்பின், இன்னொரு உத்தரப்பிரதேசப் பிரதமர் (வி. பி. சிங்) நமக்குக் கிடைத்தார். அவருக்குப்பிறகு பிரதமரான சந்திரசேகரும் உத்தரப்பிரதேசத்தைச் சேர்ந்தவர்தான்.

1991ல், முதன்முறையாகத் தென்னிந்தியாவைச் சேர்ந்த ஒருவர் இந்தியப் பிரதமரானார்: தெலங்கானா மாநிலத்தைச் சேர்ந்த பி. வி. நரசிம்மராவ். அப்போது தெலங்கானா என்ற மாநிலம் உருவாகியிருக்கவில்லை, ஆகவே, இவரை ஆந்திரப் பிரதேசப் பிரதமராகவும் கருதலாம்.

பி.வி. நரசிம்மராவைத் தொடர்ந்து, மத்தியப்பிரதேசத்தில் பிறந்த அடல் பிகாரி வாஜ்பாய் நம் நாட்டை ஆண்டார்; பின்னர் மீண்டும் தென்னிந்தியாவின் முறை: கர்நாடகத்தைச் சேர்ந்த ஹெச்.டி. தேவே கௌடா நம்முடைய பிரதமரானார்.

இந்தியாவின் பன்னிரண்டாவது பிரதமரான ஐ. கே. குஜ்ரால், (பிரிட்டிஷ் காலப்) பஞ்சாபில் பிறந்தவர். அவருக்குப்பின் பிரதமர் பொறுப்பை ஏற்ற மன்மோகன் சிங்கும் அதே மாநிலத்தைச் சேர்ந்தவர்தான்.

இப்போதைய இந்தியப் பிரதமர் நரேந்திர மோடி குஜராத்தில் பிறந்தவர். இவரோடு சேர்த்துப் பதினான்கு பிரதமர்கள், ஓர் இடைக்காலப் பிரதமர் என்று பதினைந்து பேர் இந்தியாவை ஆண்டுள்ளார்கள். இவர்கள் உத்தரப்பிரதேசம், பஞ்சாப், குஜராத், மகாராஷ்டிரா, தெலங்கானா, மத்தியப்பிரதேசம், கர்நாடகம் ஆகிய ஏழு மாநிலங்களைச் சேர்ந்தவர்கள்.

இந்தியாவின் முதல் குடியரசுத் தலைவர் ராஜேந்திரப் பிரசாத், இவர் பீகாரைச் சேர்ந்தவர். அவருக்குப்பின் குடியரசுத் தலைவரான எஸ். ராதாகிருஷ்ணன் நம் தமிழ்நாட்டைச் சேர்ந்தவர். மூன்றாவதாக இந்தப் பொறுப்பை வகித்த ஜாகிர் உசேன் அப்போதைய ஹைதராபாத் மாநிலத்தில் பிறந்தவர்.

ஜாகீர் உசேனுக்குப் பின் வி.வி. கிரி (இப்போதைய ஒடிசா மாநிலத்தில் பிறந்தவர்), மொகம்மது ஹிதாயத்துல்லா (உத்தரப்பிரதேசத்தில் பிறந்தவர்) ஆகியோர் இடைக்காலக் குடியரசுத் தலைவர்களாக இருந்தார்கள், அதன்பிறகு, வி. வி. கிரி இந்தியாவின் நான்காவது குடியரசுத் தலைவரானார்.

1974ல் ஃபக்ருதீன் அலி அகமது இந்தியக் குடியரசுத் தலைவரானார். இவர் தில்லியில் பிறந்தவர். இவருக்குப்பின் B. D. ஜட்டி இடைக்காலக் குடியரசுத் தலைவராக இருந்தார், இவர் கர்நாடகத்தைச் சேர்ந்தவர்.

இந்தியாவின் ஆறாவது குடியரசுத் தலைவரான நீலம் சஞ்சீவ ரெட்டி ஆந்திரப் பிரதேசத்தைச் சேர்ந்தவர். அவருக்குப் பின் இந்தப் பொறுப்பை வகித்தவர்கள்: ஜெயில் சிங் (பஞ்சாப்), ஆர். வெங்கட்ராமன் (தமிழ்நாடு), சங்கர் தயாள் சர்மா (மத்தியப் பிரதேசம்), கே. ஆர். நாராயணன் (கேரளம்), ஏ. பி. ஜே. அப்துல் கலாம் (தமிழ்நாடு).

2007ம் ஆண்டு, இந்தியாவின் முதல் பெண் குடியரசுத் தலைவராகப் பிரதீபா படீல் பொறுப்பேற்றார். இவர் மகாராஷ்டிர மாநிலத்தைச் சேர்ந்தவர். அவருக்குப் பின், மேற்கு வங்காளத்தைச் சேர்ந்த பிரணாப் முகர்ஜி இந்தியக் குடியரசுத் தலைவரானார்.

இப்போதைய இந்தியக் குடியரசுத் தலைவர் ராம் நாத் கோவிந்த் உத்தரப் பிரதேசத்தைச் சேர்ந்தவர். இவரோடு சேர்த்துப் பதினான்கு குடியரசுத் தலைவர்கள், இரண்டு இடைக்காலக் குடியரசுத் தலைவர்கள் இந்தியாவை ஆண்டுள்ளார்கள். இவர்கள் பீகார், தமிழ்நாடு, ஹைதராபாத், ஒடிசா, உத்தரப் பிரதேசம், தில்லி, கர்நாடகம், ஆந்திரப் பிரதேசம், மத்தியப் பிரதேசம், கேரளம், மகாராஷ்டிரா மற்றும் மேற்கு வங்காளம் ஆகிய பகுதிகளைச் சேர்ந்தவர்கள்.

81. பிரிட்டிஷ் அரசரும் பரோடா அரசரும்

1911ம் ஆண்டு, இந்தியாவில் பிரிட்டிஷ் ஆட்சி மிக வலுவாக வேரூன்றியிருந்த நேரம், தில்லியில் ஒரு 'தர்பார்' நடைபெற்றது.

'தர்பார்' என்றால், அரசர்கள் மக்களைச் சந்திக்கும் அவை என்று பொருள். இந்தச் சொல் பொதுவாக மொகலாய ஆட்சியாளர்களுடன் தொடர்புபடுத்தப்படுகிறது. ஆனால், ஆங்கிலேயர்களும் இந்தியாவில் மூன்று தர்பார்களை (1877, 1903, 1911) நடத்தியிருக்கிறார்கள்.

1911ம் ஆண்டு நடைபெற்ற ஆங்கிலேயர் தர்பாரில் அப்போதைய பிரிட்டிஷ் அரசர் ஐந்தாம் ஜார்ஜ் கலந்துகொண்டார். இந்தியாவை பிரிட்டன் ஆள்கிறது என்பதால், அவரே இந்தியாவுக்கும் அரசர், அதை வலியுறுத்துவதுதான் இந்தத் தர்பாரின் நோக்கம்.

ஆகவே, ஆங்கிலேயர்கள் தங்களுடைய மன்னரைப் பெருமைப்படுத்துவதற்காகவும், அவருடைய வலிமையை இந்தியர்களுக்குக் காண்பிப்பதற்காகவும் பல முயற்சிகளைச் செய்தார்கள். அதில் ஒன்று, இந்தியாவின் வெவ்வேறு பகுதிகளை ஆளுகின்ற மன்னர்களை அழைப்பது, அவர்களை பிரிட்டிஷ் மன்னருக்குமுன்னால் பணிவோடு நடக்கச் செய்வது.

யோசித்துப்பாருங்கள், ஒரு மன்னருக்குமுன்னால் பல மன்னர்கள் கும்பிடு போடுகிறார்கள் என்றால், அந்த ஒரு மன்னர் மிகப் பெரிய ஆள் என்று ஆகிறதல்லவா? இந்தத் தர்பாரின்மூலம் அதை உலகுக்குக் காண்பிக்க முயன்றார்கள் பிரிட்டிஷ் அலுவலர்கள்.

1911 டிசம்பர் 12ம் தேதி, தர்பார் தொடங்கியது, பல இந்திய மன்னர்கள் பிரிட்டிஷ் மன்னருக்கு முன்னால் தோன்றினார்கள், அவர்கள் அனைவரும் மதிப்புமிக்க ஆடைகள், அணிகலன்களை அணிந்திருந்தார்கள், பிரிட்டிஷ் மன்னருக்கு முன்னால் குனிந்து வணங்கினார்கள், அவருக்கு முதுகைக் காட்டாமல் அப்படியே பின்னால் நடந்து வெளியேறினார்கள்.

இதையெல்லாம் இவர்கள் விரும்பிச் செய்யவில்லை, இப்படித்தான் செய்யவேண்டும், இப்படிச் செய்தால்தான் பிரிட்டிஷ் மன்னருக்கு மதிப்பு என்று ஆங்கிலேயர்கள் இவர்களுக்குச் சொல்லித்தந்திருந்தார்கள், இவர்களும் அதன்படி நடந்தார்கள்.

ஆனால், ஒரே ஓர் அரசர்மட்டும் இந்த விதிமுறைகளையெல்லாம் வேண்டுமென்றே தூக்கி வீசிவிட்டார், பிரிட்டிஷ் மன்னரை நான் என் விருப்பப்படிதான் சந்திப்பேன் என்பதுபோல் நடந்துகொண்டார்.

அவர் பெயர், மூன்றாம் சாயாஜிராவ். பரோடா பகுதியை ஆண்ட இந்த அரசர், பிரிட்டிஷ் அரசரைச் சந்திப்பதற்குமுன்னால் தன்னுடைய நகைகளையெல்லாம் அகற்றிவிட்டார், பிரிட்டிஷ் அரசருக்கு முன்னால் சரியாகக் குனிந்து வணங்கவில்லை, அவரை அவமதிப்பதுபோல் அரசருக்கு முதுகைக் காட்டிக்கொண்டு வெளியேறினார், அப்போது அவர் கேலியாகச் சிரித்ததாகக்கூடக் குறிப்பு இருக்கிறது.

1911 தில்லி தர்பாரில் நேரில் கலந்துகொண்ட லிலா விங்ஃபீல்ட் *(Lilah Wingfield)* என்பவர் தன்னுடைய நாட்குறிப்பில் இந்தத்

தகவல்களைப் பதிவுசெய்திருக்கிறார். பல ஆண்டுகளுக்குப்பிறகு, அவருடைய பேத்தி ஜெஸ்ஸிகா டக்ளஸ்-ஹோம் இந்தக் குறிப்புகளைக் கண்டறிந்து வெளியிட்டார்.

பரோடா அரசருடைய துணிச்சலான இந்தச் செயல்கள், அன்றைய ஆங்கிலேயர்களுக்கிடையில் பெரிய அதிர்ச்சியை உண்டாக்கின. 'இந்த அரசர் வேண்டுமென்றே நம் பிரிட்டிஷ் அரசரை அவமதித்துவிட்டார்' என்று எல்லாரும் சினம் கொண்டார்கள். இந்தக் காரணத்தால்தானோ என்னவோ, அதன்பிறகு பல ஆண்டுகளுக்கு அவர் பிரிட்டிஷ் ஆட்சியாளர்களால் புறக்கணிக்கப்பட்டார்.

அதே நேரம், இந்தியாவில் விடுதலைப் போராட்டமும் வலுப்பெற்றது. தில்லி தர்பார் நடைபெற்று 36 ஆண்டுகளுக்குள் இந்தியா விடுதலை பெற்றுவிட்டது, மன்னராட்சி நீங்கி மக்களாட்சி மலர்ந்துவிட்டது!

82. போராளிக்கு உதவிய விவசாயி

1943ம் ஆண்டு. வங்காளத்தில் ஒரு கிராமம். இளைஞர் ஒருவர் பதுங்கிப் பதுங்கி இருட்டில் முன்னேறிக்கொண்டிருந்தார். அவருடைய கண்கள் சுற்றிலும் அலைபாய்ந்தன. எந்தப் பக்கத்திலிருந்தாவது பிரிட்டிஷ் காவலர்கள் வந்துவிடுவார்களோ என்று கவனமாகப் பார்த்துக்கொண்டே நடந்தார்.

அவர் பெயர் கிருஷ்ண சைதன்ய மகோபாத்ரா, செல்லப்பெயர் 'கனு', இந்திய விடுதலைக்காகப் போராடிக்கொண்டிருந்த பல்லாயிரக்கணக்கான வீரர்களில் அவரும் ஒருவர்.

அன்றைக்கு பிரிட்டிஷ் ஆட்சிக்கு எதிராக இந்தியாவின் விடுதலைப் போராட்டம் மிகுந்த தீவிரத்தை அடைந்திருந்தது. இந்த விடுதலைப் போராளிகளை ஒடுக்கிவிடவேண்டும் என்று பிரிட்டிஷ் அரசாங்கமும் அவர்கள்மீது கடுமையான அடக்குமுறையை அவிழ்த்துவிட்டிருந்தது.

அதனால்தான், கனு பதுங்கிப் பதுங்கி முன்னேறவேண்டியிருந்தது. அதற்குக் காரணம், அச்சம் இல்லை, ஒருவேளை, பிரிட்டிஷாரிடம் பிடிபட்டுவிட்டால், விடுதலைப் போராட்டத்தில் பங்கேற்க இயலாதே என்கிற எண்ணம்தான்!

சிறிது நேரத்துக்குப்பிறகு, கனு ஒரு கிராமத்தைச் சென்றடைந்தார்.

அங்கிருந்த விவசாயி ஒருவர் இவரைப் பார்த்தார், இந்த விடுதலைப் போராளிக்கு உதவவேண்டும் என்று அவருடைய மனம் கூறியது, ஆகவே, 'இன்று இரவு எங்கள் வீட்டில் வந்து தங்குங்கள்' என்று கேட்டுக்கொண்டார். கனுவும் அதற்குச் சம்மதித்தார்.

அந்த விவசாயி ஓர் ஏழை, அவருடைய வீடும் எளிமையாகத்தான் இருந்தது. ஆனால், அதைப்பற்றியெல்லாம் கனு கவலைப்படவில்லை, சிறிது நேரம் ஓய்வெடுத்துவிட்டுப் பிரிட்டிஷ்காரர்களுக்குத் தெரியாமல் தப்பிவிடவேண்டும், விடுதலைப் போராட்டப் பணிகளைத் தொடரவேண்டும் என்பதுதான் அவருடைய ஒரே குறிக்கோளாக இருந்தது.

கனுவை அழைத்துவந்த விவசாயி கொஞ்சம் கவலையுடன் தென்பட்டார், அங்கும் இங்கும் நடந்தார், உள்ளே போனார், ஏதோ தேடினார், மேலும் கவலையுடன் வெளியில் வந்தார்.

'என்னாச்சு? நீங்க ஏன் இப்படிப் பதற்றமா இருக்கீங்க?' என்று விசாரித்தார் கனு.

'ஐயா, உங்களுக்குச் சாப்பிடக் கொடுக்கறதுக்கு எங்க வீட்ல எதுவுமே இல்லையே' என்றார் அந்த விவசாயி.

கனு சிரித்தார், 'ராத்திரி இந்த நேரத்துல எனக்கு எதுக்குச் சாப்பாடு? நீங்க அதைப்பத்திக் கவலைப்படாதீங்க, நான் தூங்கப்போறேன்' என்றார்.

ஆனாலும் அந்த விவசாயிக்கு மனம் கேட்கவில்லை. வீட்டுக்கு வந்த விருந்தாளிக்கு ஏதாவது சாப்பிடத் தரவேண்டும் என்று அவர் விரும்பினார். ஆனால், எவ்வளவோ தேடியும் அவருக்கு எதுவும் கிடைக்கவில்லை, மிகவும் வருந்தி நின்றார்.

இதைப் பார்த்த கனுவுக்கும் மிகுந்த வருத்தமாகிவிட்டது, 'ஐயா, மத்தவங்கல்லாம் வெள்ளைக்காரங்களுக்குப் பயந்து எங்களைமாதிரி ஆட்களை வீட்டுக்குள்ளயே சேர்க்கமாட்டாங்க, இந்த நிலைமையில நீங்க எனக்கு உதவ முன்வந்ததே பெரிய விஷயம், தயவுசெஞ்சு எந்தக் கவலையும் இல்லாம தூங்குங்க' என்றார்.

அப்போதும் அந்த விவசாயி விடவில்லை, தொடர்ந்து ஏதேதோ யோசித்தார், பாத்திரங்களை உருட்டினார், ஏமாற்றத்துடன் உதட்டைப் பிதுக்கினார்.

சிறிது நேரத்துக்குப்பிறகு, சட்டென்று அவர் முகத்தில் மகிழ்ச்சி, உள்ளே சென்று ஒரு பாத்திரத்தை எடுத்துவந்தார், அதைக் கழுவினார், தன்னுடைய மாட்டிடம் சென்று பால் கறந்தார், 'இந்தப் பாலையாவது குடிச்சுட்டுத் தூங்குங்க ஐயா' என்று கனுவிடம் நீட்டினார். அவருடைய அன்பைக் கண்டு கனு நெகிழ்ந்துபோனார்.

மறுநாள் காலை, அந்த விவசாயி வெளியில் சென்று நோட்டமிட்டுவிட்டு வந்தார். பின்னர் கனுவிடம், 'வெள்ளைக்காரங்க யாரும் இல்லை. நீங்க தைரியமாக் கிளம்பலாம்' என்று உறுதிகூறினார். அவரிடம் விடைபெற்றுக்கொண்டு புறப்பட்டார் கனு.

வியக்கவைக்கும் இந்த உண்மைக்கதை, மதுஸ்ரீ முகர்ஜி எழுதிய '*Churchill's Secret War*' என்ற நூலில் இடம்பெற்றுள்ளது. மற்றவர்களெல்லாம் பிரிட்டிஷ்காரர்களுக்கு அஞ்சி ஒதுங்கி நின்ற நிலையில், அந்த எளிய விவசாயி துணிச்சலோடு செய்த உதவியையும், அவருடைய விருந்தோம்பல் பண்பையும் மதுஸ்ரீ முகர்ஜி அழகாகப் பதிவுசெய்திருக்கிறார்.

இந்திய விடுதலைப் போராட்டத்தைப்பற்றிப் பேசும்போது, பொதுவாக நாம் தலைவர்களைமட்டும்தான் கருத்தில் கொள்கிறோம். அன்றைக்கு வங்காளத்தில் 'கனு'வுக்கு உதவிய அந்த விவசாயியைப்போன்ற எளிய மனிதர்கள் பலரும் அதில் பங்கேற்றிருக்கிறார்கள், தங்களால் இயன்ற அளவில் போராட்டத்துக்கு உதவியிருக்கிறார்கள், அவர்களும் சிறந்த விடுதலை வீரர்கள்தான்! அவர்களுடைய தன்னலம் கருதாத தியாகத்தின் கனியைத்தான் நாம் இன்று ருசித்துக்கொண்டிருக்கிறோம்!

83. எங்கள் ஹிந்துஸ்தான்!

1904ம் ஆண்டு. லாகூரில் "இந்திய இளைஞர்கள் சங்கம்" என்ற அமைப்பொன்று தொடங்கப்பட்டது. அதைத் தொடங்கிய மாணவருடைய பெயர் ஹர்தயாள்.

அப்போது, லாகூரிலிருந்த அரசுக் கல்லூரியில் முகம்மது இக்பால் என்ற கவிஞர் ஆசிரியராகப் பணியாற்றிக்கொண்டிருந்தார். இந்தச் சங்கத்தைத் தொடங்கிவைக்குமாறு ஹர்தயாள் அவரை அழைத்தார், இக்பாலும் அதற்குச் சம்மதித்தார்.

இந்திய இளைஞர்களுக்காக ஒரு சங்கம், அந்தச் சங்கத்தின் தொடக்க விழாவில் என்ன பேசுவது என்று யோசித்தார் இக்பால். கவிதையில் விருப்பம் கொண்ட அவர், தொடக்க உரையைக் கவிதையாகவே நிகழ்த்திவிடலாம் என்று தீர்மானித்தார்.

விழா தொடங்கியது. இக்பால் தன்னுடைய உரையை, அதாவது, கவிதையை நிகழ்த்தத் தொடங்கினார். இந்தியாவின் பெருமைகளைச் சொல்லும் அந்தக் கவிதையைப் பார்வையாளர்கள் அனைவரும் வியப்புடன் கேட்டார்கள், பெருமிதம் கொண்டார்கள்.

அந்த உருதுக் கவிதை, இன்றைக்கும் பல விழாக்களில், வானொலி, தொலைக்காட்சி நிகழ்ச்சிகளில் நாம் அடிக்கடி கேட்கிற, 'சாரே ஜஹான் சே அச்சா, ஹிந்துஸ்தான் ஹமாரா'.

அதன் பொருள், 'ஒட்டுமொத்த உலகத்திலும் மிகச் சிறந்த நாடு, எங்களுடைய இந்தியாதான்!'

இந்திய இளைஞர்கள் சங்கத்தின் தொடக்க விழாவில் இக்பாலுடைய குரலில் இந்தக் கவிதையைக் கேட்ட முகம்மது உமர் என்பவர் இந்த நிகழ்ச்சியை நுணுக்கமாகப் பதிவுசெய்திருக்கிறார். 'இக்பால் அவர்கள் இந்தத் தேசியப் பாடலைப் படித்தபோது, அரங்கிலிருந்த நாங்கள் எல்லாரும் அந்தக் கவிதையில் மயங்கிக் கட்டுப்பட்டு நின்றோம்!'

அதன்பிறகு, இந்தக் கவிதை அச்சில் வெளியானது, பல இடங்களுக்குப் பரவியது, இசையமைத்துப் பாடப்பட்டது, பிரிட்டிஷ் ஆட்சிக்கு எதிரான இந்தியக் குரலாகவே மாறிவிட்டது.

1945ல், சிறந்த சிதார் இசைக்கலைஞரான பண்டிட் ரவிசங்கர் இந்தப் பாடலுக்குப் புதியதோர் இசை வடிவத்தை அளித்தார். அதன்பிறகு, இந்தப் பாடல் இன்னும் பலரைச் சென்றுசேர்ந்தது.

இந்தியா பிரிட்டிஷாரிடமிருந்து விடுதலை பெற்றபிறகும், இந்நாட்டின் பெருமைகளை அழகாக விளக்கிக் கூறுகிற இந்தப் பாடல் பெரும்பான்மை மக்களிடையே மிகவும் புகழ் பெற்றது. ராணுவத்தினர்கூட இந்தப் பாடலைப் பாடி மகிழ்ந்தார்கள், அதற்கேற்ப அணிவகுத்தார்கள்.

அவ்வளவு ஏன், 1984ல் 'சாரே ஜஹான் சே அச்சா' என்ற வரிகள் பூமியைத் தாண்டி விண்வெளியிலும் ஒலித்தன.

அந்த ஆண்டில்தான், ராகேஷ் ஷர்மா என்ற இந்தியர் முதன்முறையாக விண்வெளிக்குச் சென்றார். அப்போதைய இந்தியப் பிரதமர் இந்திரா காந்தி இங்கிருந்தபடி அவருடன் பேசினார், 'விண்வெளியிலிருந்து இந்தியா உங்களுக்கு எப்படித் தெரிகிறது?' என்று கேட்டார்.

ராகேஷ் ஷர்மா சட்டென்று பதில் சொன்னார், 'சாரே ஜஹான் சே அச்சா' (ஒட்டுமொத்த உலகத்தையும்விட அழகாகத் தெரிகிறது!)

84. ஆந்திரத்தில் மலர்ந்த தேசிய இசை

நம்முடைய தேசிய கீதமாகிய 'ஜன கண மன'வை எழுதியவர் ரவீந்திரநாத் தாகூர் என்பது நமக்கெல்லாம் தெரியும். வங்காள மொழியில் அமைந்த இந்தத் தேசிய கீதத்துக்கும் நமக்குப் பக்கத்திலிருக்கிற ஆந்திரப் பிரதேச மாநிலத்துக்கும் ஒரு தொடர்பு உண்டு, தெரியுமா?

1911ம் ஆண்டு டிசம்பர் 11ம் தேதி தாகூர் இந்தப் பாடலை எழுதினார். அந்த ஆண்டின் நிறைவில் கொல்கத்தாவில் இந்திய தேசியக் காங்கிரஸ் கூடியது. அங்கு இந்தப் பாடல் பாடப்பட்டது.

இதற்கு அடுத்த மாதத்தில் (1912 ஜனவரி) தத்வபோதினி பத்ரிகா என்ற இதழில் 'பாரத விதாதா' என்ற தலைப்பில் இந்தப் பாடல் வெளியானது. கிட்டத்தட்ட இதே நேரத்தில் 'ஆதி பிரம்ம சமாஜ்' விழாவொன்றிலும் இந்தப் பாடலைப் பாடினார்கள். அவர்களுடைய பாடல் தொகுப்பான 'பிரம்ம சங்கீத்' என்ற நூலிலும் இது இடம்பெற்றது.

இந்தியப் புவியியலை விவரித்து, எல்லா மக்களும் இந்தியத் தாயின் அருளை வேண்டுகிறார்கள் என்று விளக்கி, இந்தியத்

தாய்க்கு எப்போதும் வெற்றிதான் என்று உறுதிப்படுத்தி நிறைவடைகிற இந்தப் பாடல் மொழி அழகுக்காகவும் உணர்ச்சிச் சிறப்புக்காகவும் எல்லாராலும் பாராட்டப்பட்டது, பின்னர் இந்தியாவின் தேசிய கீதமாகத் தேர்ந்தெடுக்கப்பட்டது.

'ஜன கண மன' என்னும் வரிகள் முதன்முதலாக இந்தியாவில் ஒலிக்கத் தொடங்கி நான்காண்டுகளுக்குப்பிறகு, 1916ல், ஆந்திரப்பிரதேசத்தின் சித்தூர் மாவட்டத்திலுள்ள மதனப்பள்ளி என்ற ஊரில் பெசண்ட் தியோசஃபிகல் கல்லூரி தொடங்கப்பட்டது. இந்தக் கல்லூரி, இந்தியத் தன்னாட்சி (ஹோம் ரூல்) இயக்கத்துடன் தன்னைத் தொடர்புபடுத்திக்கொண்டதால், பிரிட்டிஷ் ஆட்சியாளர்களுடைய சினத்தைச் சம்பாதித்துக்கொண்டது.

அந்த நேரத்தில், ஜேம்ஸ் கசின்ஸ் என்ற அயர்லாந்துக்காரர் இந்தியாவில் தங்கிச் சேவை புரிந்துவந்தார். அவரும் அவருடைய மனைவி மார்கரெட் எலிசபெத் கசின்ஸூம் மதனப்பள்ளியிலிருக்கும் இந்தக் கல்லூரியில் பணியாற்றிக்கொண்டிருந்தார்கள்.

ஜேம்ஸ் கசின்ஸூக்கு ரவீந்திரநாத் தாகூரை நன்றாகத் தெரியும். ஆகவே, 'எங்கள் கல்லூரிக்கு வாருங்கள்' என்று தாகூருக்கு அழைப்பு விடுத்தார். இந்த அழைப்பை ஏற்றுக்கொண்ட தாகூர் 1919ல் மதனப்பள்ளிக்கு வந்து தங்கினார், 'ஜன கண மன'வைப் பாடினார், மாணவர்களையும் ஆசிரியர்களையும் பெருமிதத்தில் ஆழ்த்தினார்.

மதனப்பள்ளியின் இயற்கை அழகு மிக்க சூழல் தாகூருக்கு மிகவும் பிடித்துவிட்டது. இங்குதான் அவர் இந்தப் பாடலை ஆங்கிலத்தில் மொழிபெயர்த்தார், அதற்கு *'The Morning Song of India'* என்று பெயர் சூட்டினார்.

பின்னர், தாகூரும் மார்கரெட் கசின்ஸூம் சேர்ந்து இந்தப் பாடலுக்கு மெட்டமைத்தார்கள். மார்கரெட்டே அந்தப் பாடலை மாணவிகளுக்குச் சொல்லித்தந்து பாடவைத்தார்.

இந்தக் கல்லூரி வளாகத்தில்தான் தாகூர் வந்து தங்கி தேசிய கீதத்தை மொழிபெயர்த்தார், அதற்கு மெட்டமைத்தார் என்கிற பெருமையை இன்றும் மதனப்பள்ளி பெருமிதத்துடன் சொல்லிக்கொண்டிருக்கிறது. அந்த இடத்தில் ஒரு நினைவுச்சின்னமும் அமைக்கப்பட்டிருக்கிறது.

85. ஆங்கிலப் பள்ளியா? உள்ளூர்ப் பள்ளியா?

குழந்தைகள் எந்த மொழியில் படிக்கவேண்டும்? அவர்களுடைய தாய்மொழியிலா, அல்லது ஆங்கிலத்திலா?

இன்றைக்கும் பரபரப்பாகப் பேசப்படுகிற இந்தக் கேள்வி சில தலைமுறைகளாகவே இந்தியாவைப் பெரிய குழப்பத்தில் ஆழ்த்தியிருக்கிறது. உலகத்தை இணைக்கும் மொழியாகிய ஆங்கிலத்தை முதன்மையாகக் கொண்டு கற்பதுதான் சரி என்று சிலரும், தாய்மொழியில் கற்பதுதான் இயல்பாக இருக்கும், அதை அடிப்படையாகக் கொண்டபின் ஆங்கிலம் போன்ற மற்ற மொழிகளைக் கற்கலாம் என்று பலரும் கூறுகிறார்கள்.

பத்தொன்பதாம் நூற்றாண்டின் நடுப்பகுதியில், வங்காளத்தில் பகவான் சந்திர போஸ் என்ற நீதிபதி ஒருவர் இருந்தார். அவருக்கும் இதே கேள்வி வந்தது, 'என்னுடைய மகனை ஆங்கிலப் பள்ளிக்கு அனுப்பலாமா, அல்லது உள்ளூர் மொழியில் பாடங்களைக் கற்றுத்தருகிற ஒரு பள்ளிக்கு அனுப்பலாமா?'

அன்றைய இந்தியாவை ஆங்கிலேயர்கள்தான் ஆண்டுவந்தார்கள் என்பதால், ஆங்கிலத்துக்கு இங்கு மிகுந்த மதிப்பு இருந்தது.

ஆங்கிலத்தில் பேசினால்தான் சுற்றியிருக்கிறவர்கள் தங்களை மதிப்பார்கள் என்று நினைக்கிறவர்களும் இருந்தார்கள்.

குறிப்பாக, அரசுப் பணிகளில் இருக்கிறவர்களிடையில் இந்த எண்ணம் பரவலாகக் காணப்பட்டது. அவர்கள் தங்களுடைய பிள்ளைகளை ஆங்கிலப் பள்ளிகளுக்குமட்டுமே அனுப்ப விரும்பினார்கள்.

அதேபோல், 'ஆங்கிலப் பள்ளியில் படித்தால்தான் குழந்தைகளுக்கு நல்ல பழக்கங்கள் வரும்' என்கிற எண்ணமும் மக்கள் மத்தியில் இருந்தது. அதாவது, ஆங்கிலப் பள்ளியில் படிக்கிற மற்ற பிள்ளைகள் பெரிய குடும்பத்தைச் சேர்ந்தவர்கள், பணக்காரர்களாக இருப்பதால், அவர்களுடன் சேர்ந்து இவர்களுடைய குழந்தைகளும் நன்கு வளர்வார்களாம். மாறாக, உள்ளூர் மொழிப் பள்ளிகளில் ஏழைகள் உள்ளிட்ட எல்லாவிதமான மக்களும் படிப்பதால், அவர்களுடன் சேர்ந்து இவர்களுடைய குழந்தைகள் கெட்டுப்போய்விட வாய்ப்பு உள்ளதாம்.

ஆங்கிலத்தைக் கற்பதில், அல்லது ஆங்கிலத்தை முதன்மைப் பயிற்றுமொழியாகக் கொண்டு பிற பாடங்களைக் கற்பதில் எந்தத் தவறும் இல்லை. ஆனால், ஆங்கிலத்தில் கற்பதுதான் நல்லது, உள்ளூர் மொழியில் கற்பது மோசமானது என்ற நம்பிக்கையைப் பகவான் சந்திர போஸ் ஏற்றுக்கொள்ளவில்லை. தன்னுடைய பிள்ளை தாய்மொழியில் கற்கவேண்டும், யாரையும் இழிவாக நினைக்காமல் எல்லா வகைப் பிள்ளைகளுடனும் இயல்பாகக் கலந்து பழகவேண்டும் என்று விரும்பினார்.

அப்போது பகவான் சந்திர போஸுக்குக் கீழே பணிபுரிந்து கொண்டிருந்த பலர், தங்களுடைய பிள்ளைகளை ஆங்கிலப் பள்ளிகளுக்கு அனுப்பினார்கள், அதுதான் தங்களுக்குக் கௌரவம் என்று நினைத்தார்கள். ஆனால் இவரோ, தன்னுடைய மகன் ஜகதீஷைப் பிடிவாதமாக உள்ளூர்ப் பள்ளிக்கு அனுப்பினார்.

அந்தப் பள்ளியில் ஜகதீஷுக்குப் பக்கத்தில் அமர்ந்திருந்தவர்கள் யார் தெரியுமா?

வலப்பக்கம், ஜகதீஷ் சந்திர போஸின் அலுவலகத்தில் பணிபுரிகிற முஸ்லீம் ஊழியர் ஒருவருடைய மகன். இடப்பக்கம், மீனவர் ஒருவருடைய மகன். அவர்கள் இருவரும்தான் பெரிய நீதிபதியின் மகனான ஜகதீஷுக்கு நெருங்கிய தோழர்கள்.

இன்றைக்கு இதைப்பற்றிப் படிக்கிற நமக்கு, 'இது ஒரு பெரிய விஷயமா?' என்று தோன்றலாம். ஆனால், அன்றைய இந்தியாவில் இது ஒரு மிகப் பெரிய விஷயம்தான். ஜகதீஷுக்கும் அவருடைய தோழர்களுக்கும் இடையிலிருந்த சமூக, பொருளாதார இடைவெளி ஒருபுறமிருக்க, மதம், சாதி சார்ந்த வேறுபாடுகளும் இருந்தன. அதையெல்லாம் மீறி அந்தக் குழந்தைகள் ஒன்றாகப் பழகியதும், அவர்களுடைய பெற்றோர் அதை அனுமதித்து ஊக்குவித்ததும் வியப்புதான்!

ஜகதீஷுடைய தோழர்கள் அவருக்குப் பறவைகள், விலங்குகள், கடல்வாழ் உயிரினங்களைப்பற்றியெல்லாம் விதவிதமாகச் சொன்னார்கள். கண்கள் விரிய அதையெல்லாம் கேட்டுக்கொண்ட அவர், தன்னுடைய தோழர்களை வீட்டுக்கு அழைத்துவந்தார்.

பகவான் சந்திர போஸின் மனைவி பெயர் பாமசுந்தரி போஸ். அவரும் தன்னுடைய கணவரைப்போலவே பரந்த மனம் கொண்டவர். ஜகதீஷின் தோழர்கள்மீது எந்தப் பாகுபாடும் காட்டாமல் அன்புடன் வரவேற்றார், அவர்களுக்கு உணவளித்து மகிழ்ந்தார், அவர்களையும் தன்னுடைய பிள்ளையைப்போலவே நடத்தினார்.

இப்படியொரு சூழலில் வளர்ந்த ஜகதீஷுக்கு, இந்து முஸ்லீம் வேறுபாடோ, சிலரைப் பிறப்பால் தாழ்ந்தவர்களாகக் கருதி ஒதுக்கிவைக்கிற எண்ணமோ ஒருபோதும் வரவில்லை. அனைவரையும் ஒன்றாக எண்ணிப் பழகுகிற பரந்த சிந்தனையோடு வளர்ந்தார் அவர்.

அது சரி, உள்ளூர்ப் பள்ளியில் படித்ததால் ஜகதீஷின் கல்வித்திறன் பாதிக்கப்படவில்லையா?

அந்த ஜகதீஷ் யார் என்று தெரிந்தால் நீங்கள் இந்தக் கேள்வியைக் கேட்கமாட்டீர்கள். தாவரவியல், இயற்பியல் ஆகிய துறைகளில் உலகப் புகழ் பெற்ற அறிவியலாளரும் ரேடியோ (வானொலி) அறிவியலின் முன்னோடிகளில் ஒருவருமான ஜகதீஷ் சந்திர போஸ்தான் அவர். உள்ளூர் மொழியில் எல்லாவிதமான மக்களுடனும் சேர்ந்து படித்ததால் அவர் முடங்கிப்போகவில்லை, அவருடைய அறிவு விரிவடைந்தது, தன்னுடைய ஆராய்ச்சிகள், படைப்புகளால் உலகெங்கும் புகழ் பெற்று விளங்கினார்!

86. துணிவோடும் திறமையோடும் சாதனை படைத்த அன்னா ராஜம்

1951ம் ஆண்டு. கேரளத்தைச் சேர்ந்த அன்னா ராஜம் என்ற பெண், இந்தியக் குடிமையியல் சேவைகள் தேர்வை எழுதி வெற்றிபெற்றார்.

ஆனால், அவரை ஆட்சிப்பணிக்காகத் தேர்ந்தெடுப்பதற்கு மற்ற அலுவலர்கள் விரும்பவில்லை, 'நீங்கள் ஏன் வெளிநாட்டுச் சேவைத்துறையில் சேரக்கூடாது?' என்று கேட்டார்கள்.

காரணம், விடுதலை பெற்ற இந்தியாவின் ஆட்சிப்பணி (IAS) அலுவலராக அதுவரை எந்தப் பெண்ணும் நியமிக்கப்பட்டிருக்கவில்லை. பயணங்கள், களச் செயல்பாடுகள் நிறைந்த இந்தப் பணி பெண்களுக்குப் பொருந்தாது என்று அன்றைய அலுவலர்கள் நினைத்தார்கள். அதனால்தான், அன்னாவை வேறு துறைக்கு அனுப்பிவிட முயன்றார்கள்.

ஆனால், அன்னா இதை ஏற்றுக்கொள்ளவில்லை. 'நான் ஆட்சிப்பணியில் சேர்வதைத்தான் விரும்புகிறேன்' என்று உறுதியாகக் கூறினார். 'அதற்காக என்ன கடுமையான பயிற்சி எடுக்கவேண்டியிருந்தாலும் சரி, நான் தயாராக இருக்கிறேன்.'

அவர் இப்படிப் பிடிவாதமாக இருந்ததால், வேறு வழியில்லாமல் அவரை ஆட்சிப்பணியில் சேர்த்துக்கொண்டது இந்திய அரசு. பயிற்சிக்குப்பின், தமிழ் நாட்டிலுள்ள ஓசூரில் சப்கலெக்டராக (துணை ஆட்சித்தலைவர்) நியமிக்கப்பட்டார் அன்னா.

துணிச்சலும் உறுதியும் நிறைந்த பெண்ணாகிய அன்னாவுக்கு ஆட்சிப்பணியில் மிகுந்த விருப்பமும் ஆர்வமும் இருந்தது. மக்களுக்குச் சேவை செய்யவேண்டும் என்ற உண்மையான விருப்பமும் இருந்தது. ஆகவே, பெண் என்ற முறையில் எந்தக் கூடுதல் சலுகையையும் எதிர்பார்க்காமல் கடினமாக உழைத்தார், பல சிறந்த திட்டங்களை நிறைவேற்றி எல்லாரிடமும் நல்ல பெயர் எடுத்தார்.

இந்தக் காலகட்டத்தில் ஒருமுறை, அன்னா ஓசூருக்கு அருகிலுள்ள ஒரு கிராமத்துக்குச் சென்றிருந்தார். அந்தக் கிராமத்தைச் சேர்ந்த பெண்களெல்லாம் அன்னாவைப் பார்த்துவிட்டு, 'இவர் நம்மைப்போலதானே இருக்கிறார்! இவரால் எப்படி மாவட்டத்தையே நிர்வகிக்கமுடிகிறது?' என்று வியப்புடன் பேசிக்கொண்டார்களாம்.

காரணம், அன்றைய இந்தியாவில் ஆட்சிப்பணி முழுவதையும் ஆண்கள்தான் ஆக்கிரமித்திருந்தார்கள். ஆகவே, 'தங்கள் ஊருக்குப் பெண் சப்கலெக்டர் ஒருவர் வந்திருக்கிறார்' என்று கேள்விப்பட்ட ஓசூர் மக்கள் வியந்துபோனார்கள். உண்மையிலேயே ஒரு பெண்ணால் இதுபோன்ற நிர்வாகப் பணிகளை ஆற்ற இயலுமா என்று ஐயப்பட்டார்கள்.

ஓசூரில்மட்டுமா? இந்தியாவெங்கும் இப்படியொரு கேள்வி இருந்திருக்கும். அன்னாவின் சிறப்பான செயல்திறன்தான் அந்த ஐயத்தை உடைத்தது, பெண்களாலும் நிர்வாகப்பணியில் சிறந்து விளங்க இயலும் என்று நிரூபித்தது. அதன்பிறகு, பல பெண்கள் இந்திய ஆட்சிப்பணிக்குத் தேர்வானார்கள்.

அதே நேரம், ஒருவர் பெண் என்பதற்காகமட்டும் அவருக்கு எந்தக் கூடுதல் முன்னுரிமையும் வழங்கக்கூடாது என்பதில் அன்னா

உறுதியுடன் இருந்தார். 'விடுதலை பெற்ற இந்தியாவின் முதல் *IAS* அலுவலரான நான் நன்றாகச் செயலாற்றியதால், நீங்கள் பல பெண்களை இந்தப் பணிக்குத் தேர்ந்தெடுக்கிறீர்கள். ஆனால், ஒருவேளை, நான் சரியாகச் செயலாற்றியிருக்காவிட்டால், என்னை அடிப்படையாக வைத்து எல்லாப் பெண்களையும் குற்றம் சாட்டுவீர்களா? அவர்களுக்கு வாய்ப்பு அளிக்காமல் மறுப்பீர்களா? அது நியாயம்தானா?' என்று துணிவாகக் கேட்டார். 'ஆணோ, பெண்ணோ, திறமையுள்ளவருக்கு நியாயமானமுறையில் வாய்ப்புகளை அளிக்கவேண்டும். அதுதான் சரி!'

87. ஐன்ஸ்டீனுடன் இணைந்து பணிபுரிந்த இந்திய அறிவியலாளர்

உலக அளவில் அறிவியல் என்றாலே எல்லாருக்கும் உடனடியாக நினைவுக்கு வருகிற பெயர், ஐன்ஸ்டீன். சின்னக் குழந்தையை வாழ்த்தும்போதுகூட, 'ஐன்ஸ்டீன்மாதிரி வரணும்' என்றுதான் வாழ்த்துவார்கள்.

அப்படிப்பட்ட ஐன்ஸ்டீனுடன் ஓர் இந்திய அறிவியலாளர் இணைந்து பணிபுரிந்திருக்கிறார், இவருடைய கட்டுரையை ஐன்ஸ்டீன் மொழிபெயர்த்திருக்கிறார், இவருடைய கண்டுபிடிப்பை முன்வைத்துக் கட்டுரைகள் எழுதியிருக்கிறார், ஐன்ஸ்டீனுடன் இவருடைய பெயரையும் இணைத்துக் குறிப்பிட்டுப் பேசுகிற ஏராளமான கட்டுரைகள், நூல்கள் உள்ளன, தெரியுமா?

அந்த இந்திய அறிவியலாளருடைய பெயர், சத்யேந்திர நாத் போஸ், கணக்கு, இயற்பியல் துறைகளில் பல குறிப்பிடக்கூடிய ஆய்வுகள், சாதனைகளைப் புரிந்து உலகப் புகழ் பெற்றவர். இந்திய அரசு இவருக்கு 'பத்மவிபூஷண்' விருதை அளித்துப் பெருமைப்படுத்தியுள்ளது.

இந்தியாவில் பிறந்து, வளர்ந்து, இங்கேயே ஆராய்ச்சிகளைச் செய்துகொண்டிருந்த சத்யேந்திர நாத் போஸும் ஐரோப்பாவைச் சேர்ந்த ஐன்ஸ்டீனும் சேர்ந்து பணிபுரிந்தது எப்படி?

1923ம் ஆண்டின் பிற்பகுதியில், போஸ் ஒரு முக்கியமான ஆய்வுக்கட்டுரையை எழுதினார். அதை *Philosophical Magazine* என்ற இதழுக்கு அனுப்பிவைத்தார். ஆனால், அந்தக் கட்டுரை தேர்வாகவில்லை, பிரசுரமாகவில்லை.

ஆனால், தன்னுடைய ஆய்வில் போஸுக்கு நம்பிக்கை இருந்தது. ஆகவே, அந்தக் கட்டுரையை ஐன்ஸ்டீனுக்கு அனுப்பிவைத்தார், 'என்னுடைய கட்டுரையைப்பற்றி உங்கள் கருத்தை அறிய விரும்புகிறேன். இது தகுதியுள்ள கட்டுரை என்று உங்களுக்குத் தோன்றினால், இதை ஜெர்மன் மொழியில் வெளியாகும் *Zeitschrift fur Physic* இதழில் வெளியிடுவதற்கு உதவும்படி கேட்டுக்கொள்கிறேன்.'

இந்தக் கடிதத்தை எழுதுமுன்பே, போஸுக்கும் ஐன்ஸ்டீனுக்கும் இன்னொரு தொடர்பு இருந்தது. சார்பியல் தொடர்பான அவருடைய சில ஆய்வுக்கட்டுரைகளை போஸ் ஆங்கிலத்தில் மொழிபெயர்த்து வெளியிட்டிருந்தார்.

இப்போது, அதே பரிமாற்றம் எதிர்த்திசையில் நடந்தது. ஆம், போஸின் கட்டுரை ஐன்ஸ்டீனுக்குப் பிடித்துப்போய்விட்டதால், உடனடியாக அவரே அதை ஜெர்மன் மொழியில் மொழிபெயர்த்து வெளியிட்டார். அதுபற்றி போஸுக்கு ஒரு கடிதமும் எழுதினார், 'உங்கள் கட்டுரை ஒரு முக்கியமான முன்னெடுப்பு, அது எனக்கு மிகவும் மகிழ்ச்சி தருகிறது.'

ஐன்ஸ்டீன் இதோடு நிற்கவில்லை, போஸின் ஆய்வை அடிப்படையாகக் கொண்டு அவரே ஓர் ஆய்வுக்கட்டுரையையும் எழுதி வெளியிட்டார். செல்ஃபோனோ இணையமோ மின்னஞ்சலோ இல்லாத, தகவல் தொடர்புகள் அனைத்தும் மிக மெதுவாக நிகழ்கிற இருபதாம் நூற்றாண்டின் முற்பகுதியில் இவை அனைத்தும் வெறும் ஐந்து வாரங்களுக்குள் நடந்துவிட்டன என்பதுதான் வியப்பு!

அதைவிட முக்கியம், ஐன்ஸ்டீனைப்போன்ற ஒருவர் இத்தனை விரைவாக ஓர் ஆய்வை உலகின்முன் அறிமுகப்படுத்துகிறார், அதை முன்வைத்துத் தொடர்ந்து பேசுகிறார் என்றால், போஸின் ஆய்வு எவ்வளவு ஆழமாகவும் முழுமையாகவும் இருந்திருக்கவேண்டும் என்று நாம் ஊகிக்கலாம். இதற்குச் சான்றாக, ஐன்ஸ்டீன், போஸ் இடையிலான நல்லுறவு தொடர்ந்தது. அவர்கள் இணைந்து பணியாற்றினார்கள். 'போஸ்-ஐன்ஸ்டீன் புள்ளியியல்' மற்றும் 'போஸ்-ஐன்ஸ்டீன் செறிபொருள்' ஆகிய தலைப்புகள் இப்போதும் அவர்களுடைய பெயர்களை இணைத்துப் பேசிக்கொண்டிருக்கின்றன.

88. பாராட்டுகளுக்கு மயங்காத மகாத்மா

பொதுவாக, மக்களுக்குத் தங்களை யாராவது பாராட்டினால் மிகவும் பிடிக்கும், யாராவது திட்டினால், எதிர்த்தால், விமர்சித்தால் கொஞ்சமும் பிடிக்காது. ஆகவே, தங்களைப் பாராட்டுகிறவர்களிடம் கூடுதல் அன்போடு பழகுவார்கள், அவர்களுக்கு ஏதேதோ செய்துகொடுத்துக் கூடுதல் பாராட்டைப் பெற முயல்வார்கள். இன்னொருபக்கம், தங்களை எதிர்க்கிறவர்களைக் கண்டுகொள்ளமாட்டார்கள், விமர்சனத்துக்கே காது கொடுக்காதவர்கள், தங்களை விமர்சிக்கிறவர்கள் இருக்கும் திசைக்கே செல்லாமல் இருந்துவிடுகிறவர்களும் உண்டு.

ஆனால், மகாத்மா காந்திக்கு இந்தப் பழக்கம் கிடையாதாம்; சொல்லப்போனால், இந்த விஷயத்தில் அவர் பெரும்பாலான மக்களிடமிருந்து முற்றிலும் மாறுபட்டவர் என்கிறார் காந்தியின் நெருங்கிய தொண்டரும் அவரைப்பற்றி *'Seven Months with Gandhiji'* என்ற நூலை எழுதியவருமான கிருஷ்ணதாஸ்.

எடுத்துக்காட்டாக, காந்திக்கு நாள்தோறும் பலப்பல கடிதங்கள் வரும். சிலர் அவரை மிகையாகப் புகழ்ந்திருப்பார்கள், வேறு

சிலர் அவரை மிகவும் கடுமையாக விமர்சித்திருப்பார்கள். அந்தப் புகழ்ச்சி மொழிகளைக் கேட்கும்போதெல்லாம், அவர் முகத்தில் துளியும் மகிழ்ச்சி இருக்காது. சொல்லப்போனால், ஒருவிதமான வருத்தமும் தளர்ச்சியும்தான் இருக்கும்.

ஆனால், அவரை விமர்சிக்கிற அல்லது கண்டிக்கிற கடிதங்கள் ஏதாவது வந்தால், சட்டென்று காந்தி சுறுசுறுப்பாகிவிடுவார், அந்தக் கடிதங்களின் ஒவ்வொரு சொல்லையும் கவனித்துக் கேட்பார், அதில் எந்த அளவு உண்மை இருக்கிறது என்று சிந்திப்பார்.

சில நேரங்களில், காந்தியைக் கடுமையாகத் திட்டுகின்ற கடிதங்களும் வருவதுண்டு. அவற்றையும் அதேபோன்ற கவனத்துடன் அவர் கேட்பார், தன்னை ஒருவர் இப்படித் திட்டுகிறாரே என்று மனம் வருந்தமாட்டார். இதை விவரிக்கும் கிருஷ்ணதாஸ், காந்தியின் சுய கட்டுப்பாட்டை வியந்து பாராட்டுகிறார்!

நாமெல்லாம் இன்றைக்குக் காந்தியைத் தேசத் தந்தையாகப் போற்றுகிறோம். ஆனால், அன்றைக்கும் சரி, இன்றைக்கும் சரி, காந்தியை விமர்சிக்கிறவர்கள், அவருடைய கருத்துகளை, வழிமுறைகளை ஏற்றுக்கொள்ளாதவர்கள் பலர் உண்டு.

அதே நேரம், இந்த எதிர்ப்பாளர்கள்மீது காந்திக்கு எந்த வெறுப்பும் வந்ததில்லை. சொல்லப்போனால், தன்னுடைய தொண்டர்களைவிட, எதிர்ப்பாளர்கள்மீதுதான் அவர் கூடுதலான அன்பைக் காட்டினார் என்று கிருஷ்ணதாஸ் விவரிக்கிறார்.

அதேபோல், பிறரால் வெறுக்கப்படுகிறவர்களுக்கும் காந்தி கட்டுப்பாடுகளற்ற அன்பை வழங்கினார். ஒருவேளை, அவர்கள் தவறு செய்தவர்களாகவே இருந்தாலும், அவர்களை மன்னிக்கத் தயாராக இருந்தார் அவர், அதன்மூலமே அவர்களைத் திருத்த முயன்றார். இதற்கும் கிருஷ்ணதாஸ் ஒரு நல்ல எடுத்துக்காட்டை வழங்குகிறார்.

காந்தியின் ஆசிரமத்திலிருந்த ஒருவருடைய பழக்கவழக்கங்களை மற்றவர்கள் யாரும் விரும்பவில்லை. ஆகவே, அவர்கள் அவரைக் கடுமையாக எதிர்த்தார்கள், கண்டுகொள்ளாமல் புறக்கணித்தார்கள்.

உண்மையில், காந்திக்கும் அந்த மனிதருடைய நடவடிக்கைகள் பிடிக்கவில்லைதான். அதே நேரம், அப்படிப்பட்ட ஒருவரையும் வெறுக்க அவர் விரும்பவில்லை.

இதனால், மற்றவர்களெல்லாம் கண்டுகொள்ளாத அந்த மனிதரைக் காந்தி வேண்டுமென்றே மிகுதியாகக் கண்டுகொண்டார். எத்தனை வேலை இருந்தபோதும், நாள்தோறும் அவரைச் சென்று பார்த்துப் பேசினார். அதன்மூலம் படிப்படியாக அந்த மனிதரைத் திருத்திவிட்டார், மற்ற ஆசிரமவாசிகளுக்கும் ஒரு பாடம் கற்றுத்தந்துவிட்டார்.

பாராட்டுகளுக்கு மயங்காத மனம், பிறருடைய எதிர்ப்பிலும் தன்னுடைய நன்மைக்கு உதவும் கருத்துகள் இருக்கும் என்று எண்ணுகிற பரந்த மனப்பான்மை, எதிரிகள்மீதும், பிறரால் வெறுக்கப்படுகிறவர்கள்மீதும் அன்பைச் செலுத்துகிற குணம்... காந்தியிடம் நாம் கற்றுக்கொள்ளவேண்டிய பாடங்கள் ஏராளம்!

89. இந்திய மக்கள்தொகைக் கணக்கெடுப்பு

இந்தியாவில் எத்தனை மக்கள் வாழ்கிறார்கள்? அதில் ஆண்கள், பெண்கள், வெவ்வேறு வயதைச் சேர்ந்தவர்கள் எத்தனை பேர்? அவர்கள் நாட்டின் வெவ்வேறு பகுதிகளில் எப்படிப் பரவலாக வசிக்கிறார்கள்? இதுபோன்ற பல சுவையான கேள்விகளுக்குப் பதிலளிக்கும் ஒரு பிரம்மாண்டமான திட்டம் வரும் 2021ல் தொடங்கவிருக்கிறது. அதன் பெயர், 'இந்திய மக்கள்தொகைக் கணக்கெடுப்பு' (Indian Census).

உலகின் மிகப் பெரிய நிர்வாகத் திட்டங்களில் ஒன்றான இந்திய மக்கள்தொகைக் கணக்கெடுப்பு பத்தாண்டுகளுக்கு ஒருமுறை நடைபெறுகிறது. ஆயிரக்கணக்கான தன்னார்வலர்கள் நகரங்கள், சிற்றூர்கள், கிராமங்கள், குக்கிராமங்களுக்கெல்லாம் நேரில் சென்று இந்தப் புள்ளிவிவரங்களைத் திரட்டிவருகிறார்கள். பின்னர், இவை அனைத்தும் ஒரு பொதுவான அமைப்பில் சேர்க்கப்பட்டு பகுப்பாய்வுகள் நடைபெறுகின்றன. அதன் அடிப்படையில் அரசு தன்னுடைய திட்டங்களைத் தயாரிக்கிறது, அவை எல்லாவிதமான மக்களுக்கும் பயன் தருவதை உறுதிசெய்கிறது.

அந்தவிதத்தில், இந்திய மக்கள்தொகைக் கணக்கெடுப்பு என்பது வெறும் எண்களின் கதை இல்லை, மக்களின் கதை. நம்மை நாமே புரிந்துகொள்வதற்கான அரிய வாய்ப்பு. பத்தாண்டுகளுக்கு

ஒருமுறை கிடைக்கும் இந்தப் புள்ளிவிவரங்களை ஒப்பிடும்போது, நாம் எந்தெந்த விஷயங்களில் எப்படி முன்னேறியிருக்கிறோம் என்பதை நாமே தெரிந்துகொள்ளலாம்.

பிரிட்டிஷார் நம்மை ஆட்சிசெய்துகொண்டிருந்தபோதே இந்த மக்கள்தொகைக் கணக்கெடுப்புகள் தொடங்கிவிட்டன. அதற்குமுன்பும் பல மன்னர்களுடைய ஆட்சிக்காலத்தில் சிறிய அளவில் மக்கள்தொகைக் கணக்கெடுப்புகள் நடந்திருப்பதாகச் சொல்கிறார்கள். ஆனால், இதை ஒழுங்குபடுத்தி முறையாகப் பதிவுசெய்யத் தொடங்கியவர்கள் ஆங்கிலேயர்கள்தான். 1865, 1872ம் ஆண்டுகளில் நடைபெற்ற இந்திய மக்கள்தொகைக் கணக்கெடுப்புகள்தான் இதற்கான தொடக்கப்புள்ளி.

அதன்பிறகு, 1881ம் ஆண்டில் தொடங்கி ஒவ்வொரு பத்தாண்டும் இந்திய மக்கள்தொகை கணக்கிடப்பட்டது. 1947ல் இந்தியாவுக்கு விடுதலை கிடைத்தபின், 1948ல் இதற்கென்று ஒரு சட்டம் இயற்றப்பட்டது. 1951முதல் இந்தச் சட்டத்தின்கீழ் மக்கள்தொகைக் கணக்கெடுப்புகள் நடைபெற்றுவருகின்றன. 2021ல் நடைபெறவிருப்பது, விடுதலை பெற்ற இந்தியாவின் எட்டாவது மக்கள்தொகைக் கணக்கெடுப்பாகும்.

'மக்கள்தொகை' என்று பொதுவாகக் கூறப்பட்டாலும், இந்தக் கணக்கெடுப்பில் மக்களுடைய பாலினம், வயது, திருமண நிலை, மதம், தாய்மொழி, கல்வி போன்றவற்றுடன் வேறு பல விஷயங்களும் பதிவுசெய்யப்படுகின்றன. எடுத்துக்காட்டாக, குடும்பங்கள் வாழும் வீடுகளின் நிலை, அவற்றில் எத்தனை அறைகள் உள்ளன, சொந்த வீடா, வாடகை வீடா, வீட்டினுள் கழிப்பறை உள்ளதா, வானொலி, கார் போன்ற வசதிகள் உள்ளனவா, விவசாய நிலம் உள்ளதா... இப்படி இன்னும் பல தகவல்களைக் கணக்கெடுப்பாளர்கள் திரட்டியளிக்கிறார்கள். இதன்மூலம் நம் நாட்டைப்பற்றிய இன்னும் நுணுக்கமான பார்வை நமக்குக் கிடைக்கிறது!

90. புரஞ்சிகள் சொல்லும் அஸ்ஸாம் வரலாறு

அஸ்ஸாமின் வரலாற்றைக் கூறுகின்ற பல நூல்களுக்கு 'அஸ்ஸாம் புரஞ்சி' என்று பெயரிடப்பட்டிருப்பதைப் பார்க்கலாம். அதென்ன 'புரஞ்சி'?

'அஹோம்' என்பது, அஸ்ஸாம் பகுதியில் வாழ்ந்த மக்கள் பேசிய பழைய மொழி. அந்த மொழியில் 'பு' என்றால் 'அறியாத மனிதர்கள்', 'ரன்' என்றால் 'கற்றுத்தருதல்', 'ஜி' என்றால், 'தொகுப்பு' இந்த மூன்றையும் சேர்த்தால், 'புரஞ்சி', அதாவது, ஒரு விஷயத்தைப்பற்றித் தெரியாதவர்களுக்கு அதைக் கற்றுத்தருகிற தகவல்களின் தொகுப்பு.

அஸ்ஸாமியர்கள் பல நூற்றாண்டுகளாக இந்தப் 'புரஞ்சி'களில் ஏராளமான தகவல்களைப் பதிவுசெய்துவைத்தார்கள். இவை தொடக்கத்தில் அஹோம் மொழியிலும், பின்னர் அஸ்ஸாமிய மொழியிலும் எழுதப்பட்டன. பின்னாட்களில் அஸ்ஸாமின் நவீன வரலாற்றை எழுத முனைந்தவர்களுக்கு இந்தப் புரஞ்சிகள் உதவின.

புரஞ்சிகள் பொதுவாகச் செவ்வக வடிவிலான மரப்பட்டைகளில் எழுதப்பட்டன. இவற்றில் அந்தந்தக் காலகட்டத்தில் அஸ்ஸாம் பகுதிகளை ஆண்ட மன்னர்களுடைய பெருமைகள்,

அவர்களுடைய ஆட்சியின்போது நடைபெற்ற முக்கிய நிகழ்வுகள் எளிய மொழியில் விவரிக்கப்பட்டிருந்தன. அஸ்ஸாமுக்கும் அக்கம்பக்கத்துப் பகுதிகளுக்கும் இருந்த உறவு, வெளியாட்களின் வருகை, பெரிய அரசர்களுக்கு அளிக்கப்பட்ட பரிசுத்தொகைகள், அரசியல், புவியியல் சூழ்நிலைகள் போன்றவையும் பதிவுசெய்யப்பட்டன.

ஒவ்வொரு குடும்பமும் தங்களுடைய புரஞ்சிகளைப் பத்திரமாக வைத்திருந்தன. தந்தையிடமிருந்து மகனுக்கு, மகனிடமிருந்து பேரனுக்கு என்று இவை தலைமுறை தலைமுறையாகப் பாதுகாக்கப்பட்டன.

அதே நேரம், இந்தப் புரஞ்சிகள் வெவ்வேறு நபர்களால் வெவ்வேறு காலகட்டத்தில் எழுதப்பட்டவை என்பதால், இவற்றில் குறிப்பிடப்பட்டிருக்கிற அனைத்தையும் வரலாற்றுக் கண்ணோட்டத்தில் அப்படியே நம்பிவிட இயலாது. 1905ல் ‘A History of Assam’ என்ற நூலை வெளியிட்ட எட்வர்ட் கெய்ட் என்பவர், ‘சில பழைய புரஞ்சிகள் கிபி568வரை செல்கின்றன. அவற்றை முழுமையாக நம்ப இயலாது’ என்கிறார். ‘கிபி1228க்குப்பின் எழுதப்பட்ட புரஞ்சிகள் பெரும்பாலும் நம்பகமானவை. இவற்றை வரலாற்றுப் பதிவுகளாக ஏற்றுக்கொள்ளலாம்’ என்பது இவருடைய நம்பிக்கை.

அதே நேரம், எட்வர்டும் சரி, மற்ற வரலாற்றாசிரியர்களும் சரி. ஒன்றுக்கு மேற்பட்ட புரஞ்சிகளில் உள்ள தகவல்களை ஒப்பிட்டுச் சரிபார்த்துதான் நவீன வரலாறுகளை எழுதியிருக்கிறார்கள். அத்துடன், அந்தந்தக் காலகட்டத்தில் அஸ்ஸாமுக்கு வெளியில் வாழ்ந்த மற்றவர்களுடைய வரலாற்றுப் பதிவுகளையும் புரஞ்சிகளுடன் ஒப்பிட்டு உறுதிப்படுத்தியிருக்கிறார்கள்.

இன்றைக்கு நாம் உட்கார்ந்த இடத்தில் பல பழைய சமூகங்களின் வரலாறுகளைப் படிக்கிறோம் என்றால், புரஞ்சிகளைப்போன்ற அந்தந்தக் காலகட்டப் பதிவுகள்தான் அதற்கு அடிக்கற்களாக அமைந்திருக்கின்றன. இந்த எளிய வரலாற்றுப் பதிவாளர்களை நாம் நன்றியுடன் நினைக்கவேண்டும்!

91. இந்தியாவை ஆண்ட வைஸ்ராய்கள்

இந்திய ஆட்சியாளர்களின் வரலாற்றைப் படிக்கும்போது, வைஸ்ராய் என்ற பெயரை அடிக்கடி காணலாம். போர்ச்சுக்கல், பிரேசில், அயர்லாந்து போன்ற நாடுகளின் வரலாற்றிலும் வைஸ்ராய்களை அவ்வப்போது காண்கிறோம். இந்தச் சொல்லுக்கு என்ன பொருள்? வைஸ்ராய்களின் பணி, பொறுப்புகள் என்ன?

'வைஸ்ராய்' என்ற சொல் இரண்டு வெவ்வேறு மொழிகளிலிருந்து வருகிறது. 'ராய்' என்ற ஃபிரெஞ்சுச் சொல்லின் பொருள், அரசர். 'வைஸ்' என்ற லத்தீன் சொல்லின் பொருள், 'அவருடைய இடத்தில்'. ஆக, 'வைஸ்ராய்' என்றால், அரசருடைய இடத்தில், அவருக்குப் பதிலாக ஒரு நிலப்பரப்பை ஆட்சி செய்கிற அலுவலர்.

1857ல் முதல் இந்திய விடுதலைப் போர் நடைபெற்றது. அதுவரை இந்தியாவை ஆண்டுவந்த கிழக்கிந்திய நிறுவனத்திடமிருந்து இந்தியாவின் ஆட்சிப்பொறுப்பு கைமாறியது. இங்கிலாந்து அரசி விக்டோரியா இந்தியாவை நேரடியாக ஆட்சிசெய்யத் தொடங்கினார்.

ஆனால், எங்கோ தொலைதூரத்தில் இருக்கிற இங்கிலாந்து அரசியால் இங்குள்ள இந்தியாவை ஆளமுடியாதல்லவா? அதற்காக, அவருடைய பிரதிநிதியாக 'வைஸ்ராய்' என்ற

பொறுப்பு உருவாக்கப்பட்டது. இந்த வைஸ்ராய் இந்தியாவில் இருந்தபடி இங்கிலாந்து அரசியின் சார்பாக ஆட்சிபுரிந்தார்.

அவ்வகையில் இந்தியாவின் முதல் வைஸ்ராய், கானிங் பிரபு. 1858லிருந்து 1862வரை அவர் இந்தியாவை ஆண்டார்.

அவருக்குப்பிறகு, சில ஆண்டுகளுக்கு ஒருமுறை வைஸ்ராய் மாற்றப்பட்டார். அவ்வகையில் குறிப்பிடவேண்டிய சில வைஸ்ராய்கள்: ரிப்பன் பிரபு (சென்னையிலிருக்கும் புகழ் பெற்ற 'ரிப்பன் கட்டடம்' இவருடைய பெயரால் அமைந்ததுதான்), இர்வின் பிரபு (காந்தியுடன் ஒரு முக்கியமான அரசியல் ஒப்பந்தத்தில் கையெழுத்திட்டவர்), மவுண்ட்பேட்டன் பிரபு (இந்திய விடுதலைக்கான வழிமுறைகளைத் தொடங்கிவைத்து, அவற்றில் பிரிட்டிஷ் அரசின் பிரதிநிதியாகப் பங்கேற்றவர்).

1947ல் இந்தியாவுக்கு விடுதலை கிடைத்தபிறகு, வைஸ்ராய் என்ற பொறுப்பு நீக்கப்பட்டது. அதற்குப் பதிலாக 'கவர்னர் ஜெனரல்' என்ற பெயர் பயன்படுத்தப்பட்டது. அதுவும் ஒன்றில்லை, இரண்டு கவர்னர் ஜெனரல்கள்: இந்தியா இந்த நேரத்தில் இரு நாடுகளாகப் பிரிக்கப்பட்டதால், இந்தியாவுக்கு மவுண்ட்பேட்டன் பிரபுவும், பாகிஸ்தானுக்கு முகம்மது அலி ஜின்னாவும் கவர்னர் ஜெனரல்களானார்கள்.

ஆனால், விடுதலை பெற்ற இந்தியாவில் 'கவர்னர் ஜெனரல்' என்ற பொறுப்பு வெறும் அலங்காரத்துக்குதான். உண்மையில் இவருக்கு எந்த ஆட்சி அதிகாரமும் இல்லை. ஜவகர்லால் நேரு தலைமையில் அமைந்திருந்த மத்திய அரசும் மாநில அரசுகளும்தான் இந்தியாவின் ஆட்சிப்பொறுப்பைக் கவனித்துக்கொண்டன.

1950 ஜனவரி 26ம் நாள், இந்தியா குடியரசு நாடானது. அதன்மூலம், பிரிட்டிஷ் அரசாங்கத்தின் பிரதிநிதி என்று ஒருவர் நம் நாட்டில் அமர்கிற தேவையும் நின்றுபோனது, கவர்னர் ஜெனரல் பொறுப்பு முடிவுக்கு வந்தது, இந்தியாவின் முதல் குடியரசுத் தலைவராக ராஜேந்திரப் பிரசாத் பொறுப்பேற்றுக்கொண்டார்.

92. ஜிம் கார்பெட் சுவர்

சீனப் பெருஞ்சுவர் தெரியும், ஜிம் கார்பெட் சுவர் தெரியுமா?

உத்தர்காண்ட் மாநிலத்திலிருக்கும் நைனிடால் மாவட்டத்திலுள்ள ஒரு சிறிய கிராமம் சோட்டி ஹல்த்வானி. இந்தக் கிராமத்தைச் சுற்றிச் சுமார் ஐந்து கிலோமீட்டர் நீளத்துக்கு, ஐந்தடி உயரத்துக்கு ஒரு சுவர் கட்டப்பட்டிருக்கிறது. தம்முடைய சொந்தச் செலவில் இந்தச் சுவரைக் கட்டியவர், புகழ் பெற்ற வேட்டைக்காரர், எழுத்தாளர், இயற்கைப் பாதுகாவலரான ஜிம் கார்பெட்.

கோட்டையைச் சுற்றி மதில் சுவர் எழுப்புவார்கள், தெரியும். கிராமத்தைச் சுற்றிச் சுவர் எதற்கு?

சோட்டி ஹல்த்வானி கிராமத்தைச் சுற்றி அடர்ந்த காடு இருக்கிறது. அங்கு வாழும் புலிகளும் சிறுத்தைகளும் அவ்வப்போது மனிதர்களைத் தாக்குவதுண்டு, அதனால் பல உயிர்கள் பறிபோனதுண்டு.

உண்மையில், பெரும்பாலான காட்டு விலங்குகள் மனிதர்களைத் தாக்கவேண்டும் என்று எண்ணுவதில்லை. அவற்றை மனிதர்கள் வலியச் சென்று துன்புறுத்தாதவரையில் அவை தம்முடைய

இயல்பான உணவுச் சுழற்சியைத்தான் பின்பற்றும். அபூர்வமாகச் சில ஆட்கொல்லி விலங்குகள்தான் மனிதர்களைத் தேடிக் கொல்கின்றன.

அப்படிப்பட்ட ஆட்கொல்லி விலங்குகளை வேட்டையாடுவதில் ஜிம் கார்பெட் பெரிய திறமைசாலி. நூற்றுக்கணக்கான மனிதர்களை வேட்டையாடிக் கொன்ற விலங்குகளை இவர் வேட்டையாடியிருக்கிறார், அதன்மூலம் எண்ணற்ற கிராமவாசிகளுக்குப் பாதுகாப்பு அளித்திருக்கிறார்.

ஆனால், சோட்டி ஹல்த்வானியில் வாழும் மக்களுக்கு அவர் வேறுவிதமான ஒரு தீர்வை முன்வைத்தார், 'உங்கள் ஊரைச் சுற்றி ஒரு பெரிய சுவர் கட்டிவிடலாம். எந்தப் புலியோ, சிறுத்தையோ ஊருக்குள் வந்து யாரையும் தாக்காதபடி அந்தச் சுவர் பார்த்துக்கொள்ளும்.'

இந்தப் பகுதியில் பல கிராமங்கள் இருக்கின்றன, சோட்டி ஹல்த்வானிமீது ஜிம் கார்பெட்டுக்கு என்ன தனி அக்கறை? அந்த ஊரையே 'ஜிம் கார்பெட் கிராமம்' என்று அழைக்கிறார்களே, அது ஏன்?

1915ம் ஆண்டில், குமான் சிங் பருவா என்பவரிடமிருந்து இந்தச் சோட்டி ஹல்த்வானியை ஜிம் கார்பெட் விலை கொடுத்து வாங்கினார். சொத்து சேர்ப்பதற்காக இல்லை, அதை ஒரு மாதிரிக் கிராமமாக உருவாக்குவதற்காக.

அதன்பிறகு, அங்கு குடியேறிய மக்களுக்கெல்லாம் ஜிம் கார்பெட் ஒரு வழிகாட்டியைப்போல் செயல்பட்டார். விவசாய, பாசன முறைகளை ஒழுங்குபடுத்தினார், மக்களுடைய வாழ்வாதாரத்துக்கு வழிசெய்தார், அவர்களுடைய பாதுகாப்புக்காக இந்தச் சுவரைக் கட்டினார்.

இப்படி 1920களில் கட்டப்பட்ட அந்தச் சுவர் இப்போதும் இருக்கிறது. கிட்டத்தட்ட ஒரு நூற்றாண்டுகாலமாகச் சோட்டி ஹல்த்வானி மக்களைப் பாதுகாத்துக்கொண்டிருக்கிறது.

சுவர் இருக்கிறது, சரி. அதனால் பயன் ஏதும் உண்டா?

'இந்தப் பகுதியில் புலி, சிறுத்தைகளால் தாக்கப்பட்டு இறக்கிறவர்களைப்பற்றிய செய்திகளை அடிக்கடி கேட்கலாம். ஆனால், எங்கள் ஊரில் இந்தச் சுவர் கட்டப்பட்டதிலிருந்து ஒருவர்கூட அப்படி இறக்கவில்லை' என்கிறார்கள் சோட்டி ஹல்த்வானி மக்கள். 'கார்பெட் சாஹேப் கட்டிய சுவரால் நாங்கள் பாதுகாப்பாக இருக்கிறோம், நிம்மதியாகத் தூங்குகிறோம்.'

93. கொஞ்சம் மசால் தோசை, கொஞ்சம் வரலாறு

பெங்களூருவின் பரபரப்பான காந்தி பஜார் பகுதியில் சற்று உட்புறமாகத் தள்ளி அமைந்திருக்கிறது 'வித்யார்த்தி பவன்'. முக்கால் நூற்றாண்டு தாண்டிவிட்ட இந்த உணவகத்தின் சிறப்பம்சம், சூடான மொறுமொறு மசால் தோசை. இதற்காகவே பெங்களூருவின் பல பகுதிகளிலிருந்தும் வெளியூரிலிருந்தும் மக்கள் இந்தக் கடைக்கு வருகிறார்கள். நெடுநேரம் க்யூவில் காத்திருந்து சாப்பிடுகிறார்கள்.

நம் ஊரில் பெரும்பாலான உணவகங்கள் வாரம்முழுக்கத் திறந்திருக்கும். ஆனால், கர்நாடகத்தில் பல உணவகங்களுக்கு வார விடுமுறை உண்டு. அந்தவிதத்தில், வித்யார்த்தி பவனுக்கு ஒவ்வொரு வெள்ளிக்கிழமையும் விடுமுறை.

'அதென்ன, சனி, ஞாயிறு இல்லாமல் உங்கள் கடைக்கு வெள்ளிக்கிழமை விடுமுறை விடுகிறீர்கள்?' என்று விசாரித்தால், ஒரு சுவையான வரலாற்றுக் குறிப்பு வருகிறது.

'வித்யார்த்தி' என்றால், மாணவர் என்று பொருள். 1940களில் இந்தப் பகுதியில் அமைந்திருந்த நேஷனல் ஹை ஸ்கூல், ஆச்சார்ய பாடசாலை போன்ற கல்வி நிறுவனங்களைச் சேர்ந்த

மாணவர்களுக்கான சிறு கேன்ட்டீனாக 1943ல் 'வித்யார்த்தி பவன்' அமைக்கப்பட்டது. அதைத் தொடங்கியவர் பெயர் வெங்கடரமணா உராள்.

கர்நாடகப் பாரம்பரியச் சுவையைச் சிறப்பாக வழங்கிய வித்யார்த்தி பவனுக்கு இந்தப் பகுதியைச் சேர்ந்த மக்கள் நல்ல ஆதரவு அளித்தார்கள். வெங்கடரமணாவிடமிருந்து இந்தக் கடை அவருடைய சகோதரரான பரமேஷ்வர உராள் பொறுப்புக்கு வந்தது.

வித்யார்த்தி பவன் தொடங்கப்பட்டு நான்காண்டுகளுக்குப்பிறகு, 1947 ஆகஸ்ட் 15ம் தேதி இந்தியாவுக்கு விடுதலை கிடைத்தது. அதைக் கொண்டாடும்வகையில் காந்தி பஜார் பகுதியில் பல மக்கள் ஒன்றுகூடினார்கள், தங்களுடைய மகிழ்ச்சியைப் பகிர்ந்துகொண்டார்கள்.

அன்றைக்குப் பரமேஷ்வர உராள் சீக்கிரமே கடைக்கு வந்துவிட்டார். சமையல்காரர்களை அழைத்து, நிறைய இனிப்புகளைச் சமைக்கச்சொன்னார். அவற்றை வாசலுக்குக் கொண்டுவந்து மக்களுக்கு வழங்கி மகிழ்ந்தார்.

பரமேஷ்வர உராள் அதோடு நிறுத்தவில்லை, 'நீங்களும் இந்தக் கொண்டாட்டத்தில் கலந்துகொள்ளுங்கள்' என்று தன்னுடைய ஊழியர்களை ஊக்குவித்தார்.

ஆனால், ஊழியர்களெல்லாம் சுதந்திரத்தைக் கொண்டாடச் சென்றுவிட்டால், கடை என்ன ஆகும்?

'பரவாயில்லை, இன்றைக்கு நம் கடைக்கு விடுமுறை விட்டுவிடலாம்' என்றார் பரமேஷ்வர உராள்.

இந்தியாவுக்கு விடுதலை கிடைத்த 1947 ஆகஸ்ட் 15, ஒரு வெள்ளிக்கிழமை. அதை நினைவுகூரும்வகையில் இன்றுவரை வித்யார்த்தி பவனுக்கு வெள்ளிக்கிழமைதோறும் விடுமுறை விடப்படுகிறது.

1970ம் ஆண்டு, வித்யார்த்தி பவனை ராமகிருஷ்ண அடிகா என்பவர் வாங்கிக்கொண்டார். அவரும் அவருடைய மகனான அருண் குமார் அடிகா என்பவரும்தான் இப்போது இந்த உணவகத்தை நடத்திவருகிறார்கள்.

வித்யார்த்தி பவன் பல கைகள் மாறியிருந்தாலும், இன்றுவரை அதன் தோற்றமோ உணவுப் பொருட்களின் சுவையோ சிறிதும் மாறவில்லை. அதனால்தான், கர்நாடகத்தைச் சேர்ந்த புகழ் பெற்ற ஆளுமைகளில் தொடங்கிப் பொதுமக்கள்வரை எல்லாரும் இந்தக் கடைக்கு வந்துகொண்டே இருக்கிறார்கள்.

அடுத்தமுறை பெங்களூரு செல்லும்போது, எண்பது வயதைத் தொடப்போகும் இந்தப் பாரம்பரியமான கடைக்குச் செல்லுங்கள், மசால் தோசையோடு கொஞ்சம் வரலாற்றையும் ருசித்துத் திரும்பலாம்.

94. போராளி ராணி

'டீனேஜ்' எனப்படும் பதின்பருவத்தில் உள்ளவர்களுடைய உடலும் சரி, மனமும் சரி, இன்னும் முழுமையாக வளர்ந்திருப்பதில்லை. ஆகவே, அவர்களுடைய சிந்தனைகளும் செயல்பாடுகளும் உறுதியற்றதன்மையுடன்தான் இருக்கும் என்று மருத்துவ வல்லுனர்களும் உளவியலாளர்களும் தெரிவிக்கிறார்கள்.

ஆனால், அதே டீனேஜில் ஒரு விடுதலைப் போராட்டத்தைத் தலைமையேற்று நடத்தியவர், அனைத்து வலிமைகளையும் கொண்ட பிரிட்டிஷ் படைகளுக்குப் பெரும் நெருக்கடியைக் கொடுத்த ஒருவர் நம் வரலாற்றில் இருக்கிறார். அவர் பெயர், ராணி காய்தின்ல்யு.

'ராணி' என்பது அவருக்குப் பெற்றோர் சூட்டிய பெயர் இல்லை. 1937ம் ஆண்டில் காய்தின்ல்யுவைச் சந்தித்த ஜவகர்லால் நேரு அவருடைய ஆளுமையைக் கண்டு வியந்தார். 'மலைகளின் மகள்' என்றும், 'ராணி' என்றும் விவரித்துப் பாராட்டினார். அதன்பிறகு, மக்களும் அவரை 'ராணி காய்தின்ல்யு' என்றே அழைக்கத் தொடங்கினார்கள்.

இன்றைய இந்தியாவின் மணிப்பூர் மாநிலத்தில் உள்ள நுங்காவ் என்ற கிராமத்தில் 1915ம் ஆண்டு ஜனவரி 26ம் தேதி பிறந்தவர் காய்தின்ல்யு. அந்தக் காலத்தில் பெண்களைப் படிக்கவைக்கிற பழக்கம் இல்லை, அப்படியே இருந்தாலும், அவர்களுடைய ஊரில் எந்தப் பள்ளிக்கூடமும் இல்லை. ஆகவே, இவர் பள்ளிக்குச் செல்லவில்லை, எழுதப் படிக்கக் கற்கவில்லை.

அதே நேரம், காய்தின்ல்யுவிடம் பிரமாதமான தகவல் தொடர்புத் திறன் இருந்தது. அவர் ஒரு விஷயத்தைச் சொன்னால் மற்றவர்கள் நின்று கேட்பார்கள், மதித்துப் பின்பற்றுவார்கள், அப்படியோர் ஆளுமையைச் சிறுவயதிலிருந்தே அவர் பெற்றிருந்தார்.

காய்தின்ல்யு பிறந்து, வளர்ந்த பகுதி அப்போது பிரிட்டிஷ் ஆதிக்கத்தின்கீழ் இருந்தது. அவர்களுடைய கொடுமையான ஆட்சியால் உள்ளூர் மக்கள் மிகவும் ஒடுக்கப்பட்டு வருந்தினார்கள். இதையெல்லாம் நேரில் பார்த்துத் துடித்த காய்தின்ல்யு அவர்களுக்காகப் போராடவேண்டும் என்று தீர்மானித்தார், தன்னுடைய உறவுக்காரரான ஹைபோவ் ஜாதோனாங் தலைமையிலான புரட்சி இயக்கத்தில் சேர்ந்தார்.

அப்போது காய்தின்ல்யுவுக்கு வயது 13தான். ஆனாலும், தன்னுடைய மக்களுக்காகப் போராடும் ஆர்வம். முறையாக ஆயுதப் பயிற்சி பெற்று, மக்களை ஒன்றுதிரட்டி ஆங்கிலேயர்களை எதிர்க்கத் தொடங்கினார்.

அன்றைய இந்தியாவில் (1920களின் பிற்பகுதி) பல இடங்களில் இதுபோல் பிரிட்டிஷ் ஆட்சிக்கு எதிரான போராட்டங்கள் வலுப்பெற்றிருந்தன. இவர்களையெல்லாம் அடக்கி ஒடுக்கித் தன்னுடைய ஆதிக்கத்தை உறுதிப்படுத்தவேண்டும் என்று ஆங்கிலேயர்கள் எண்ணினார்கள். அதற்காகத் தங்களுடைய படை பலத்தை எல்லாவிதங்களிலும் பயன்படுத்தினார்கள்.

1931ம் ஆண்டு, ஜாதோனாங் கொல்லப்பட்டார். அதன்மூலம் இந்த இயக்கத்தை முடிவுக்குக் கொண்டுவந்துவிடலாம் என்று பிரிட்டிஷ் ஆட்சியாளர்கள் நினைத்தார்கள்.

ஆனால், அவர்கள் சற்றும் எதிர்பாராதவிதமாக, 16 வயது காய்தின்ல்யு போராட்டத்துக்குப் பொறுப்பேற்றார். தொடர்ந்து மக்களைத் திரட்டினார், எதிர்த் தாக்குதல்களைத் தொடர்ந்தார்.

இதனால், ஆங்கிலேயர்கள் இன்னும் ஆவேசத்துடன் காய்தின்ல்யுவைத் தேடத் தொடங்கினார்கள். அவரைக் காட்டிக்கொடுப்பவர்களுக்கு 200 ரூபாய் பரிசு அறிவித்தார்கள், பின்னர் அதை 500 ரூபாய் என்று ஆக்கினார்கள்.

அந்தக் காலத்தில் 500 ரூபாய் என்பது பெரிய தொகை. ஆனாலும், அந்த ஊர் மக்கள் காய்தின்ல்யுவைக் காட்டிக்கொடுக்கவில்லை. 'அவரைப்பற்றித் துப்புக் கொடுத்தால் 10 ஆண்டுகள் வரித் தள்ளுபடி' என்று பிரிட்டிஷ் அரசு ஆசை காட்டியபோதும், மக்கள் காய்தின்ல்யுவின் பக்கம்தான் நின்றார்கள்.

இதனால், இந்தப் பகுதியில் ஆங்கிலேயர்களுக்கு எதிர்ப்பு தொடர்ந்துகொண்டே இருந்தது. அவர்கள் தங்களுடைய படை பலத்தைப் பெருக்கிக் கொஞ்சங்கொஞ்சமாகப் புரட்சியாளர்களுக்கு நெருக்கடி கொடுத்தார்கள். காய்தின்ல்யுவும் விடாமல் போராடினார்.

1932 அக்டோபரில், காய்தின்ல்யு கைது செய்யப்பட்டார். அவருக்கு ஆயுள் தண்டனை கொடுத்துச் சிறையில் தள்ளினார்கள்.

அதன்பிறகு, காய்தின்ல்யுவை விடுதலை செய்வதற்குப் பல தலைவர்கள் பலவிதமாக முயன்றார்கள். ஆங்கிலேய அரசாங்கம் அவரை விடுவிக்க இயலாது என்று பிடிவாதமாக மறுத்துவிட்டது.

1946ம் ஆண்டு, ஆங்கிலேயர்கள் இந்தியாவிலிருந்து வெளியேறுவது கிட்டத்தட்ட உறுதியாகிவிட்ட சூழ்நிலை, ஜவகர்லால் நேரு தலைமையில் ஓர் இடைக்கால அரசு அமைந்தது. அதன்பிறகுதான், 14 ஆண்டுச் சிறைவாசத்திலிருந்து ராணி காய்தின்ல்யு விடுதலை பெற்றார்.

ஆனால், இந்தியாவுக்கு விடுதலை கிடைத்தபிறகும் ராணி காய்தின்ல்யுவின் போராட்டங்கள் நிறைவடையவில்லை. அவர் தொடர்ந்து தம்முடைய மக்களின் நன்மைக்காகப் போராடிக்கொண்டுதான் இருந்தார். பத்மபூஷண், விவேகானந்தா சேவை விருது உள்ளிட்ட பல கௌரவங்களைப் பெற்றார்.

1993 பிப்ரவரி 17ம் தேதி, ராணி காய்தின்ல்யு மறைந்தார். 2015ல் அவருடைய நூற்றாண்டு விழாவை இந்திய அரசு மிகச் சிறப்பாகக் கொண்டாடியது.

95. மலைமேல் சில எதிரிகள்

இரண்டாம் உலகப்போர் மும்முரமாக நடைபெற்றுக் கொண்டிருந்த நேரம். ஜப்பானியர்கள் தென்கிழக்கு ஆசியாவில் பல முக்கியப் பகுதிகளைக் கைப்பற்றியிருந்தார்கள், இந்தியாவுக்குள் நுழைய வழி தேடிக்கொண்டிருந்தார்கள்.

இந்தியாவில் இப்போதைய மணிப்பூர் மாநிலத்தின் தலைநகரம் இம்ஃபால். அதே பெயரில் ஓர் ஆறும் ஒரு பள்ளத்தாக்கும் அங்கு உண்டு. இந்தப் பகுதியின் வழியாகத்தான் இந்தியாவுக்குள் நுழையலாம் என்று ஜப்பானியர்கள் திட்டமிட்டிருந்தார்கள், அதற்காகக் கவனமாக முன்னேறிக்கொண்டிருந்தார்கள்.

அன்றைய பிரிட்டிஷ் ஆட்சியில் இந்தியா ஒரு முக்கியமான பங்கை வகித்தது என்பதால், இந்தியாவுக்குள் ஜப்பான் நுழைய முயல்வது பிரிட்டனுக்கு ஒரு கௌரவப் பிரச்சனையாக இருந்தது. ஆகவே, இம்ஃபால் பள்ளத்தாக்குப் பகுதியில் இந்திய, பிரிட்டிஷ் ராணுவத்தினர் ஜப்பானியர்களுடைய முன்னேற்றத்தைத் தடுத்து நிறுத்திக்கொண்டிருந்தார்கள்.

அப்போது, இந்திய விமானப் படையைச் சேர்ந்த அர்ஜன் சிங் என்ற விமானி ஜப்பானியர்களைத் தாக்குவதற்காக எங்கோ

பறந்து சென்றிருந்தார். தாக்குதல் நிறைவடைந்து திரும்புகிற நேரத்தில், ஒரு மலைமீது சில போர் வீரர்களைப் பார்த்தார் அவர்.

அந்தப் போர் வீரர்கள் அணிந்திருந்த சீருடை சற்று விநோதமாக இருந்தது. 'இவர்கள் நம் வீரர்கள் இல்லையே' என்று யோசித்த அர்ஜன், சற்று நெருங்கிப் பறந்தார், அதிர்ந்தார்.

காரணம், அந்த மலைமீது நின்றிருந்த அனைவரும் ஜப்பானியப் போர்வீரர்கள். 'இவர்கள் இவ்வளவு பக்கத்தில் வந்துவிட்டார்களா' என்று திகைத்த அர்ஜன், சட்டென்று செயல்பட்டார், தன்னுடைய படைப்பிரிவைச் சேர்ந்த அனைத்து விமானிகளையும் அழைத்தார், எல்லாரும் சேர்ந்து ஜப்பானியர்களைத் தாக்கத் தொடங்கினார்கள்.

யாருக்கும் தெரியாமல் ரகசியமாக முன்னேறுவதாக நினைத்துக்கொண்டிருந்த ஜப்பானியர்கள் இந்தத் தாக்குதலைச் சிறிதும் எதிர்பார்த்திருக்கவில்லை. வேறு வழியில்லாமல் அவர்கள் அங்கிருந்து பின்வாங்கவேண்டியதாயிற்று.

அர்ஜன் சிங்கின் இந்தத் தாக்குதலை ஒரு முக்கியமான திருப்புமுனையாக விவரிக்கிறார் எழுத்தாளர் ரூபீந்தர் சிங். இம்ஃபால் பள்ளத்தாக்கைக் கைப்பற்றத் திட்டமிட்டிருந்த ஜப்பானியர்கள் அங்கிருந்து பின்வாங்கிச்செல்வதற்கு இது ஒரு முதன்மைக் காரணமாக அமைந்தது என்று விளக்குகிறார்.

இதற்காக, அர்ஜன் சிங்குக்கு *Distinguished Flying Cross (DFC)* என்ற விருது வழங்கப்பட்டது. இதை வழங்கியவர், பின்னாட்களில் இந்தியாவுக்கு வைஸ்ராயாகப் பொறுப்பேற்ற மவுண்ட்பேட்டன் பிரபு.

1919ம் ஆண்டு ஏப்ரல் 15ம் நாள், ல்யால்பூர் என்ற கிராமத்தில் (இப்போது பாகிஸ்தானில் உள்ளது) பிறந்த அர்ஜன் சிங்குக்குச் சிறுவயதிலிருந்தே பறக்கும் ஆர்வம் உண்டு. இளம் வயதில் பிரிட்டிஷ் விமானப் படைக்குத் தேர்ந்தெடுக்கப்பட்ட இவர் தம்முடைய கடின உழைப்பாலும் திறமையாலும் மிகச்

சிறந்த பொறுப்புகளை, விருதுகளைப் பெற்றார். இந்தியா விடுதலை பெற்றபிறகு, இந்திய விமானப் படையிலும் முக்கியப் பொறுப்புகளை வகித்தார், பல போர்களில் பங்கேற்றார், தம்முடைய சிறந்த தலைமைப்பண்புகளுக்காகப் புகழ் பெற்றார். 'இந்திய விமானப் படையின் மார்ஷல்' என்ற மிக உயர்ந்த பொறுப்பு இன்றுவரை இவர் ஒருவருக்குதான் வழங்கப்பட்டிருக்கிறது.

விமானப்படையிலிருந்து ஓய்வுபெற்றபின்னர் சுவிட்சர்லாந்தின் இந்தியத் தூதுவராகவும் கென்யாவுக்கான இந்திய ஹை கமிஷனராகவும் பொறுப்பு வகித்த அர்ஜன் சிங் தில்லியின் துணைநிலை ஆளுநராகவும் பணியாற்றினார். இந்தியாவின் மிகச் சிறந்த கௌரவங்களில் ஒன்றான பத்ம விபூஷண் விருதை வென்ற இவர், 2017 செப்டம்பர் 16 அன்று மறைந்தார். இவர் கொண்டுவந்த முன்னேற்றங்களும் மேம்பாடுகளும் செயல்முறைகளும் இந்திய விமானப் படையை இன்றும் வழிநடத்திக்கொண்டிருக்கின்றன.

96. இந்தியப் பறவைகளை ஆராய்ந்த ஆங்கிலேய அதிகாரி

பறவைக் காலண்டர் என்றால் என்ன?

காலண்டர் என்றால், நாள்காட்டி, அல்லது மாதங்காட்டி. அதைப் பலவிதமான படங்களுடன் அச்சிடுவார்கள். ஒருவேளை, பறவைகளின் படங்கள் நிறைந்த மாதங்காட்டியைத்தான் 'பறவைக் காலண்டர்' என்று சொல்வார்களோ?

ம்ஹூம், இல்லை. 1916ம் ஆண்டில் டக்ளஸ் டேவார் என்பவர் எழுதிய ஒரு புத்தகத்தின் தலைப்புதான் பறவைக் காலண்டர். இன்னும் சரியாகச் சொல்வதென்றால், *'A Bird Calendar for Northern India.'*

நம்மைச் சுற்றி ஏராளமான பறவைகள் இருக்கின்றன. ஒவ்வொன்றுக்கும் ஒவ்வொரு குரல், ஒவ்வொரு நிறம், ஒவ்வொருவிதமான கொண்டை, மூக்கு, இறகு, வெவ்வேறு பழக்கவழக்கங்கள், இவற்றைக் கூர்ந்து கவனிக்க ஆரம்பித்தால் ஒவ்வொரு விநாடியும் வியப்பில் மூழ்கி நிற்போம்.

ஆனால், இந்தப் பறவைகள் ஆண்டுமுழுவதும் தென்படுவதில்லை. சில குறிப்பிட்ட பறவைகளைச் சில குறிப்பிட்ட மாதங்களில்தான் காண இயலும்.

அதேபோல், இந்தப் பறவைகள் நாடுமுழுவதும் தென்படுவதில்லை. ஒவ்வொரு பகுதியிலும் சிறப்பாகக் குறிப்பிடக்கூடிய பறவைகள் உள்ளன, அவற்றை வேறு பகுதிகளில் காண இயலுவதில்லை.

இதையெல்லாம், அப்போது இந்தியாவில் பணியாற்றிய டக்ளஸ் டேவார் கவனித்திருக்கிறார். வட இந்தியாவின் வெவ்வேறு பகுதிகளில் ஒவ்வொரு மாதமும் தென்படக்கூடிய பறவைகளைப்பற்றிய விரிவான குறிப்புகளை எழுதியிருக்கிறார். ஜனவரி, பிப்ரவரி என்று டிசம்பர்வரை கச்சிதமாக அத்தியாயம் பிரித்து இந்தப் புத்தகத்தை வெளியிட்டிருக்கிறார்.

ஒருவேளை, நீங்கள் வட இந்தியாவில் வாழ்கிறவர் என்றால், இந்தப் புத்தகத்தை ஒரு கையேடுபோல் பயன்படுத்தலாம். ஒவ்வொரு மாதமும் வெவ்வேறு பகுதிகளுக்குச் சென்று அவர் குறிப்பிட்டிருக்கும் பறவைகளைப் பார்த்து ரசிக்கலாம்.

இதேபோல், இந்தியப் பறவைகளைப்பற்றி *Birds of the Indian Hill, Indian Birds, Birds of the Plains, Glimpses of Indian Birds* உள்ளிட்ட இன்னும் பல நூல்களை எழுதியிருக்கிறார் டக்ளஸ் டேவார். இவை அனைத்தும் பல்வேறு பறவைகளை நேரடியாகப் பார்த்து, ஆராய்ந்து எழுதப்பட்ட விளக்கமான நூல்கள்.

யார் இந்த டக்ளஸ் டேவார்? இந்தியப் பறவைகள்மீது இவருக்கு இப்படியோர் ஆர்வம் பிறந்தது எப்படி?

1875ல் பிறந்த டக்ளஸ் அடிப்படையில் ஒரு வழக்கறிஞர், 23 வயதில் (1898ல்) இந்தியக் குடிமைப் பணிக்குத் தேர்ந்தெடுக்கப்பட்டார். சுமார் இருபதாண்டுகளுக்குப்பிறகு, 1921ல் பஞ்சாப் மாநிலத்தின் அக்கவுன்டன்ட் ஜெனரலாக நான்காண்டுகள் பணியாற்றினார்.

ஆனால், வழக்கறிஞர், நிர்வாகி ஆகிய இந்த முகங்களைத் தாண்டி, டக்ளஸுக்கு ஒரு தனிப்பட்ட ஆர்வம் இருந்தது: பறவையியல். அவர் இந்தியாவில் தங்கிய கால் நூற்றாண்டு

காலமும் இந்தியப் பறவைகளைக் கூர்ந்து கவனித்து நுணுக்கமான கட்டுரைகளாக, நூல்களாகப் பதிவுசெய்தார்.

1924ல் இங்கிலாந்து திரும்பிய டக்ளஸ், தொடர்ந்து மேலும் பல நூல்களை எழுதினார், பரிணாம(படிவளர்ச்சி)க் கொள்கையைப்பற்றிய தமது கருத்துகளை முன்வைத்தார், 1957ல் மறைந்தார்.

இந்தியப் பறவைகளைப்பற்றிய டக்ளஸுடைய நூல்கள் இன்றைக்கும் பரவலாகப் படிக்கப்படுகின்றன. அலுவலக ஆவணங்களைப் புரட்டுவதோடு நிறுத்திக்கொள்ளாமல், ஆகாயத்தில் பறக்கும் பறவைகளையும் ஆராய்ந்து புகழ் பெற்ற இந்த ஆர்வலர், இந்தியப் பறவையியல் துறையின் முக்கியமான முன்னோடிகளில் ஒருவராக மதிக்கப்படுகிறார்.

97. சுவையான தொடர்கதை

இன்றைக்கு வரலாற்றை நாம் அமர்ந்த இடத்திலிருந்து படிக்கிறோம். முந்தைய பல நூற்றாண்டுகளில் நடந்தவற்றையெல்லாம் முழுமையாகத் தெரிந்துகொண்டு விட்டதாக நினைக்கிறோம். ஆனால், அது உண்மைதானா?

எந்த வரலாறும் முழுமையாகப் பதிவு செய்யப்படுவதில்லை. அவ்வாறு பதிவு செய்யப்பட்டாலும், அது அடுத்த தலைமுறையினருக்கு எளிதாகக் கிடைப்பதில்லை. ஆகவே, வரலாற்றை முழுக்கத் தெரிந்துகொண்டுவிட்டோம் என்று யாரும் சொல்ல இயலாது.

கொஞ்சம் புரியும்படி சொல்வதென்றால், வரலாறு என்பது முழுக்க எழுதப்பட்ட புத்தகம் இல்லை. அது ஒரு தொடர்கதையைப்போலக் கொஞ்சங்கொஞ்சமாக நமக்குக் கிடைக்கிற சுவையான புத்தகம்.

ஒரே பிரச்சனை, இந்தத் தொடர்கதை வாராவாரம் வெளியாகாது, தொடர்ச்சியாகவும் வெளியாகாது, அவ்வப்போது வரிசை ஒழுங்கின்றிக் கிடைக்கும், ஏற்கெனவே நமக்குத் தெரிந்த விஷயங்களின் அடிப்படையில் அதைப் புரிந்துகொள்ளவேண்டும், சரியான இடத்தில் பொருத்திக்கொள்ளவேண்டும். அந்தவிதத்தில் வரலாற்று ஆய்வு என்பது ஒரு சுவையான புதிர் விளையாட்டுதான்.

எடுத்துக்காட்டாக, சமீபத்தில், மதுரைக்கு அருகிலுள்ள திருப்பரங்குன்றத்தில் இருக்கும் வடிவேல்கரை என்ற ஊரில் ஒரு கல்வெட்டு கிடைத்துள்ளது. மதுரை மன்னர் திருமலை நாயக்கர் கல்லூரியின் வரலாற்று ஆய்வு மைய ஒருங்கிணைப்பாளர் *B* ஆத்மநாதன் இதைக் கண்டறிந்துள்ளார், மூத்த கல்வெட்டு ஆய்வாளர் *S* ராஜகோபால் இதைப் படித்துத் தெளிவுபடுத்தியுள்ளார்.

பதினாறாம் நூற்றாண்டைச் சேர்ந்த இந்தக் கல்வெட்டு, கடந்த பல ஆண்டுகளாக இங்குதான் இருந்துள்ளது. ஆனால், உள்ளூர் மக்களுக்கு இதன் முக்கியத்துவம் தெரியவில்லை. மற்ற பல கற்களைப்போல் இதுவும் ஒரு கல் என்று நினைத்துவிட்டார்கள்.

நல்லவேளையாக, இப்போது இந்தக் கல்வெட்டு வெளிச்சத்துக்கு வந்துள்ளது. தகுதியுள்ள வரலாற்று ஆய்வாளர்கள் இதைக் கண்டறிந்து, மேலே வளர்ந்திருந்த புதர்களையெல்லாம் அகற்றி, கல்வெட்டைத் தூய்மைப்படுத்திப் படிக்கச்செய்துள்ளார்கள், இது சொல்லும் செய்திகளை எல்லாருக்கும் தெரிவித்திருக்கிறார்கள்.

இந்தக் கல்வெட்டு என்ன சொல்கிறது?

நாயக்கர் காலத்தைச் சேர்ந்த சொக்கி தும்மிசி என்ற தேவதாசி இனப் பெண், தட்டங்குளம் கிராமத்திற்கு வெளியிலிருக்கும் நெல்வயல்களை மாணிக்கம் என்பவருக்கு நன்கொடையாக அளித்துள்ளார். கிபி1558ல் எழுதப்பட்ட இந்தக் கல்வெட்டின்மூலம், அன்றைய சமூகத்தில் மன்னர்கள்மட்டுமின்றிப் பொதுமக்களும் நன்கொடைகளை அளிக்கிற வழக்கம் இருந்தது, அது இவ்வாறு ஆவணமாகப் பதிவுசெய்யப்பட்டிருக்கிறது என்கிற உண்மைகளைத் தெரிந்துகொள்ளலாம்.

மதுரையைச் சுற்றி இதுபோல் இன்னும் பல கல்வெட்டுகள் கண்டறியப்படாமல் உள்ளன என்கிறார் ஆத்மநாதன். இதைப்போல் இந்தியாமுழுவதும் உள்ள கல்வெட்டுகளையெல்லாம் கண்டறிந்து, அந்தக் குறிப்புகளையெல்லாம் சரியாகத் தொகுத்துப் பார்க்கும்போது, நம்முடைய வரலாற்றுப் பார்வை இன்னும் விரிவாகும்.

98. இந்தியர் என்றால் இரட்டைக் கட்டணம்!

நீங்கள் வெளியூர் செல்வதற்காக ஒரு பேருந்தில் ஏறுகிறீர்கள். எத்தனை பயணச்சீட்டுகள் வாங்குவீர்கள்?

இதென்ன கேள்வி? நான்மட்டும்தானே பேருந்தில் ஏறுகிறேன்? ஒரே ஒரு பயணச்சீட்டுதான் வாங்குவேன்!

ஒருவேளை, அந்தப் பேருந்து நிறுவனம் உங்களை இரண்டு பயணச்சீட்டுகள் வாங்கவேண்டும் என்று கட்டாயப்படுத்தினால்? 'வாங்கினா ரெண்டு டிக்கெட் வாங்கு, இல்லாட்டிக் கீழே இறங்கு' என்று அதட்டினால்?

1909ல் கொல்கத்தாவைச் சேர்ந்த ஓர் இளம் மருத்துவர் இப்படியொரு விநோதமான சூழ்நிலையைச் சந்தித்தார். ஆனால், அது நகைச்சுவை விஷயமில்லை, மிகப் பெரிய வரலாற்றுக் கொடுமை.

இந்த இளம் மருத்துவர் அப்போது மேற்படிப்புக்காக இங்கிலாந்து செல்லவிருந்தார். அதற்காக, ஒரு கப்பல் நிறுவனத்தைத் தொலைபேசியில் தொடர்புகொண்டார், 'எனக்கு ஒரு பயணச்சீட்டு வேண்டும்.'

'தருகிறோம். ஆனால், பயணம் செய்யப்போவது யார்? இந்தியரா? வெள்ளைக்காரரா?'

'இந்தியர்தான்.'

‘அப்படியானால், நீங்கள் இரண்டு பயணச்சீட்டுகளை வாங்கவேண்டும். இல்லாவிட்டால், உங்களோடு பயணம் செய்வதற்கு இன்னோர் இந்தியரையும் அழைத்துவரவேண்டும்’ என்றது கப்பல் நிறுவனம்.

இதைக் கேட்ட அந்த மருத்துவர் அதிர்ந்துபோனார், ‘ஏன் அப்படி?’ என்று விசாரித்தார்.

‘அதெல்லாம் எங்களுக்குத் தெரியாது. இந்தியர் ஒருவரையும் வெள்ளைக்காரர் ஒருவரையும் ஒரே கேபினில் அனுமதிக்கக்கூடாது என்று எங்களுக்கு உத்தரவு.’

இப்போதுதான் அந்த மருத்துவருக்கு விஷயம் புரிந்தது. பொதுவாகக் கப்பலில் ஒவ்வொரு கேபினிலும் இரண்டு பேர் ஒன்றாகப் பயணம் செய்வார்கள். அப்படி இந்தியர்களோடு ஒரே கேபினில் பயணம் செய்வதற்கு வெள்ளைக்காரர்கள் ஒப்புக்கொள்ளமாட்டார்கள் என்பதால், அந்தக் கப்பல் நிறுவனம் இப்படியொரு விதிமுறையைப் போட்டிருக்கிறது. வேண்டுமென்றால், இந்தியர்கள் இருவர் ஒன்றாகச் சேர்ந்து பயணம் செய்யலாம், இல்லாவிட்டால், அந்தக் கப்பலில் செல்லும் இந்தியர்கள் ஒவ்வொருவரும் இரண்டு பயணச்சீட்டுகளை வாங்கவேண்டும், இரட்டைக் கட்டணம் செலுத்தவேண்டும்.

அந்த மருத்துவரிடம் இரண்டு பயணச்சீட்டுகளை வாங்கும் அளவுக்குப் பணம் இல்லை. இந்த நேரத்தில் இங்கிலாந்துக்குப் பயணம் செய்கிற இன்னோர் இந்தியரை எங்கு சென்று தேடுவது?

‘அப்படியானால், நாங்கள் உங்களுக்குப் பயணச்சீட்டு வழங்கமாட்டோம். நீங்கள் இந்தக் கப்பலில் பயணம் செய்ய இயலாது’ என்று அந்தக் கப்பல் நிறுவனம் கைவிரித்துவிட்டது. அந்த மருத்துவர் தன்னுடைய மேற்படிப்பு இதனால் பாதிக்கப்படுமோ என்று அதிர்ந்து நின்றார்.

அன்றைய இந்தியாவில் இப்படியொரு கொடுமையான

இனவாதம் பரவலாகக் காணப்பட்டது. வெள்ளைக்காரர்கள் இந்தியர்களைத் தங்களுக்குச் சமமாக நடத்த மறுத்தார்கள். இதுபோல் பல அநீதியான விதிமுறைகளைப் போட்டுவைத்தார்கள்.

நல்லவேளையாக, எல்லா ஆங்கிலேயர்களும் அப்படி இல்லை. எடுத்துக்காட்டாக, இந்த இளம் மருத்துவருடைய வழிகாட்டியான கர்னல் லூகிஸ் என்ற ஆங்கிலேயர் இவருக்கு உதவ முன்வந்தார். அந்தக் கப்பல் நிறுவனத்திடம் அவரே சென்று பேசினார், 'இவருடைய தோல் சற்றுக் கருப்பாக இருக்கலாம், ஆனால், இவர் ஆங்கிலேயர்களையெல்லாம்விடத் தூய்மையானவர். இவருக்கு நீங்கள் இடம் தர மறுக்கக்கூடாது' என்று வாதிட்டுச் சம்மதிக்கவைத்தார்.

'இதுபோன்ற நிகழ்ச்சிகள் என்னுடைய தன்னம்பிக்கையைக் குறைக்கவில்லை, மிகுதியாக்கின' என்று அந்த இளம் மருத்துவர் பின்னர் ஒருமுறை குறிப்பிட்டார். 'அதன்பிறகு, இப்படி வெளிநாட்டுக்காரர்களுடன் போராடும்போதெல்லாம் நான் கூடுதல் தன்னம்பிக்கையுடன் செயல்படுவதற்கு இவை உதவின.'

இந்த நிகழ்ச்சியைப் படிக்கும்போது, காந்தி தென்னாப்பிரிக்காவில் ஒரு ரயிலிலிருந்து வெளியில் தள்ளப்பட்டது நினைவுக்கு வருகிறதா? அதேபோல் ஆங்கிலேயர்களால் அவமதிக்கப்பட்ட இந்த இளைஞரும் காந்தியின் நண்பர்தான். இவரும் காந்தியைப்போல் பெரிய தேசத்தலைவராகத் தொண்டாற்றினார், இந்திய விடுதலைக்காகப் பாடுபட்டார், பொதுமக்களுக்கு மருத்துவச் சேவையாற்றினார், காந்தியின் மருத்துவராகவும் செயல்பட்டார். இந்தியா விடுதலை பெற்றபிறகு, மேற்கு வங்காள மாநிலத்தின் முதலமைச்சராகப் பதினான்காண்டுகள் பொறுப்பு வகித்தார், அந்த மாநிலத்தின் வளர்ச்சிக்கு அடித்தளம் அமைத்த முன்னோடிகளில் ஒருவர், மிகச் சிறந்த இந்தியர்களுக்கு வழங்கப்படும் பெருமைக்குரிய 'பாரதரத்னா' விருதைப் பெற்றவர், B C ராய் என்று சுருக்கமாக அழைக்கப்படும் பிதன் சந்திர ராய்.

99. தேநீர்க்கடையில் ஒலித்த தேனிசை

கர்நாடக மாநிலத்தில் கடக் என்கிற ஊர். அங்கிருந்த பேருந்து நிலையத்துக்கருகில் புசாத் என்பவர் தேநீர்க்கடை வைத்திருந்தார்.

புசாத் நல்ல இசை ரசிகர் என்பதால், அவருடைய கடையில் எப்போதும் இனிமையான இசை ஒலித்துக்கொண்டிருக்கும். குறிப்பாக, உஸ்தாத் அப்துல் கரீம் கான் அவர்களுடைய பாடல்களை அவர் அடிக்கடி ஒலிக்கவிடுவார், ஆர்வத்துடன் கேட்டு ரசிப்பார்.

அந்த ஊரைச் சேர்ந்த சிறுவன் ஒருவன், நாள்தோறும் பள்ளிக்குச் செல்லும் வழியில் புசாதின் கடையைத் தாண்டி நடப்பான். அங்கு ஒலிக்கிற பாடல்களை நின்று கேட்பான். சில நாட்கள், இசையின் இனிமையில் மயங்கிப் பள்ளியையே மறந்துவிடுவான் அவன்.

உஸ்தாத் அப்துல் கரீம் கான் பாடல்களைக் கேட்கக் கேட்க, அந்தச் சிறுவனுக்கு இசை ஆர்வம் பெருகியது. 'நானும் இதுபோல் பாடவேண்டும், இசையை முறைப்படி கற்கவேண்டும்' என்று எண்ணத் தொடங்கினான்.

ஆனால், வெறும் எண்ணம் இருந்தால் இசை வந்துவிடுமா? கற்றுத்தருவதற்கு ஒரு குருநாதர் வேண்டாமா? எந்நேரமும் இதையே யோசித்துக்கொண்டிருந்த அந்தச் சிறுவன், ஒருநாள் தன்னுடைய வீட்டிலிருந்து வெளியேறிவிட்டான், தனக்கு ஏற்ற குருநாதரைத் தேடி எங்கெங்கோ செல்லத் தொடங்கினான்.

அப்போது அந்தச் சிறுவனுக்கு வயது பதினொன்றுதான். அவனிடம் பணம் ஏதும் இல்லை, ஆர்வம்தான் இருந்தது. குவாலியர், இந்தூர், ஆக்ரா, கொல்கத்தா, ஜலந்தர் என்று பல இடங்களுக்குச் சென்றான், கிடைத்த இடத்தில் தங்கிக்கொண்டான், கிடைத்ததைச் சாப்பிட்டான், அந்தச் சிரமங்களையெல்லாம் பொருட்படுத்தாமல், தனக்கு இசை கற்பிக்கக்கூடிய ஆசிரியரைத் தேடினான். அந்த நிகழ்வுகளையெல்லாம் டாக்டர் நாகராஜ் ராவ் ஹவல்தார் அழகாக விவரித்துள்ளார்.

ஆனால், கையில் பணம் இல்லாத சிறுவன் கர்நாடகத்திலிருந்து பஞ்சாப்வரை சென்றது எப்படி?

ரயிலில் பயணச்சீட்டு இல்லாமல்தான்!

அது எப்படி? அலுவலர்கள் கண்டுபிடித்துவிடமாட்டார்களா?

அவ்வப்போது சில அலுவலர்கள் அந்தச் சிறுவனைப் பிடித்துவிடுவார்கள், 'டிக்கெட் எங்கே?' என்று அதட்டுவார்கள். 'டிக்கெட் எடுக்கப் பணம் இல்லைங்க, அதுக்குப் பதிலா நான் ஒரு பாட்டுப் பாடறேன், கேட்கறீங்களா?' என்று பாடத் தொடங்கிவிடுவான். அவனுடைய பாடல் இனிமையில் மயங்கிச் சில அலுவலர்கள் அவனை மன்னித்துவிடுவார்கள், வேறு சிலர் ரயிலிலிருந்து கீழே இறக்கிவிடுவார்கள். பிறகு, இன்னொரு ரயிலில் ஏறிப் பயணம் செய்வான்.

இப்படிப் பல ஊர்களுக்குச் சென்ற அவன் பல்வேறு இசை நுட்பங்களைக் கற்றுக்கொண்டான். ஆனால், அவன் விரும்பியதுபோல் உஸ்தாத் அப்துல் கரீம் கான் பாணியில் பாடுவதற்குக் கற்றுத்தரக்கூடிய ஒரு குருநாதர் அவனுக்குக் கிடைக்கவில்லை.

ஜலந்தரில் பண்டிட் விநாயக் ராவ் பட்வர்தன் என்பவர் அவனோடு பேசினார், 'நீ தேடிக்கொண்டிருக்கும் குருநாதர் உன் சொந்த ஊருக்குப் பக்கத்திலேயேதான் இருக்கிறார்' என்று வழிகாட்டினார். 'அவர் பெயர் பண்டிட் ராம்பாவ் குன்ட்கோல்கர், எல்லாரும் அவரைச் சவாய் கந்தர்வா என்று அழைப்பார்கள். உஸ்தாத் அப்துல் கரீம் கானுடைய நேரடிச் சீடர் அவர், நீ அவரிடம் சென்று இசை கற்றுக்கொள்.'

மகிழ்ச்சியடைந்த அந்தச் சிறுவன் மீண்டும் தன்னுடைய ஊருக்கே திரும்பினான். சவாய் கந்தர்வா அவர்களைச் சந்தித்தான், 'எனக்கு இசை கற்றுக்கொடுங்கள்' என்று வேண்டினான். அவனுடைய ஆர்வத்தையும் திறமையையும் பார்த்து மகிழ்ந்த சவாய் கந்தர்வா அவனைத் தன்னுடைய சீடனாக ஏற்றுக்கொண்டார், பிரமாதமாகப் பயிற்சியளித்துப் பெரிய இசை மேதையாக்கினார்.

சிறுவயதில், இசை ஆர்வத்தால் டிக்கெட் இல்லாமல் ரயிலில் பயணம் செய்த அந்தச் சிறுவர், பின்னாட்களில் மிகப் பெரிய மேடைகளில் அற்புதமாகப் பாடிப் புகழ் பெற்றார், அவருடைய இசையைக் கேட்பதற்காக மக்கள் வரிசையில் காத்திருந்து டிக்கெட் வாங்கினார்கள், எண்ணற்ற இசைத்தட்டுகள், ஒலிநாடாக்கள், இணையதளங்களில் இன்றைக்கும் அவருடைய இசை கேட்டுக்கொண்டிருக்கிறது. ஆர்வமும் முனைப்பும் ஒருவரை எத்தனைப் பெரிய உயரத்துக்கும் கொண்டுசெல்லும் என்பதற்கான நேரடிச் சான்று, இந்த இசை மேதையின் கதை.

அவர், பாரதரத்னா பண்டிட் பீம்சென் ஜோஷி.

100. சாகித்ய அகாதெமி:
இந்திய இலக்கியத்துக்கான ஓர் அமைப்பு

வெவ்வேறு துறைகளில் சிறந்த பணியாற்றும் இந்தியர்கள் பத்மஸ்ரீ, பத்மபூஷண், பத்மவிபூஷண், பாரதரத்னா ஆகிய பெருமைமிக்க விருதுகளைப் பெறலாம். இவற்றுடன், ஒவ்வொரு துறையிலும் சிறந்து விளங்குபவர்களுக்கு வழங்கப்படும் பல விருதுகளும் உள்ளன, எடுத்துக்காட்டாக, திரைத்துறையினருக்குத் தேசியத் திரைப்பட விருதுகள், விளையாட்டுத்துறையினருக்கு 'அர்ஜுனா' விருதுகள், 'ராஜீவ் காந்தி கேல் ரத்னா' விருது, எழுத்தாளர்களுக்குச் 'சாகித்ய அகாதெமி' விருதுகள் ஆகியவற்றைக் குறிப்பிடலாம்.

எழுத்துத்துறையைப் பொறுத்தவரை, சிறந்த எழுத்தாளர்களை அரசாங்கம் விருது வழங்கிப் பெருமைப்படுத்தவேண்டும் என்ற கோரிக்கை பிரிட்டிஷ் இந்தியாவிலேயே எழுந்திருக்கிறது. 1944ம் ஆண்டு, எழுத்து உள்ளிட்ட பல கலைத்துறைகளில் சிறந்த செயல்பாடுகளை ஊக்குவிக்கும் தேசியப் பண்பாட்டு அறக்கட்டளை ஒன்றை அமைக்கவேண்டும் என்று வங்காளத்தைச் சேர்ந்த 'ராயல் ஆசியாஸ்டிக் சொசைட்டி' என்ற

அமைப்பினர் எழுப்பிய கோரிக்கையை இந்திய அரசாங்கம் கொள்கையளவில் ஏற்றுக்கொண்டது.

சில ஆண்டுகளுக்குப்பின், இந்தியா விடுதலை பெற்றது. சுதந்திர இந்தியாவின் அரசாங்கம் இந்தக் கோரிக்கையை மீண்டும் கருத்தில் கொண்டது, எழுத்துக்கான தேசிய அமைப்பு ஒன்றை உருவாக்கவேண்டும் என்று தீர்மானித்தது.

ஆனால் அப்போதும் சில கேள்விகள் மீதமிருந்தன: இந்த அமைப்பை அரசாங்கம்தான் தொடங்கி நடத்தவேண்டுமா? ஒருவேளை, அரசாங்கம் அல்லாத, எழுத்துத்துறை வல்லுனர்கள் ஒன்றுசேர்ந்து இதை நடத்துவது சரியாக இருக்குமா? இதுபோன்ற கலைசார்ந்த அமைப்புகளில் அரசாங்கத்தின் குறுக்கீடு இல்லாமல் இருப்பதுதான் நல்லதோ?

நியாயமான கேள்விகள்தான். ஆனால், இதைத் தொடங்கும் தகுதி யாருக்கு உண்டு என்பதைச் சிந்திப்பதிலேயே நேரம் போய்க்கொண்டிருந்தால், இந்த அமைப்பு தொடங்கப்படாமலே போய்விடக்கூடும் என்று அப்போதைய கல்வி அமைச்சர் அபுல் கலாம் ஆசாத் எண்ணினார். அவரும் ஓர் எழுத்தாளர்தான் என்பதால், இதில் அவருக்குக் கூடுதல் அக்கறை இருந்ததோ என்னவோ, 'அரசாங்கம் இந்த அமைப்பைத் தொடங்கட்டும், பின்னர் அதை ஒரு தனிப்பட்ட அமைப்பாக முழுச் சுதந்திரத்துடன் இயங்கவிடுவோம்' என்றார்.

இதன்படி, 1954 மார்ச் 12ம் தேதி இந்தியாவின் தேசிய எழுத்து அமைப்பு நிறுவப்பட்டது. அதற்கு 'சாகித்ய அகாதெமி' என்று பெயர் சூட்டப்பட்டது.

சாகித்ய அகாதெமி என்னவெல்லாம் செய்கிறது?

1955ம் ஆண்டுமுதல், ஒவ்வோராண்டும் வெவ்வேறு மொழிகளில் சிறந்த படைப்புகளை வழங்கும் எழுத்தாளர்களுக்குச் 'சாகித்ய அகாதெமி' என்னும் பெருமைக்குரிய விருதும் பணப்பரிசும் அளிக்கப்படுகிறது. இவற்றுடன், இந்த எழுத்தாளர்களுடைய படைப்புகளைப் பிற மொழிகளில் மொழிபெயர்த்து வெளியிடும்

பணியையும் சாகித்ய அகாதெமி ஏற்கிறது, இதன்மூலம், இந்திய மொழிகளை இணைக்கும் அமைப்பாக இயங்குகிறது.

இதேபோல், 1989ம் ஆண்டுமுதல், மொழிபெயர்ப்பாளர்களுக்கும் தனியாக ஒரு சாகித்ய அகாதெமி விருது வழங்கப்படுகிறது. 1996ம் ஆண்டுமுதல், மொழிவளர்ச்சிக்குச் சிறந்த சேவையாற்றிய அறிஞர்களுக்கு 'பாஷா சம்மான்' என்ற விருது வழங்கப்படுகிறது. 2011ம் ஆண்டுமுதல், இலக்கியத்தில் சிறந்து விளங்கும் இளம் எழுத்தாளர்களுக்கு 'யுவ புரஸ்கார்', சிறுவர்களுக்கான எழுத்தில் சிறந்து விளங்குவோருக்கு 'பால் சாகித்ய புரஸ்கார்' ஆகிய விருதுகள் வழங்கப்படுகின்றன.

இவற்றுடன், பல மொழிகளில் இலக்கியக் கருத்தரங்குகள், கூட்டங்கள் ஆகியவற்றையும் சாகித்ய அகாதெமி நடத்துகிறது, 'Indian Literature' (இந்திய இலக்கியம்) என்ற பெயரில் இருமாத இதழொன்றை வெளியிடுகிறது. இந்திய எழுத்தாளர்கள், மொழிபெயர்ப்பாளர்களுடைய பட்டியலைத் தொகுத்து வெளியிடுவது, பல்வேறு சிறந்த எழுத்தாளர்களைப்பற்றிய விரிவான அறிமுகக் குறிப்புகளை நூலாகக் கொண்டுவருவது உள்ளிட்ட வேறு பல திட்டங்களையும் இவர்கள் செயல்படுத்திவருகிறார்கள்.

★★★

தெளிவான எழுத்தும் ஆழமான ஆய்வும் நிறைந்த நூல்களுக்காகத் தமிழ் வாசகர்களிடையில் நன்கு அறியப்பட்டுள்ள என். சொக்கன் புனைவு, வாழ்க்கை வரலாறு, நிறுவன வரலாறு, தன்னம்பிக்கை, சிறுவர் இலக்கியம் உள்ளிட்ட துறைகளில் இதுவரை எழுபதுக்கும் மேற்பட்ட நூல்கள், நூற்றுக்கணக்கான கதைகள், கட்டுரைகளை எழுதியுள்ளார். விரிவான ஆய்வுகள், சான்றுகளின் அடிப்படையிலான ஆழமான வரலாற்று நூல்களைத் தமிழில் எழுத இயலும், அவற்றைப் பெரும்பான்மை வாசகர்களுக்குக் கொண்டுசேர்க்கவும் இயலும் என்பதைப் பலமுறை நிரூபித்த எழுத்து வகை இவருடையது.

தமிழ், ஆங்கிலம் ஆகிய இரு மொழிகளிலும் எழுதும் சொக்கனுடைய நூல்கள் ஹிந்தி, கன்னடம், மலையாளம் உள்ளிட்ட பல மொழிகளில் மொழிபெயர்ப்பாகியுள்ளன.

www.ingramcontent.com/pod-product-compliance
Lightning Source LLC
LaVergne TN
LVHW090301051026
849518LV00005B/1606
* 9 7 8 8 1 9 5 6 7 3 5 9 9 *